மு. இக்பால் அகமது

தென்காசியில் ஒரு கைத்தறி நெசவாளர் குடும்பத்தில் பிறந்தவர். பெற்றோரின் வறிய நிலை, பொருளாதாரம் தேடி குடும்பத்தை மதுரைக்கு இடம்பெயரச் செய்துள்ளது. மதுரையில் அரசுப்பள்ளியில் பயின்ற அவர் அரசுப்பணி நிமித்தம் 1982 இல் சென்னை ஆவடிக்கு இடம் பெயர்ந்துள்ளார்.

பாதுகாப்புத்துறை ஆராய்ச்சி – வளர்ச்சி நிறுவகத்தில் (DRDO) பணிபுரிந்து ஓய்வு பெற்றுள்ளார். அதே துறையில் அகில இந்திய பாதுகாப்புத்துறை ஊழியர் சம்மேளனத்துடன் இணைக்கப்பட்ட தொழிற்சங்கத்தில் பத்து ஆண்டுகளுக்கும் மேலாக முன்னணி ஊழியராக இருந்துள்ளார். தமிழ்நாடு முற்போக்கு எழுத்தாளர் சங்கத்திலும் களப்பணி செய்துள்ளார். இந்த அனுபவங்கள் அடுத்த கட்டமாக எழுதவும் முக்கியமான ஆங்கில மொழி அரசியல் பதிவுகளை தமிழுக்குக் கொண்டு வரவும் அவரைத் தூண்டியுள்ளன.

வரலாறு, அரசியல், இசை, திரைப்படம், பயணம் ஆகிய துறைகளில் பேரார்வம் மிக்க இவர், *தீக்கதிர்*, *வண்ணக்கதிர்*, *செம்மலர்*, *புதுவிசை*, *பெண்ணே நீ*, *சமரசம்*, *உயிர் எழுத்து*, *பேசும் புதிய சக்தி* ஆகிய பத்திரிகைகளில் கட்டுரைகளையும் அரசியல் பதிவுகளையும் எழுதி வருகிறார்.

இவர் எழுதிய *வள்ளியப்பன் மெஸ்ஸும் மார்கரீட்டா பிஸ்ஸாவும்*, *மணிப்பூர் பற்றி எரிகிறது: ஏன் எதனால் யாரால்?* ஆகிய நூல்கள் கவனம் பெற்றன.

வலதுசாரி இந்துத்துவா சக்திகளாலும் அன்றைய பிரிட்டிஷ் ஆட்சியாளர்களாலும் மதச்சாயம் பூசப்பட்ட மலபார் மாப்ளா விவசாயிகளின் புரட்சியை சொல்லிய *The Moplah rebellion and it's Genesis* (Conrod Wood) என்ற ஆங்கில நூலை *மாப்ளா கிளர்ச்சியும் அதன் தோற்றுவாயும்* என்ற பெயரில் 2006 இல் தமிழாக்கம் செய்தார். அக்கிளர்ச்சி பற்றி தமிழில் வெளிவந்த முழுமையான பதிவு என அந்நூல் கவனம் பெற்றது.

தமிழாக்கம் செய்யப்பட்ட 'மாவோ தேர்வு செய்யப்பட்ட படைப்புக்கள்' ஒன்பது தொகுதிகளுக்கும் 2012 ஆம் ஆண்டு ஆனந்த விகடன் சிறந்த மொழிபெயர்ப்பு விருது அளிக்கப்பட்டது. அவற்றுள் தொகுதிகள் 5, 9 ஆகியவை இவரது மொழிபெயர்ப்பு என்பது குறிப்பிடத்தக்கது. தமிழாக்கம் செய்யப்பட்ட 'ஸ்டாலின் தேர்வு செய்யப்பட்ட படைப்புக்க'ளில் தொகுதி ஏழு இவர் மொழியாக்கம் செய்ததாகும்.

சிறுகதைகள், கவிதைகளையும் எழுதியுள்ளார். வேலிகளுக்கு அப்பால் என்ற தனது வலைப்பூவில் தொடர்ந்து எழுதி வருகிறார்.

தமிழ்நாடு முற்போக்கு எழுத்தாளர் கலைஞர்கள் சங்கம், தமிழ்நாடு சிறுபான்மை மக்கள் நலக்குழு ஆகிய அமைப்புகளின் முன்னணி ஊழியராக செயல்பட்டு வருகிறார்.

மக்களிசை மேதை
எம்.பி. சீனிவாசன்

மு. இக்பால் அகமது

பரிசல்

மக்களிசை மேதை எம்.பி. சீனிவாசன்
மு. இக்பால் அகமது
© ஆசிரியருக்கு

முதல்பதிப்பு: டிசம்பர் 2024
பக்கங்கள்: 276

வெளியீடு: பரிசல் புத்தக நிலையம்
47, B1 பிளாட், தாமோதர் பிளாட் ஐஸ்வர்யா அப்பார்ட்மெண்ட்,
முதல் தளம், ஓம் பராசக்தி தெரு, வ.உ.சி நகர்,
பம்மல், சென்னை 600 075.
parisalbooks2021@gmail.com
தொடர்புக்கு: 93828 53646, 88257 67500

அட்டை, புத்தக வடிவமைப்பு: பா. ஜீவமணி
அச்சகம்: The Print Park, Chennai 600 117.

விலை: ரூ 350

Makkalisai Medhai M.B. Srinivasan
M. Iqbal Ahamed
© Author

First Edition: December 2024
Pages: 276

by Parisal Putthaga Nilayam
No. 47 B1 Flat, First floor, Dhamodar Flat Aiswarya Apartment,
Om Parasakthi St, VOC Nagar, Pammal, Chennai 600 075.
Contact: 93828 53646, 88257 67500 | Parisalbooks2021@gmail.com

Wrapper, Book Layout: B Jeevamani
Printed by: The Print Park, Chennai 600 117.

Price: Rs. 350
ISBN: 978-81-19919-66-6

சமர்ப்பணம்

உழைப்பாளிகளுடன் உறுதியாக நின்ற

நிமாய் கோஷுக்கும்

பெருங்கனவுகளுடன் திரைப்படத்துறையில்

அயராது பாடுபாட்டுக் கொண்டிருக்கும் பல்லாயிரம்

தொழிலாளர்களுக்கும்

நன்றி:
நிமாய் கோஷ் புகைப்படம்: அம்ஷன் குமார்

பொருளடக்கம்

■	என்னுரை	9
■	வாழ்த்துரை - ஜெயந்தி ரமேஷ்	15
1.	எம்.பி.எஸ்ஸின் முன்னோரும் குடும்பத்தினரும்	17
2.	மாணவர் இயக்கமும் விடுதலைப் போராட்டமும்	31
3.	கம்யூனிஸ்ட் கட்சியில் கலை இலக்கியச் செயல்பாடு ..	38
4.	விடுதலைப் போரினில் வீழ்ந்த மலர்கள்	44
5.	இந்திய மக்கள் நாடக மன்றத்தில் செயல்பாடு	49
6.	இசைக்கலைஞரான இயக்கவாதி	56
7.	தமிழ்ச் சினிமாவும் தமிழ்ச் சமூகமும்	61
8.	இடதுசாரிகளின் திரைப்பட முயற்சிகள்	65
9.	பாதை தெரியுது பார்	68
10.	தென்னிந்தியத் திரைத்துறையில் தொழிற்சங்க இயக்கம்	81
11.	நிமாய் கோஷ் (17.5.1914 - 29.01.1988)	97
12.	இயக்கமாகப் பரிமளித்த இல்லற வாழ்க்கை	104
13.	சென்னை இளைஞர் இசைக் குழு	113
14.	திருவனந்தபுரம் எம்.பி.எஸ் இளைஞர் சேர்ந்திசைக் குழு	123
15.	செங்கீதங்கள் அறுவடைப் பாடல்கள் ஆனகதை	126
16.	தொலைந்து போன சித்திரப்பூச் சேலை	134

17.	கட்டசேரி ஜோசப் யேசுதாஸ்	*140*
18.	மலையாளத் திரைப்படவுலகில் எம்.பி.எஸ்	*147*
19.	நடிகர் எம்.பி. சீனிவாசன்	*159*
20.	ஒ.என்.வி. குருப்புடன் நீடித்த நட்பு	*167*
21.	ஈதலும் இசைபட வாழ்தலும்	*171*

□ கவிஞர் காவாலம் நாராயண பணிக்கர் □ ஔசேபச்சன், □ ஷ்யாம், □ வி.எஸ். நரசிம்மன், □ கவிஞர் ஏழாச்சேரி ராமச்சந்திரன் □ ஜெர்ரி அமல் தேவ், □ மாத்யூ இட்டி, □ வி.டி. முரளி □ ஜான்சன், □ அம்ஷன் குமார்

22.	எழுத்தாளர் சுஜாதா	*179*
23.	தமிழ்நாடு முற்போக்கு எழுத்தாளர் சங்க இசைப்பயிற்சி முகாம்	*181*
24.	எம்.பி.எஸ்ஸின் நண்பர்கள்	*188*
25.	டி. ராமச்சந்திரன் (MYC)	*196*
26.	ஆசிரியரைப் பற்றி மாணவர்கள்	*200*
27.	இருக்கின்றார் அவர் இறக்கவில்லை - கவிஞர் தமிழன்பன்	*211*
28.	அஞ்சலிக் குறிப்புகள்	*219*

□ எம்.எஸ். ராஜகோபால் □ கவிஞர் வாலி □ வாணி ஜெயராம் □ எஸ். ஜானகி □ கே.சி. ஜார்ஜ் □ சி. அச்சுதமேனன் □ சுப்ரமண்ய சர்மா □ சென்னை இளைஞர் இசைக் குழு □ Centre for Cultural Resources and Training □ Indian Performing Rights Society

29.	ஓரடி முன்னால் - எம்.பி. சீனிவாசன்	*243*
30.	திரைப்படப் பாடல்களும் சமுதாய மாற்றமும் - எம்.பி. சீனிவாசன்	*246*
31.	சோவியத் யூனியனில் கலை - எம்.பி. சீனிவாசன்	*253*
32.	புன்னைமரத்துக் கொம்பை வளைத்து	*262*
33.	எம்.பி.எஸ்ஸின் திரைப்படங்கள், வென்ற விருதுகள் ..	*264*
■	தரவுகள்	*270*

என்னுரை

> "தென்னங்கீற்று ஊஞ்சலிலே
> தென்றலில் நீந்திடும் ஓலையிலே
> சிட்டுக்குருவி பாடுது - தன்
> பெட்டைத் துணையைத் தேடுது..."

> "சின்னச்சின்ன மூக்குத்தியாம்
> செவப்புக்கல்லு மூக்குத்தியாம்
> கன்னிப் பொண்ணே உன் ஒய்யாரங்கண்டு
> கண்ணைச் சிமிட்டுற மூக்குத்தியாம்..."

பள்ளி செல்லும் சிறுவனாக நான் இருந்த வயதில் இந்த இரண்டு பாடல்களில் ஒன்று இலங்கை வானொலியில் அடிக்கடி ஒலிக்கும். எளிமையான சொற்கள், மிகக்குறைந்த பின்னணி இசைக் கருவிகள், பாடல் வரிகள் தெளிவாகப் புரிவது என பிற வழமையான பாடல்களில் இருந்து ஒருவிதத்தில் வேறுபட்டு இருப்பது மட்டும் அந்த வயதில் புரிந்தும் புரியாமலும் இருந்தது. சற்று வயது கூடும்போது பாடல் வரிகளுக்குள் கவனம் போனது. பின்னர் சென்னை வந்து, வேலையில் அமர்ந்தபின், தொடர்பாகத் தொழிற்சங்க இயக்கத்தில் ஈடுபட்டபோது தொழிற்சங்கக் கூட்டங்கள், போராட்ட நாட்களில் 'துடிக்கும் ரத்தம் பேசட்டும், துணிந்த நெஞ்சம் நிமிரட்டும்', 'மணப்பாறை மாடுகட்டி', 'சும்மா கெடந்த நெலத்தை கொத்தி', 'உண்மை ஒருநாள் வெளியாகும் அதில் உள்ளங்கள் எல்லாம் தெளிவாகும்' ஆகிய பாடல்களை ஒலிபெருக்கியில் ஒலிக்கச் செய்வோம். 'உண்மை ஒருநாள்...' பாடல் கவர்ச்சிகரமான ஒரு ராணுவ அணிவகுப்பின் தாளகதியில் இருப்பது புரிந்தது. அதாவது அந்தப் பாடலின் உட்கருத்தை உள்வாங்கி அதற்கொப்ப மெட்டமைக்கப்பட்ட பாடல் என்பது புரிந்தது. இந்தப் பாடலும் தொடக்கத்தில் சொல்லப்பட்ட இரண்டு பாடல்களும் ஒரே படத்தில் இடம்பெற்ற பாடல்கள் என்பதைத் தெரிந்து கொண்டேன். 'பாதை தெரியுது பார்' என்ற படம். உடனடியாகத் தேடிப்

பார்க்க அந்த நேரத்தில் இணையம் என்ற வசதி இருக்கவில்லை. அப்படியே நாட்கள் கடந்தன.

1995 டிசம்பர் 8, 9, 10 ஆகிய மூன்று நாட்கள், சென்னை கிறித்துவ இலக்கியச் சங்கம் (CLS) பேராசிரியர் தயானந்தன் பிரான்சிஸ், சு. சமுத்திரம் ஆகியோரின் முன்முயற்சியில் சென்னை மெமோரியல் ஹாலில் 'மக்கள் இலக்கியமும் திறனாய்வுப் போக்குகளும்' என்ற கருப்பொருளில் மிகச் சிறப்பான கருத்தரங்கை நடத்தியது. மூத்த பெருமக்கள் ஆன தி.க.சி., ச. செந்தில்நாதன், வல்லிக்கண்ணன், கந்தர்வன், திருப்பூர் கிருஷ்ணன், *'முகம்'* மாமணி, ஞான ராஜசேகரன், டி. செல்வராஜ், செ. யோகநாதன் உள்ளிட்டோர் பங்கு பெற்றார்கள். முதல்நாள் அமர்வுக்குத் தலைமை தாங்கிய தோழர் கே.சி.எஸ்.அருணாச்சலம் கவிதைகள் குறித்து ஆய்வு செய்தார். *"சின்னச் சின்ன மூக்குத்தியாம்... செவப்புக் கல்லு..."* பாடலைத் தனது உரையின் இறுதியில் பாடினார். அது அப்படத்தில் அவரே எழுதிய பாடல் என்பதால் கேட்டு உணர்ச்சிவயப்பட்டவன் ஆனேன். அப்போதுதான் அந்தப் பாடலும் முன்பு சொன்ன இரண்டு பாடல்களும் *'பாதை தெரியுது பார்'* என்ற திரைப்படத்தில் இடம்பெற்றவை என்பதை உறுதி செய்து கொண்டேன். மட்டுமின்றி கே.சி.எஸ். அவர்கள் மிக அழகாகப் பாடும் திறன் கொண்டவர் என்பதும் அவரது நண்பர்கள் அவரைப் பாடச் சொல்லிக் கேட்டு மகிழ்வார்கள் என்பதும் பின்னாட்களில் நான் தெரிந்து கொண்டவை.

2000 ஆகஸ்ட் 12, 13 ஆகிய இரண்டு நாட்கள் லொயோலா கல்லூரி வளாகத்தில் பண்பாடு – மக்கள் தொடர்பகம் 'தமிழ்ப் பொதுவுடைமை இயக்கங்களும் கலை இலக்கியப் போக்குகளும்' என்ற கருப்பொருளில் ஆய்வரங்கம் ஒன்றை நடத்தியது. இரண்டு நாள் நிகழ்ச்சிகளின் குறிப்புகள் இப்போதும் என்னிடம் உள்ளன. தோழர்கள் ஆர். நல்லக்கண்ணு, அறந்தை நாராயணன், சி. மகேந்திரன், கே. வரதராஜன், பொன்னீலன், ச. தமிழ்ச்செல்வன், அ. குமரேசன், பேரா. ச. மாடசாமி, சு. சமுத்திரம், ச. ராஜநாயகம், ஸ்ரீரசா, ச. செந்தில்நாதன், பேரா. கே. ராஜு, பேரா. தி.சு. நடராஜன், சு.பொ. அகத்தியலிங்கம், ந. முத்துநிலவன் உள்ளிட்ட பலர் கலந்து கொண்டு உரையாற்றினர். அங்கேதான் அறந்தை நாராயணன் *'காலம் மாறிப் போச்சு'*, *'தாமரைக்குளம்'*, *'பாண்டித்தேவன்'*, *'பாதை தெரியுது பார்'* ஆகிய படங்களைப் பற்றிப் பேசினார். இடதுசாரிகள் கூட்டாகப் பணமுதலீடு செய்து அப்படத்தை எடுத்த கதையைக் கூறினார். கேரளாவில் இருந்து திருச்சிக்கு வந்து பொன்மலை ரயில்வேயில் தொழிலாளியாக வேலை செய்த கே. விஜயன், வங்கத்தில் இருந்து வந்த நிமாய் கோஷ், எம்.பி. சீனிவாசன் ஆகியோரைப் பற்றிக் குறிப்பிடத்தக்க விதத்தில் பேசினார்.

இது ஒரு புறம் இருக்க, இலங்கை ஒலிபரப்புக் கூட்டுத் தாபனத்தில் *பாதை தெரியுது பார், புதுவெள்ளம், மதனமாளிகை, தாகம்* ஆகிய படங்களில் இருந்து பாடல்கள் தொடர்ந்து ஒலிபரப்பப்பட்ட பழைய நினைவுகள் மேலெழும்புகின்றன. வெளிவராத திரைப்படம் ஆன *'புதுச் செருப்பு கடிக்கும்'* படத்திலிருந்து எஸ்.பி. பாலசுப்ரமண்யம் பாடிய *'சித்திரப்பூச் சேலை...'* பாடல் மீண்டும் நினைவில் தளும்ப எழுகிறது. ஜெயகாந்தன் எழுதிய பாடல் அது. *'தாகம்'* படத்தில் இடம்பெற்ற *'வானமெங்கும் பரிதியின் ஜோதி...'* என்ற பாரதியின் பாடலை கே.ஜே. யேசுதாஸ் தனது குரலால் காட்சிப் படுத்தும் அதிசயம் விரிகிறது. 1999 இல் கே.சி.எஸ். அருணாச்சலம் அவர்கள் மறைந்தபோது *'பித்துப்பிடிச்சவன் என்று சொல்லி என்னைப் பேசிப் பேசி இந்த ஊர் சிரிக்கும்'* என்று மெமோரியல் ஹாலில் அவரே பாடிய நாள் நினைவுக்கு வந்து, கட்டுப்படுத்த முடியாமல் அழுதது ஈரம் காயாமல் குளுமையாக நினைவில் உள்ளது.

யார் இந்த எம்.பி. சீனிவாசன்? எண்ணினால் இரண்டு கைகளிலும் மீதம் இரண்டு விரல்கள் மிஞ்சும், ஆம், தமிழில் எட்டே எட்டுப் படங்களுக்கு மட்டும் இசையமைத்த அவர் யார்? அதற்கு முன்னும் அதன் பின்னும் அவர் வரலாறு என்ன? தமிழ்ச் சினிமா இசையில் அல்லது சினிமாத்துறையில் அவர் செய்த குறுக்கீடு என்ன? அவரது இடம் என்ன? சினிமா இசையுடன் அவரது எல்லை முடிவுற்றதா? இந்த நூலுக்கு 'மக்களிசை மேதை' என்ற தலைப்பை நான் சூட்டக் காரணம் என்ன?

இக்கேள்விகளுடன் தமிழ் நாட்டில் அவரைப் பற்றிய தேடுதலை மேற்கொள்ளும் எவர் ஒருவருக்கும் பெருத்த ஏமாற்றமே மிஞ்சும். 1991 ஆம் ஆண்டு அறந்தை நாராயணன் அவர்கள் எழுதி வெளியிட்ட சிறிய நூல் ஒன்றைத்தவிர அவருக்கான தனிப்பட்ட வரலாற்று நூல் எதையும் தமிழ் இலக்கிய உலகமும் சரி, தமிழ்ச் சினிமா வரலாற்றை அறிந்த எவரும் சரி, இதுவரை எழுதவில்லை. அவர் காலத்தில் வாழ்ந்த சமகால அரசியல்வாதிகள், திரையுலகப் பிரபலங்கள், இசையமைப்பாளர்கள் மட்டுமின்றி, அவரைப் பற்றி நன்கு அறிந்த, அவருடன் இசைத்துறையில் பணி செய்தவர்கள், அவரிடம் இசை கற்றுப் பிரபலமானவர்கள் என யாரும் அவரைப் பற்றி எந்தப் பதிவும் செய்யவும் இல்லை, அவரைப் பற்றிப் பேசுவதும் இல்லை. அவர் இசைக் கலைஞர் மட்டுமே அல்லர், ஓர் இடதுசாரித் தொழிற்சங்கவாதி, தென்னிந்தியச் சினிமாத்துறையில் முதலாவது தொழிற்சங்கத்தைத் தொழிற்சங்கச் சட்டத்தின் கீழ்ப்பதிவு செய்தவர் என்ற வகையில் அவரால் பலன் பெற்றவர்களும் கூட அவரைப் பற்றிப் பேசுவதைத் தவிர்த்து வருகின்றனர். சினிமா வரலாறு பற்றி மிகக் கனமான நூல்களை

எழுதித்தள்ளுவோரும் கூட எம்.பி.எஸ் பற்றி அறியாதவர்களாக இருப்பது யதார்த்தம். தியடோர் பாஸ்கரன், ஆர்.ஆர். சீனிவாசன், அம்ஷன் குமார், ஷாஜி, வாமனன் போன்றோர் விதிவிலக்குகள். அவரைப் பற்றி அங்கும் இங்குமாய்ச் சில தகவல்கள் சிதறிக் கிடக்கின்றன, அவ்வளவுதான்.

தகவல் தொழில் நுட்ப வளர்ச்சியும் இணையமும் எம்.பி. சீனிவாசன் இசையமைத்த பாடல்களை நமக்குத் தருகின்றன என்பதில் ஐயமில்லை. அதுவும் கூட 2005க்குப் பிறகுதான் சாத்தியமானது. இந்தக் கட்டத்தில் அவரது மலையாளச் சினிமா பங்களிப்பு பற்றி அதிகமாக அறிந்துகொள்ள முடிந்தது. இது அவர் குறித்த தேடுதல் மீதான ஆர்வத்தை மேலும் தூண்டவே செய்தது.

கொரோனா ஊரடங்கு காலத்தில் ஏதோ ஒரு நாள் முகநூலில் எம்.பி.எஸ் பற்றி ஒரு பதிவு எழுத, அதை மறுநாளும் தொடர, சரி, தொடர்ந்து அவர் குறித்து எழுதினால் என்ன என்று இணையத்தில் தகவல்கள் திரட்டினேன். இந்த நூலின் தொடக்கம் இப்படியாக அமைந்ததுதான். எனது பதிவைத் தொடர்ந்து வாசித்த நண்பர்கள், அதனை மேலும் விரிவாக்கி நூல் வடிவத்துக்குக் கொண்டு வந்தால் எம்.பி.எஸ் குறித்த பதிவாக காலத்துக்கும் நிலைத்து நிற்கும் என்று என்னைத் தூண்டியதன் விளைவே இந்த நூல்.

ஓர் இசையமைப்பாளரை, இசைக் கலைஞனை, அதுவும் திரைப்படத்தில் இசையமைத்த ஒருவரைப் பற்றிய வரலாற்றை எழுதுவது எளிதான ஒன்றல்ல. இசை என்பது கேட்டுணரக் கூடியது. அதற்கான காலத்தையும், நேரத்தையும் தனியே அர்ப்பணிக்க வேண்டும். எனில் எம்.பி.எஸ் இசையமைத்த படங்களைப் பார்க்க வேண்டும். பாடல்களைத் தனியே கேட்க வேண்டும், பாடல்களைக் காட்சியுடனும் பார்க்க வேண்டும், அவரது சேர்ந்திசைப் பாடல்களையும் கேட்டுணர வேண்டும். நான்கு வருடங்களுக்கு முன்பு தொடங்கிய இந்தப் பணி பல மணி நேரங்களை வேண்டி விரும்பி விழுங்கியது. அன்றி, இசை, திரைப்பட இசை, தமிழிசை சார்ந்த மிகப்பல நூல்களை வாசிக்க வேண்டிய அவசியம் இருப்பதாக நான் உணர்ந்ததால் அதற்கான தேடல்களிலும் நூல்களை வாங்குவதிலும் வாசிப்பதிலும் ஆர்வத்துடன் ஈடுபட்டேன். வாசித்த நூல்கள் ஒவ்வொன்றும் ஏதாவது ஒரு வகையில் உதவி செய்தன என்பதை ஒப்புக் கொள்கிறேன். சிறுதுளி பெருவெள்ளம் என்பது இந்த நூலைப் பொருத்தவரை முற்றிலும் உண்மை.

நூலாக்கும் முயற்சியைத் தொடங்கிய நாளில் இருந்து தொடர்ந்து என்னை உற்சாகப் படுத்திக் கொண்டே இருக்கும் கமலாலயன், நா.வே. அருள், சரணா (பா. சந்திரசேகரன்), தெ. புகழேந்தி (பாவெல் சூரியன்), தனுஷ்கோடி இசக்கிமுத்து, கி. பாரி, எஸ். மோசஸ்பிரபு, திருநின்றவூர்

பகுதி த.மு.எ.க.ச. நண்பர்கள், பு.பா. பிரின்ஸ் கஜேந்திரபாபு, மயிலை பாலு, விஜயசங்கர் ராமச்சந்திரன் (*'ஃபரண்ட்லைன்'* முன்னாள் ஆசிரியர்), தனது இணையத் தளத்தில் சேகரித்து வைத்திருந்த அரிய தகவல்களைப் பயன்படுத்திக்கொள்ள அனுமதி தந்த எஸ். விகாஸ் (காப்பாளர், *www.mbsreenivasan.com*), தஞ்சாவூர்க் கவிராயர், திரையிசை ஆய்வாளரும் பல்வேறு மொழிகளிலும் வெளிவந்த சில லட்சம் இசைத்தட்டுக்களையும் ஆவணங்களையும் பாதுகாத்து வருபவரும் எழுத்தாளருமான திருநின்றவூர் சந்தானகிருஷ்ணன், திரைப்படங்களைத் தாண்டி மிகப்புகழ்பெற்று விளங்கும் இசைக் கலைஞர்கள் பலரை எனக்கு அறிமுகம் செய்து வைத்த நண்பன் கி. ராஜன், மலையாள மொழியில் கிடைத்த ஆதாரங்களை எனக்குப் புரியவைத்துத் தமிழாக்கம் செய்ய உதவிய அகமது நியாஸ்மோன், அம்ஷன் குமார், ஷாஜிசென், ச. தமிழ்ச்செல்வன், இசையமைப்பாளர் ரவி விஸ்வநாதன், பேராசிரியர் போ. மணிவண்ணன், ஆய்வாளர் ஆர். சுகுமாரன் (நீலகிரி), ஆர். பத்ரி, இந்திய கம்யூனிஸ்ட் கட்சி (மார்க்சிஸ்ட்), எனது நீண்டநாள் நண்பர் 'பரிசல்' சிவசெந்தில்நாதன் ஆகியோருக்கும், நூலின் வரவுக்காகக் காத்திருப்பதாகத் தொடர்ந்து என்னிடம் உறவாடிக் கொண்டிருக்கும் முகநூல் நண்பர்களுக்கும் எனது உளமார்ந்த நன்றி. இவர்கள் தவிர இணையதளத்தில் பல நூறு யூடியூப் சானல்களை நடத்திக் கொண்டிருக்கும் முகமறியாத பல நூறு நண்பர்களுக்கும் பெரிதும் நன்றி கூறுகிறேன். நீண்ட பல மாத உழைப்பிற்கு என்னுடன் பெரிதும் ஒத்துழைத்த என் மனைவி ஆசியா, மகன் சாதத் ஆகியோருக்கும் என் உளமார்ந்த நன்றி.

எம்.பி.எஸ் அவர்களின் அன்புக்குரிய மாணவரும் சென்னை இளைஞர் இசைக் குழுவின் (இப்போது Madras MBS Choir)முன்னாள் செயலாளரும் இன்னாள் கலை இயக்குநரும் ஆன டி. ராமச்சந்திரன் அவர்களுக்கு நான் பெரிதும் நன்றிக் கடன்பட்டவனாக இருக்கிறேன். வயதில் இளையவனான என்னிடம் அவர் காட்டும் அன்பும் மரியாதையும் என்னைப் பெரிதும் நெகிழச் செய்கின்றன. உண்மையில் எம்.பி.எஸ் அவர்களின் மகத்தான பணியைத் தொடர்ந்து முன்னெடுத்துச் சென்று கொண்டிருப்பவர்கள் எம்.ஒய்.சி.யின் கலைஞர்கள்தாம் என்று உறுதியாகச் சொல்ல முடியும். இவர்களிடம் இருந்து பெற்ற அரிய தகவல்கள் ஏராளம்.

எம்.பி.எஸ்ஸின் தந்தை பாலகிருஷ்ணனின் தம்பி கல்யாணசுந்தரம். அவரது மகள் ஜெயந்தி எம்.ஒய்.சி.யின் தொடக்ககால உறுப்பினர். அவரைச் சந்தித்த பின்னர்தான் எம்.பி.எஸ்ஸின் முன்னோர் பற்றிய அரிய தகவல்களைப் பெற முடிந்தது. மிகப்பல ஆவணங்களையும் புகைப்படங்களையும் பார்க்க முடிந்தது. இந்த நூலின் முக்கியமான பதிவாக அவற்றைப் பதிவு செய்வதில் பெருமகிழ்ச்சி

அடைகிறேன். ஜெயந்தி இந்நூலுக்குச் சிறப்பான வாழ்த்துரையையும் வழங்கியுள்ளார். ஜெயந்தியின் கணவர் ரமேஷும் எம்.ஓய்.சி.யின் மூத்த உறுப்பினரே. அவர்கள் இருவருக்கும் எனது உளமார்ந்த நன்றி.

ஒரு நூலின் முகப்பு அட்டை என்பது நூலுக்குள் நுழைய வாசகரை அழைக்கும் நுழைவாயில் ஆகும். முகப்பு அட்டையையும், நூலையும் அழகுறவும் சிறப்பாகவும் வடிவமைத்துள்ள தோழர் ஜீவமணி பாலன் அவர்களுக்கு என் உளமார்ந்த நன்றி. இந்த நூலை விரைவில் முடிக்கத் தொடர்ந்து என்னை உற்சாகப் படுத்திக்கொண்டே இருந்தார் அவர். எனது எழுத்தையும் வளர்ச்சியையும் தொடர்ந்து கவனித்து என்னை வளப்படுத்திக் கொண்டே இருக்கும் மூத்த தோழர் கமலாலயன், இந்த நூலை வெகு சிறப்பாகச் செப்பனிட்டு அனைவரும் வாசிக்கத்தக்க விதத்தில் இறுதி வடிவத்துக்குக் கொண்டுவந்துள்ளார். அவருக்குப் பெரிதும் நன்றி சொல்லக் கடமைப்பட்டுள்ளேன். நூலைத் தட்டச்சு செய்து குறித்த காலத்துக்குள் வெளிவர உதவிய ரேகா அவர்களுக்கும் நன்றி.

இங்கே ஒரு கருத்தை வெளிப்படையாகப் பதிவு செய்ய விரும்புகிறேன். இசையை ரசிப்பது என்பது ஒரு ரசிகனின் மனநிலை, கட்டற்ற சுதந்திரம் அந்த மனநிலைக்கு எப்போதும் உண்டு; இசையைப் பற்றி அறிந்து கொள்ளவும் புரிந்து கொள்ளவும் முனைவது இந்த ரசிக மனநிலையைத் தாண்டியது, அதற்கு அப்பாற்பட்டது, எல்லைகளைத் தாண்ட வேண்டும். சாய்மானம் இல்லாத, பாரபட்சம் அற்ற மனநிலை வேண்டும்.

ஒரு பாடலையோ இசைத் துணுக்கையோ அல்லது ஒரு இசையமைப்பாளரின் திறனையோ மதிப்பிட வேண்டும் எனில் ரசிக மனநிலையைக் கடந்து செல்ல வேண்டியது அவசியம் என்று கருதுகின்றேன். விருப்பு வெறுப்பற்ற மனநிலைக்குச் செல்ல வேண்டிய அவசியம் உள்ளது. மலையின் அடிவாரத்தில் உள்ள ஒரு கிராமம் அந்தக் கிராமத்துக்காரருக்கு அழகுதான்; சற்றே விலகிச் சென்று மலையின் உச்சியில் ஏறி நின்று பார்க்கும் போது மலையைச் சுற்றி இருக்கும் பல நூறு கிராமங்களின் அழகும் தெரியும், தனது கிராமத்தில் அதுவரை தன் கண்களுக்குப் புலப்படாத பலவும்கூடத் தெரியலாம். அந்த மனநிலை கை கூடினால் அது அளிக்கும் இன்பம் வேறானது, அந்தப் பரவசம் பாரபட்சம் இல்லாதது. இந்த நூலை அப்படியான ஓர் இடத்தில் இருந்துதான் நான் எழுதியுள்ளேன். வாசிப்போர் அதனை உணர்வர் என்ற நம்பிக்கை எனக்கு உள்ளது.

வாருங்கள், வாசிப்போம், எம்.பி.எஸ் அழைக்கிறார்!

அன்புடன்,

மு. இக்பால் அகமது

98417 95335

வாழ்த்துரை

ஜெயந்தி ரமேஷ்
சென்னை 600 056,

05.12.2024

எம்.பி.எஸ் என்று அனைவராலும் அன்புடன் அழைக்கப்படும் எம்.பி. சீனிவாசன் அவர்களின் இசைப்பயணம் ஒப்பில்லாதது, வரலாறு காணாதது. அவர் ஓர் இசை மேதை.

அவர் பற்றிய தகவல்கள் தமிழில் அரிதாகவே கிடைக்கின்ற நிலையில் அவரைப் பற்றி ஒரு நூலை எழுத வேண்டும் என்ற ஆர்வம் கொண்டு அவரைப் பற்றி அறிந்தவர்களை நேரில் சந்தித்தும், பல நூல்களையும் ஆவணங்களையும் தேடி வாசித்தும், ஒலி ஒளி நாடாக்களையும் அவர் இசையமைத்த திரைப்படங்கள், சேர்ந்திசைப் பதிவுகளைக் கேட்டும் பார்த்தும் இணையத்தில் தகவல்களைத் திரட்டியும் ஓர் உன்னதமான புத்தகத்தை உருவாக்கியுள்ளார் தோழர் இக்பால் அகமது. எமது குடும்பத்தினர் செய்ய வேண்டிய பணியை தோழர் செய்திருக்கிறார் என்பதை நெகிழ்ச்சியுடன் பதிவு செய்ய விரும்புகிறேன்.

அந்த கம்பீரமான மனிதரைப் பற்றி இந்த நூலில் அவர் பதிவு செய்துள்ள பாங்கு, எம்.பி.எஸ் அவர்கள் மீது அவர் கொண்டுள்ள பெரும் மரியாதையைத் தெளிவாகக் காட்டுகின்றது. எங்கள் குடும்பத்தினர் சார்பாக

மனமார்ந்த நன்றியையும் வாழ்த்துகளையும் தோழர் இக்பால் அவர்களுக்குச் செலுத்துவதில் பெருமை அடைகிறேன்.

அந்த மாமனிதரைப் பற்றி ஏற்கனவே அறிந்தவர்களுக்கும் இதுவரை அறியாதவர்களுக்கும் அவரது மகத்தான வரலாறு இந்த நூலின் மூலம் சென்று சேரும் என்பதில் ஐயமில்லை.

(எம்.பி.எஸ் அவர்களின் சித்தப்பா திரு கல்யாணசுந்தரம் அவர்களின் மகள் ஜெயந்தி ரமேஷ்)

எம்.பி.எஸ்ஸின் முன்னோரும் குடும்பத்தினரும்

எம்.பி.எஸ்ஸின் முன்னோர்களின் வாழ்விடம் வட இந்தியா என்பது வியப்புக்குரியது. எம்.பி.எஸ்ஸின் தந்தையார் பெயர் மானாமதுரை ராமஸ்வாமி சிவன் பாலகிருஷ்ணன். அவரது இளைய சகோதரர் ஆன கல்யாணசுந்தரம் அவர்களின் மகள் ஜெயந்தியை நான் நேரில் சந்தித்து உரையாடியபோது அறிந்து கொண்ட தகவல்கள் இதற்குமுன் அறியாதவை, வியப்புக்குரியவை. ஜெயந்தி எம்.ஓய்.சியின் மூத்த உறுப்பினர்களில் ஒருவர், எம்.பி.எஸ்ஸின் மாணவர்.

எம்.பி.எஸ்ஸின் தந்தைவழித் தாத்தாவான வரதராஜ சர்மா என்ற ராமஸ்வாமி சிவனின் முன்னோர்கள் வட இந்தியாவின் (இன்றைய உத்தரப் பிரதேசத்தின் கனோஜ் நகரின்) கான்ய குப்ஜ பிரதேசத்தில் வாழ்ந்த பிராமணர்கள். கங்கை நதிக்கும் யமுனை நதிக்கும் இடையில் இருந்த நிலப்பகுதியான இங்கேயிருந்து இந்த மக்கள் நர்மதா நதியின் கரைப்பகுதியில் உள்ள ஊர்களுக்கு இடம் பெயர்ந்திருக்கக் கூடும் என்று நம்பப்படுகிறது. காரணம் என்னவெனில், தென்னிந்திய பிராமணர்கள் தமது அன்றாட வழிபாட்டில் நர்மதையின் பெயரைச் சொல்வதில்லை. ஆனால் இடம் பெயர்ந்த இந்த மக்கள் தமது அன்றாட வழிபாட்டில் நர்மதையின் பெயரை உச்சரிக்கிறார்கள். ஆக இவ்வாறு இடம் பெயர்ந்த மூத்தவர்களின் வழித் தோன்றல்கள் ஜபல்பூருக்கும் ஹைதராபாத்துக்கும் இடைப்பட்ட நிலப்பகுதியில் வாழ்ந்திருக்கக் கூடும். இங்கேயிருந்து தெற்கு நோக்கி இடம் பெயர்ந்து (தமிழ்நாட்டின்) காஞ்சிபுரத்துக்கு அருகில் வாழ்ந்திருக்கக்

கூடும். இவர்களிலிருந்தும் சில குடும்பங்கள் தென் தமிழ் நாட்டுக்கு இடம் பெயர்ந்து அன்றைய சிவகங்கை ஜமீனில் குடியேறியிருக்கிறார்கள். இந்த பிராமணர்களில் சாஸ்திரம் பயின்றவர்களும் மருத்துவம் பயின்றவர்களும் இருந்துள்ளார்கள்.

சிவகங்கை ஜமீனின் இருபது மைல் சுற்றளவுக்குள் குடியேறிய இவர்களுக்கு, சிவகங்கை மன்னர் இனாமாகக் கொடுத்த நிலங்களில் தமது குடியிருப்புகளை அமைத்துக் கொண்டார்கள். மன்னரின் பாரம்பரிய அரண்மனை அமைந்த நிலப்பகுதி ஆன நாடமங்கலமும் அவற்றுள் ஒன்று. இந்தக் குடும்பங்களில் ஒருவரான அனந்த நாராயண ஐயர் என்பவர் அரண்மனை மருத்துவராகப் பணிசெய்துள்ளார். இவரது போக்குவரத்துக்குப் பல்லக்கு வழங்கப்பட்டுள்ளது. இதன்பிறகு இவர் சித்தண்ண பாண்டியன் என்று அழைக்கப்படலானார். சிவகங்கையின் வடக்கு, தெற்குப் பகுதியில் மன்னரின் தர்மகாரியங்களுக்கான நிறுவனங்களை இவரது குடும்பத்தினர் கவனித்து வந்தார்கள்.

சித்தண்ண பாண்டியனின் மகன் வரதராஜ சர்மா. அவர் பிறந்த நாள் 15.11.1871. பள்ளி இறுதிப்படிப்பை முடித்தபின் கல்லூரிப் படிப்பில் சேர விரும்பிய வரதராஜ சர்மாவுக்குத் திருச்சி செயின்ட் ஜோசப் கல்லூரியில் பி.ஏ., விவசாய விஞ்ஞானப் படிப்பில் இடம் கிடைத்தது. அவரது கல்வித் திறனைக் கண்டு கல்லூரி நிர்வாகம் அவருக்கு படிப்பு உதவித்தொகை வழங்கியுள்ளது. அவர் கல்லூரிக்கு அருகில் விடுதியில் தங்கியுள்ளார். பட்டப்படிப்பு இறுதியாண்டின் போது நகரத்தில் நடந்த நிகழ்வு ஒன்றின் காரணமாக அவர் தமது பெயரை ராமஸ்வாமி சிவன் என்று மாற்றிக்கொண்டார்.

இந்த நிகழ்வுக்குப் பிறகு அனைவரும் அவரை ராமஸ்வாமி சிவன் என்றே அழைக்க, அப்பெயரே அவருக்கு நிலைபெற்றது. ராமஸ்வாமி சிவன் தமது பிராமண குலத்தில் கடைப்பிடிக்கப்பட்டு வந்த சம்பிரதாயச் சடங்குகளைக் கேள்வி கேட்டு வளர்ந்துள்ளார், அவற்றை மீறியுள்ளார். பட்டப்படிப்பு முடிந்த பின்னர் சென்னை சைதாப்பேட்டையில் இருந்த வேளாண்மைக் கல்லூரியில் பணி செய்தார். அப்போது அவர் வகித்த பதவியின் பெயர் உதவி வழக்குமன்றத் தலையாளி (Assistant Bailiff) என்பதாகும். ஆனால் வேளாண்மை ஆய்வுப் பணிகளுக்கான வயல், கால்நடைகள்,

ராமஸ்வாமி சிவன், மனைவி லட்சுமி, நான்கு ஆண் பிள்ளைகள், லட்சுமியின் சகோதரி பர்வதவர்த்தினியின் மகள் மீனா, ஆங்கிலப் பாட ஆசிரியர்.

கோழி வளர்ப்பு, விதைப்பண்ணை ஆகியவற்றைப் பராமரிக்க வேண்டிய பணிகளில்தான் அவர் பெரும்பாலும் ஈடுபட்டுள்ளார். சைதாப்பேட்டையிலிருந்து இக்கல்லூரி 1908 ஆம் ஆண்டில் கோயம்புத்தூருக்கு இடம் பெயர்ந்தது. தமிழகத்தின் முதல் வேளாண்மைக் கல்லூரி இதுதான் என்பது குறிப்பிடத்தக்கது, கல்லூரி தொடங்கப்பட்டது முதல் ஆங்கிலேயர்கள்தான் அதன் முதல்வராக இருந்துள்ளார்கள். ஐந்தாவது முதல்வராக ராமஸ்வாமி சிவன் 1926-27 காலகட்டத்தில் பதவியேற்றார். எனவே இக்கல்லூரியின் முதல்வரான முதல் இந்தியக் குடிமகன் என்ற பெருமையைப் பெற்றார். சென்னைப் பல்கலைக்கழகத்தின்

செனட், சிண்டிகேட் ஆகிய அவைகளிலும் அவர் உறுப்பினராக நியமிக்கப்பட்டுள்ளார்.

ராமஸ்வாமி சிவன், பிராமண சமூகத்தில் தொன்றுதொட்டுக் கடைப்பிடிக்கப்பட்டுவந்த சம்பிரதாய சடங்குகளை நோக்கிக் கேள்விகளை எழுப்பியுள்ளார். தனது குடும்ப வாழ்க்கையில் அத்தகைய சடங்குகளைத் தவிர்த்துள்ளார். 'பூணூல் அணிவது விலங்கு போன்றது' என்று கூறி அணிய மறுத்துள்ளார். பிராமண சமூகத்தினர் பொதுவாகத் தமது வீட்டுக்கு வெளியே சமைக்கப்படும் உணவை உண்ணமாட்டார்கள். சிவன் மதிய உணவை மட்டுமே தமது வீட்டில் சமைத்துள்ளார், மற்ற வேளைகளுக்கான உணவை ஹோட்டல்களில் இருந்து வரவழைத்துள்ளார். அதாவது பிற சாதியினர் சமைத்த உணவைக் குடும்பத்துடன் உண்டுள்ளார். தெருக்களில் நடக்கும் போது தமது மனைவியை தமக்கு அருகில் தன்னுடன் இணையாக அழைத்துச் சென்றுள்ளார். தான் இறந்த பின்னால் தனது மனைவி தலையில் பூச்சூட வேண்டும், வண்ணப் புடவைகள் கட்டிக்கொள்ள வேண்டும் என்று பகிரங்கமாகப் பேசியுள்ளார். அவரது இந்த நிலைப்பாடு சகபிராமண சமூகத்தவர் இடையே சலசலப்பையும் அதிருப்தியையும் உருவாக்கியுள்ளது. இது மட்டுமின்றி, தனது மனைவி லட்சுமிக்குத் தமிழ், ஆங்கிலம் ஆகிய மொழிகளைக் கற்றுத் தந்துள்ளார். இசைப் பயிற்சி அளித்துள்ளார். லட்சுமி முதல் முறையாகப் பிள்ளைப் பேறு அடைந்தபோது சம்பிரதாயமாகச் செய்யக்கூடிய சீமந்தம் என்ற சடங்கை செய்யக் கூடாது என்று உறுதியாக இருந்துள்ளார்.

ராமஸ்வாமி சிவன், லட்சுமி தம்பதியரின் மூத்த மகன் ஆன பாலகிருஷ்ணன், வேளாண்மை விஞ்ஞானத்தில் பட்டப் படிப்பை முடித்தார். 1937 ஆம் ஆண்டில் கர்நாடக மாநிலத்தில் ராய்ச்சூரில் நிறுவப்பட்ட வேளாண் விஞ்ஞானப் பல்கலைக்கழகத்தின் கீழ் பல்லாரி மாவட்டத்தில் சிறுகுப்பா (Siruguppa) என்ற ஊரில் இயங்கிய வேளாண்மை ஆய்வு நிலையத்தில் (Agricultural Research Station) 1940 ஆம் ஆண்டில் வேதியியல் உதவியாளராகப் (Assistant in Chemistry) பணி செய்துள்ளார். சிறுகுப்பா, கர்நாடகாவின் நெற்களஞ்சியம் என்று புகழ்பெற்ற ஊராகும். இதன்பிறகு ஆந்திர மாநிலம் பபத்லா என்ற ஊரில் 1945 இல் நிறுவப்பட்ட வேளாண்மைக் கல்லூரியில் பேராசிரியராகப்

பணிசெய்துள்ளார். இதன் பிறகு கோயம்புத்தூர் வேளாண்மைக் கல்லூரியில் மண்வளப் பயிற்சி நிலையத்தில் (Soil Training Centre) பணியில் சேர்ந்துள்ளார். ஐக்கிய நாடுகள் சபையின் துணை அமைப்பான உணவு-விவசாயக் கழகத்தின் (FAO) வேளாண்மை ஆய்வு அதிகாரியாக பாங்காக் (தாய்லாந்து நாட்டின் தலைநகரம்) நகரில் பணி செய்துள்ளார். பாலகிருஷ்ணன் அவர்களின் தம்பியான கல்யாணசுந்தரத்தின் மகள் ஜெயந்தியை நான் நேரில் சந்தித்து உரையாடியபோது பாலகிருஷ்ணன் எப்போதும் எந்த நாட்டிலும் தூதராகப் பணி செய்தது கிடையாது என்று உறுதிபடக் கூறினார். (அவர் தூதராக இருந்ததாக ஆங்காங்கே பதிவுகள் காணப்படுகின்றன). பாலகிருஷ்ணன் ஆங்கிலத்தில் கவிதைகள் எழுதும் வல்லமை பெற்றவராக இருந்தாலும் அவற்றைப் பத்திரிக்கைகளுக்கு அனுப்பியதாகத் தெரியவில்லை. தமிழிலும் நல்ல புலமைபெற்று இருந்த பாலகிருஷ்ணன், வேளாண்மை சார்ந்த அறிவியல் கட்டுரைகளை எழுதியதாகத் தெரிகிறது. ஆனால் அக்கட்டுரைகளையும் எங்கும் பார்க்க முடியவில்லை.

பாலகிருஷ்ணன் - விசாலாட்சி தம்பதியர்க்கு சீனிவாசன், கோவிந்த் நாடமங்கலம் ஆகிய இரண்டு மகன்கள் பிறந்தார்கள். தம்பதியர் இருவருமே கர்நாடக சங்கீதத்தில் கச்சேரி நடத்தும் அளவுக்குத் தேர்ச்சி பெற்றவர்கள். பாலகிருஷ்ணன் நல்ல பாடகராகவும் விசாலாட்சி தேர்ந்த வயலின் இசைக் கலைஞராகவும் திகழ்ந்துள்ளனர். எனவே பிள்ளைப் பருவம் முதலே குழந்தைகள் இருவரும் பெற்றோர் மடியில் இசை கேட்டு வளர்ந்துள்ளார்கள். முதல் மகனான சீனிவாசன் பிற்காலத்தில் புகழ்பெற்ற திரைப்பட இசைக் கலைஞராக ஒளிர்வார் என்று அப்போது யாருக்கும் தெரியாது. இரண்டாவது புதல்வர் கோவிந்த் நாடமங்கலம்.

ராமஸ்வாமி சிவனின் இரண்டாவது புதல்வர் எம்.ஆர். வெங்கட்ராமன் (1907-1985) அந்தக் காலத்தில் புகழ்பெற்ற வழக்கறிஞர். 1935க்குப்பின் காங்கிரஸ் சோசலிஸ்ட் கட்சித் தலைவர்களுடன் ஆன தொடர்பின் காரணமாக அடுத்த வருடமே காங்கிரஸ் கட்சியில் உறுப்பினராகச் சேர்ந்தார். இரண்டாம் உலகப் போர் நடந்து கொண்டிருந்த 1939 ஆம் ஆண்டில் காங். சோசலிஸ்ட் கட்சி, கம்யூனிஸ்ட் கட்சியாக உருப்பெற்றபோது

பாடுபவர் எம்.பி.எஸ்ஸின் தந்தை எம்.ஆர். பாலகிருஷ்ணன்.

வயலின் இசைப்பவர் எம்.பி.எஸ்ஸின் தாயார் விசாலாட்சி. படங்கள் உதவி: ஜெயந்தி ரமேஷ்..

அவரும் கட்சி உறுப்பினர் ஆனார். 1943 ஆம் ஆண்டு இந்தியக் கம்யூனிஸ்ட் கட்சியின் தமிழ்நாடு மாநிலச் செயலாளராகவும் 1964க்குப் பின் இந்தியக் கம்யூனிஸ்ட் (மார்க்சிஸ்ட்) கட்சியின் மாநிலச் செயலாளராகவும் இருபத்தைந்து வருடங்கள் பொறுப்பேற்றிருந்த அவர், கட்சியின் மத்தியக்குழு, கண்ட்ரோல் கமிசன் ஆகியவற்றிலும் அங்கம் வகித்தார். கட்சியின் மூத்த தலைவர்களான பி. ராமமூர்த்தி, சி.எஸ். சுப்ரமண்யம், மோகன் குமாரமங்கலம், சுப்ரமண்ய சர்மா, அனுமந்தராவ், ஏ.கே. கோபாலன், ஈ.எம்.எஸ். நம்பூதிரிபாட், பி. சுந்தரய்யா, கேரளீயன், ஆர். உமாநாத் உள்ளிட்ட பலருடன் நெருங்கிப்பணி செய்த

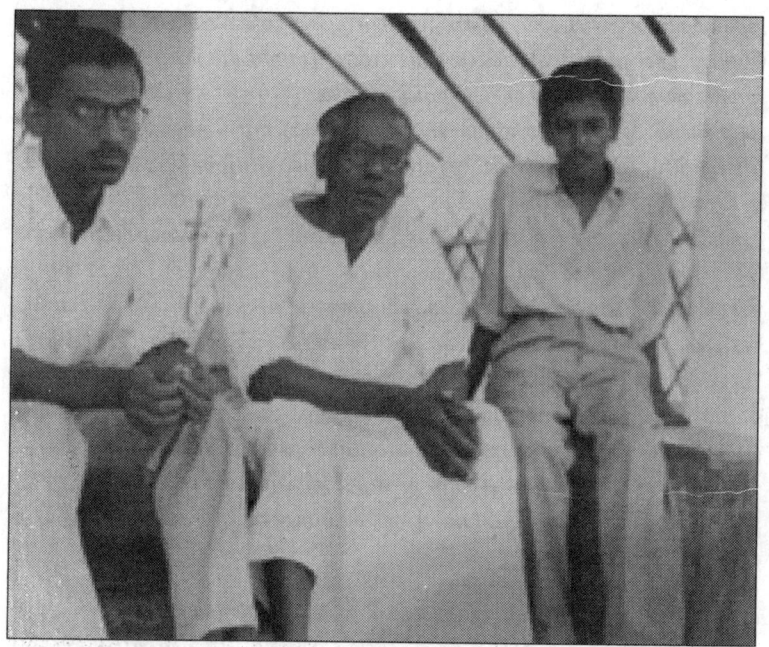

எம்.பி.எஸ்., சித்தப்பா எம்.ஆர். வெங்கட்ராமன், தம்பி கோவிந்த் நாடமங்கலம். படம் உதவி: ஜெயந்தி ரமேஷ்..

எம்.ஆர். வெங்கட்ராமன் தனது அரசியல் வாழ்வில் பத்து ஆண்டுகள் சிறையில் இருந்துள்ளார்; நான்கு ஆண்டுகள் தலை மறைவு வாழ்க்கை வாழ்ந்துள்ளார். பாரதியாரின் பாடல்களில் ஆழ்ந்த ஈடுபாடு கொண்டவர். அவரது மகள் பாரதிக்கு எழுதிய கடிதங்களில் பாரதியாரின் பாடல்களைச் சொல்லி அவற்றுக்கு விளக்கங்கள் எழுதுவதை வழக்கமாகக் கொண்டிருந்தார். எம்.ஆர்.வி. பிரெஞ்சு மொழியைக் கற்று வந்ததாகவும் தெரிகிறது. கடலூர் மத்திய சிறையில் இருந்து, 1951 ஆம் ஆண்டு தன் மைத்துனர் என்.ஆர். சுப்ரமண்யத்துக்கு எழுதிய கடிதத்தில் 'பிரெஞ்சு இலக்கணப் புத்தகத்தை அனுப்ப மறந்து விட்டாய்' என்று குறிப்பிட்டுள்ளார்.

எம்.ஆர். வெங்கட்ராமனின் மனைவி சாரதா. எம்.ஆர்.வி 1941 ஆம் ஆண்டு சிறையில் இருந்தபோது சாரதா மரணமடைந்தார். 1974 ஆம் ஆண்டு தன் மகள் பாரதிக்கு எழுதிய கடிதத்தில் இவ்வாறு சொல்கிறார் எம்.ஆர்.வி: "...சந்திரனொளியில்

அவளைக் கண்டேன்/ சரணமென்று புகுந்து கொண்டேன்... பக்தி செய்து பிழைக்கச் சொன்னாள்" என்ற (பாரதியாரின்) சிறுபாட்டு ஒரு காலத்தில் எனக்கு மிகவும் துணைபுரிந்திருக்கின்றது. உனது அருமைத் தாயார் சாரதா மறைந்துவிட்டார். நான் அப்போது சிறையில் இருக்கிறேன். துயரக் கடலில் மூழ்கி இருக்கிறேன். உலகமே ஒரு முடிவுக்கு வந்தமாதிரித் தாள முடியாத துக்கம். இரவில் தனிக் கொட்டடியில் பூட்டி வைப்பார்கள். '...சந்திரனொளியில் சாரதாவைக் கண்டதாக'ப் பாட்டைத் திருத்திக் கொண்டு ஒரு கற்பனை உலகுக்குச் செல்வேன். 'பக்தி செய்து பிழைக்கச் சொன்னாள்...' என்ற வரியைப் 'பணியைப் பற்றுடன் உன்னையும் மறந்து செய்' என்ற சாரதாவின் கட்டளையாக மாற்றி ஏற்றுக் கொண்டேன்." பொது வாழ்க்கைக்குத் தன்னை முழுமையாக அர்ப்பணித்துக் கொண்ட ஒரு மாமனிதனைத் தவிர வேறு எவருக்கும் பாரதியாரின் இந்தத் கவிதைக்கு இப்படி ஒரு பொருளையும் வடிவத்தையும் தந்துவிட முடியாது.

எம்.ஆர்.வி. கட்சியின் மாநிலச் செயலாளர் பொறுப்பேற்ற பின் அவரது தாயார் லட்சுமி சிவன், மகன் வசித்த சென்னை லாயிட்ஸ் ரோடு இல்லத்தில் வந்து தங்கி குழந்தை பாரதியைக் கவனிக்கும் பொறுப்பை ஏற்றுக்கொண்டார். கட்சிதான் அந்த வீட்டுக்கான வாடகையைக் கொடுத்தது. கோயம்புத்தூரில் ராமஸ்வாமி சிவன் அவர்கள் கட்டியிருந்த வீடு மிகப்பெரிய அரண்மனை போன்றது என்பதைத் தெரிந்து கொண்டால் லட்சுமி அவர்கள் எத்தகைய எளிய வாழ்க்கையைத் தேர்ந்தெடுத்தார் என்று புரியும்.

1968-74 காலகட்டத்தில் நாடாளுமன்ற மேலவை உறுப்பினராகவும் இருந்துள்ளார். இதே காலத்தில் அவரது தங்கை கோவிந்தாபாயின் கணவர் ஏ.டி. மணியும் மேலவை உறுப்பினராக (மஹாராஷ்டிர மாநிலத்தில் இருந்து) இருந்தார் என்பது குறிப்பிடத்தக்கது.

ராமஸ்வாமி சிவனின் மூன்றாவது புதல்வர் கிருஷ்ணசாமி, அவர் கால்நடை மருத்துவர். அவரது மனைவி சரஸ்வதி.

நான்காவது புதல்வர் கல்யாணசுந்தரம் சர்க்கரைத் தொழில்நுட்ப வல்லுநர். புகளூரில் இருந்த ஈ.ஐ.டி. பாரி சர்க்கரை ஆலையில் பணி செய்தார். அவரது மனைவி ருக்மணி. இவர்களது மகள் ஜெயந்தி, அவரது கணவர் ரமேஷ் இருவரும் சென்னை இளைஞர்

நிற்பவர்கள் இடமிருந்து: எம்.பி.எஸ்., எம்.ஆர்.வி.யின் மகள் பாரதி, கோவிந்த் நாடமங்கலம். அமர்ந்திருப்பவர்கள்: குடும்ப நண்பர் கிரிஜா, எம்.ஆர். பாலகிருஷ்ணன், விசாலாட்சி. படம் உதவி: ஜெயந்தி ரமேஷ்..

இசைக் குழுவின் (எம்.ஒய்.சி) நீண்ட கால உறுப்பினர்கள், எம்.பி.எஸ்ஸின் மாணவர்கள். ஜெய்ந்தி எழுத்தாளர் ஆவார். மட்டுமின்றி தமிழ்மொழி நூல்களை ஆங்கிலத்துக்கும் ஆங்கிலமொழி நூல்களைத் தமிழுக்கும் மொழி பெயர்த்துள்ளார். அவர்களுடனான சந்திப்பு இந்த அத்தியாயத்தைச் செழுமைப் படுத்தியுள்ளது.

தாயார் விசாலாட்சியுடன் எம்.பி.எஸ். படம் உதவி: ஜெயந்தி ரமேஷ்..

ஐந்தாவதாகப் பிறந்தவர் மகள் அலமேலு. சென்னைப் பல்கலைக்கழகத்தில், 'தென்னிந்தியக் கோயில் சிற்பங்களில் காணப்படும் இசைக் கருவிகள்' (Musical Instruments in the sculptures of South Indian Temples) என்ற கருப்பொருளில் ஆய்வு செய்து 1962 இல் முனைவர் பட்டம் பெற்றார். அவ்வகையில், 'சென்னைப் பல்கலைக்கழகத்தில் இசைத்துறையில் முனைவர் பட்டம் பெற்ற முதல் பெண்மணி' என்ற பெருமையை அவர் பெற்றார். அவர் கணவர் எஸ்.ஏ. கோவிந்தராஜன் 'தி ஹிந்து' நாளிதழில் பணியாற்றியவர். அலமேலு தன்னை அடையாறு 'கலாஷேத்ரா'வுடன் இணைத்துக் கொண்டார்.

ஆறாவதாகப் பிறந்தவர் மகள் கோவிந்தாபாய், அவர் வரலாற்றுத் துறைப் பேராசிரியராக இருந்தார். மூத்த விடுதலைப் போராட்ட வீரர் கோபாலகிருஷ்ண கோகலேவால் 1905 ஆம் ஆண்டு தொடங்கப்பட்ட 'சர்வண்ட்ஸ் ஆஃப் இந்தியா சொசைட்டி' (Servants of India Society) என்ற அமைப்பின் உறுப்பினராக இருந்தவர் ஏ.டி. மணி என்பவர். அந்த அமைப்பு 1911 இல் 'ஹிதாவதா' (Hitavada) என்ற பத்திரிகையைத் தொடங்கியது. மஹாராஷ்டிர மாநிலத்தில் நாக்பூரில் இருந்து வெளிவந்த அப்பத்திரிக்கையின் ஆசிரியராக ஏ.டி. மணி நியமிக்கப்பட்டார். அவர் கோவிந்தாபாயின் கணவராக ஆனார். பிற்காலத்தில்

இந்திய நாடாளுமன்ற மேலவை உறுப்பினராக மணி நியமிக்கப்பட்டார். கோவிந்தாபாயின் அண்ணன் எம்.ஆர்.வி.யும், மணியும் சமகாலத்தில் நாடாளுமன்ற மேலவை உறுப்பினர்களாக இருந்தார்கள் என்பது குறிப்பிடத்தக்கது.

○○○

'பாலகிருஷ்ணன் - விசாலாட்சி தம்பதியரின் தலைமகன் எம்.பி. சீனிவாசன் ஆந்திர மாநிலம் சித்தூரில் பிறந்ததாகச் சொல்லப்படும் தகவலை உறுதிப்படுத்தத்தக்க மூத்தவர்கள் யாரும் இப்போது இல்லை' என்று ஜெயந்தி ரமேஷ் என்னிடம் தெரிவித்தார்.

ராமஸ்வாமி சிவனின் மனைவி லட்சுமி, தேசிய இந்தியப் பெண்கள் கழகத்தின் (National Indian Women's Association) உறுப்பினராக இருந்துள்ளார். 1942 ஆம் ஆண்டில் கோயம்புத்தூர் மாவட்டக் கல்விக் குழுவில் (District Educational Council) அங்கம் வகித்த ஒரே பெண்மணி லட்சுமி என்பது குறிப்பிடத்தக்கது.

சென்னையில் சைதாப்பேட்டையில் வசித்த போது ராமஸ்வாமி சிவன் வீட்டுக்கு அவரது நண்பரான ஓர் இளைஞன் வந்துள்ளான். அந்த நேரத்தில் வீட்டினுள்ளேயிருந்து இனிமையான வீணை இசை காற்றில் மிதந்துவந்து இளைஞனின் செவிகளைத் தீண்டியுள்ளது. போதாக் குறைக்கு வீணையிசையுடன் ஓர் இளம் பெண்மணியின் இனிய பாடலும் மிதந்துவந்துள்ளது. தியாகராஜரின் கீர்த்தனையான 'ராமா நீ சமானம் எவரோ?' என்ற அந்தப் பாடல் தன்னை நோக்கிப் பாடப்பட்டதாக இளைஞனுக்குத் தோன்றியுள்ளது. 'ராமா, உனக்குச் சமமானவர் எவர் உளர்?' என்பது அப்பாடலின் பொருள். ஏனெனில் வந்த இளைஞனின் பெயர் ராமன். அவன் பிரசிடென்சி கல்லூரி மாணவன். கல்கத்தாவில் அரசுப்பணி கிடைத்து அங்கே செல்ல வேண்டிய நிலையில் இருந்தான் ராமன். கண்டவுடன் காதல் என்ற வழமைக்கு மாறாகக் 'கேட்ட'வுடன் காதலில் விழுந்த அந்த இளைஞனுக்கும் வீணையிசைத்த இளம் பெண்ணுக்கும் பின்னர் திருமணம் நடந்துள்ளது. இளம் பெண்ணின் பெயர் லோகசுந்தரி, சிவனின் மனைவி லட்சுமியின் தங்கை. இளைஞன் பிற்காலத்தில் புகழ்பெற்று விளங்கிய விஞ்ஞானி. அவர் பெயர் சர். சி.வி. இராமன்.

லட்சுமி, லோகசுந்தரி ஆகியோரின் சகோதரி பர்வதவர்த்தினி. அவரது கணவர் பெயர் சீதாராமர். இவர்களின் மகள் மீனா, 1905 இல் பிறந்தவர். சீதாராமர் மெட்ராஸ் உயர் நீதிமன்றத்தில் பதிவாளராக (Registrar) இருந்தார். பள்ளிப் படிப்பு முடித்த இளம் வயதிலேயே மீனாவுக்கும் அனந்தநாராயணன் நாராயணன் என்பவருக்கும் திருமணம் நடந்துள்ளது. அ. நாராயணனுக்கு திரைப்படவுலகின் மீது அதிக ஆர்வம் இருந்துள்ளது. Exhibitor Film Services என்ற திரைப்பட விநியோகக் கம்பெனியை அவர் நிறுவினார். 1930 இல் கான்பகதூர் அர்தேஷிர் இரானி (1886-1969) என்பவர் தயாரித்த 'அனார்கலி' திரைப்படத்தை ஹாலிவுட்டுக்கு எடுத்துச் சென்று அங்கேயிருந்த புகழ்பெற்ற நட்சத்திரங்கள், இயக்குநர்களுக்குத் திரையிட்டுக் காட்டியுள்ளார் அ. நாராயணன். முதலில் ஜெனரல் பிக்சர்ஸ் கார்ப்பரேஷன் என்ற ஸ்டுடியோவை 1927 இல் நிறுவியுள்ளார். மவுனப் படங்களின் காலத்தில் 1934 ஏப்ரல் முதல் நாளன்று முதல் முதலாக பேசும் படத் தயாரிப்பு ஸ்டுடியோவை சென்னை பூந்தமல்லி நெடுஞ்சாலையில் உள்ள 'நாடார் கார்டன்ஸி'ல் நிறுவியுள்ளார். ஸ்ரீனிவாஸ் சினிடோன் (சவுண்ட் சிட்டி) என்ற அந்த ஸ்டுடியோதான் தென்னிந்தியாவின் முதல் பேசும்பட ஒலிப்பதிவுக் கூடம் என்ற பெருமைக்குரியது. நாராயணனின் மகன் பெயர்தான் ஸ்ரீனிவாசா. தென்னிந்தியாவின் முதல் சமகாலப் படமான 'தர்மபத்தினி'யை (1929) இயக்கியவர் அ. நாராயணன். அவரும் ஆர். பிரகாஷும் சேர்ந்து தயாரித்த 'ஸ்ரீனிவாச கல்யாணம்' (1934) என்ற படம்தான் தென்னிந்தியாவில் தயாரிக்கப்பட்ட முதல் தமிழ்ப் பேசும்படம்.

மிக முக்கியமானது என்னவெனில், பள்ளிப்படிப்பு மட்டுமே படித்திருந்த தனது மனைவி மீனாவுக்கு திரைப்பட ஒலிப்பதிவுத் தொழில்நுட்பத்தைக் கற்றுத்தந்து, அவரை 'இந்தியாவின் முதல் பெண் திரைப்பட ஒலிப்பதிவுப் பொறியாளர்' என்ற பெருமைக்கு உயர்த்தினார் நாராயணன். 1936 இல் வெளிவந்த 'விஸ்வாமித்ரா' படத்தைத் தயாரித்து இயக்கியவர் அ. நாராயணன். அப்படத்தின் ஒலிப்பதிவாளர் அவர் மனைவி மீனா. நாராயணன் தயாரித்து இயக்கிய பல படங்களின் ஒலிப்பதிவாளராக மீனா பணியாற்றியுள்ளார். இவர்களது மகள் பெயர் கலாவதி.

சென்னையில் பி.ஏ., பட்டப்படிப்பு படிக்க வந்தபோது நாராயணனின் வீட்டில் எம்.ஆர். வெங்கட்ராமன் சில மாதங்கள்

மீனாவின் கணவர் அனந்த நாராயணன் நாராயணன். பர்வதவர்த்தினியின் மகள் மீனா.

தங்கியுள்ளார். எம்.ஆர்.வி.யின் மனைவி சாரதா டைஃபாய்டு காய்ச்சலால் பாதிக்கப்பட்டிருந்த போது நாராயணனின் வீட்டில் தங்கித்தான் சிகிச்சையளித்துள்ளனர். நாராயணன், கேரள மாநிலம் கள்ளிக்கோட்டையில் ஒரு சினிமா கொட்டகையை நடத்தினார். அதில் நட்டம் ஏற்பட்டபின் சென்னைக்கு வந்து திருவல்லிக்கேணி ஸ்டார் டாக்கீஸ் திரையரங்கை எடுத்து நடத்தி அதையும் கைவிட்டுள்ளார். தனது 39 ஆவது வயதிலேயே மரணமடைந்த நாராயணன் இறுதிவரை கடன் தொல்லையால் சிரமப்பட்டார் என்றாலும் அவரது சினிமா உலக ஆர்வம் சற்றும் குன்றிவிடவில்லை என்று பாராட்டும் எம்.ஆர்.வி., நாராயணன் 'தமிழ்ச் சினிமாவின் முதல் பெரும் மூலகர்த்தா' என்றே புகழ்ந்துரைக்கின்றார். ('தீக்கதிர்' வெளியிட்ட எம்.ஆர். வெங்கட்ராமன் நினைவுச் சிறப்பு மலர்). மனைவி மீனாவும் தனது 39 ஆவது வயதிலேயே உடல்நலக்குறைவால் மரணமடைந்தார்.

எம்.பி. சீனிவாசனின் தம்பியான கோவிந்த் நாடமங்கலம் தனது பட்டப்படிப்பை சென்னை பிரசிடென்சி கல்லூரியில் முடித்த பின்னர் மேற்படிப்புக்காக அமெரிக்கா சென்று மினசோட்டா பல்கலைக்கழகத்தில் சேர்ந்துள்ளார். எதிர்பாராதவிதமாக அங்கே இருந்த பாலம் ஒன்றின்மீது இருந்து தவறிக் கீழே பள்ளத்தில் விழுந்ததில் அங்கேயே மரணம் அடைந்துவிட்டார்.

அந்த நேரத்தில் அவருக்கு இரண்டு வயதில் மல்லிகா என்ற பெண் குழந்தை இருந்துள்ளது. மனைவி காவேரி, கர்நாடகா மாநிலத்தின் குடகு பகுதியைச் சேர்ந்தவர், மகள் மல்லிகா இப்போது அமெரிக்காவில் வாழ்கின்றார்.

ராமஸ்வாமி சிவன் பணி செய்த கோயம்புத்தூர் வேளாண்மைக் கல்லூரியின் நெல் ஆராய்ச்சிக் கழகத்தில் பணி செய்தவரும் நெல் ஆராய்ச்சி நிபுணரும் உலகப் புகழ்பெற்ற நெல் ஆய்வு விஞ்ஞானியும் ஆன டாக்டர் கிருஷ்ணஸ்வாமி ராமையா (1892-1988)வும் சிவனும் உறவினர்களே. ராமையா கண்டுபிடித்த ஜி.ஈ.பீ.24 (GEB24) ரக நெல்லின் மூலவித்தில் இருந்து ஏறத்தாழ 550 வகை புதிய நெல் ரகங்கள் கண்டுபிடிக்கப்பட்டன என்பது வியப்புக்குரியது.

எம்.பி.எஸ்ஸின் முன்னோரும் அவர்கள் வழிவந்த குடும்பத்தினரும் பழைமை வாதங்களை நோக்கிக் கேள்வி எழுப்பியவர்களாகவும், சடங்கு சம்பிரதாயங்களை மறுத்தவர்களாகவும், அவர்கள் வாழ்ந்த காலகட்டத்துடன் ஒப்பிடும்போது முற்போக்கான சிந்தனை படைத்தவர்களாகவும் இருந்துள்ளார்கள். விஞ்ஞானம், மருத்துவம், ஆராய்ச்சி, சட்டம், இசை, இதழியல், இடதுசாரி அரசியல் வாழ்க்கை, சமூக சீர்திருத்தம் எனப் பரந்து விரிந்த தளங்களில் தங்களை ஈடுபடுத்திக் கொண்டு இயங்கியவர்களாக இருந்துள்ளார்கள். இத்தகைய குடும்பச் சூழல், எம்.பி. சீனிவாசன் இயல்பாகவே புதியவற்றைத் தேடும் ஆர்வம் கொண்ட ஓர் இளைஞனாக வளர்வதற்கான சாத்தியங்களை உருவாக்கியது.

◉

மாணவர் இயக்கமும் விடுதலைப் போராட்டமும்

அது விடுதலைப் போராட்டகாலம். பிரிட்டிஷ் ஏகாதிபத்திய அரசுக்கு எதிராகக் காங்கிரஸ் பேரியக்கம் காந்தி தலைமையில் மக்களைத் திரட்டிப் போராட்டங்களை நடத்திவந்தது. காங்கிரஸ் இயக்கத்துக்குள்ளேயே இருந்த கம்யூனிஸ்ட்டுகளும் சோசலிஸ்ட்டுகளும் மார்க்சிய வழியில் இடதுசாரிகளாக தமக்கேயுரிய வர்க்கப் பார்வையுடன் அரசியல் இயக்கத்தை இணையாக நடத்திக் கொண்டுதான் இருந்தார்கள். பிரிட்டிஷ் ஏகாதிபத்திய சக்தியிடம் இருந்து விடுதலை பெற்றாலும் கூட இந்தியா வர்க்க பேதம் மிக்க ஒரு நாடாக இருக்கும் என்பதை முன்னுணர்ந்த அவர்கள், அன்றைய நாளில் கல்லூரி மாணவர்கள் மத்தியில் மாணவர்களைத் திரட்டி சங்கங்களை ஏற்படுத்தி இடதுசாரி அரசியல் விழிப்புணர்வை விதைக்க முனைந்து அத்தளத்தில் குறிப்பிடத்தக்க வெற்றியும் பெற்றனர்.

1936-37 ஆண்டுக் காலத்தில் மெட்ராஸ் மாகாணத்தில் காங்கிரஸ் ஆதரவாளர்கள், கம்யூனிஸ்ட்கள், சோசலிஸ்ட்டுகள் ஒன்றிணைந்து மெட்ராஸ் ஸ்டூடன்ட்ஸ் ஆர்கனைசேஷன் (MSO) என்ற மாணவர் அமைப்பை ஏற்படுத்தினர். இந்த அமைப்பு தவிர மதுரை, திருச்சி, சிதம்பரம் அண்ணாமலைப் பல்கலைக்கழகம் எனப் பல ஊர்களில் வெவ்வேறு மாணவர் அமைப்புகள் உருவாகின. இவை அனைத்துமே அன்றைய விடுதலைப் போராட்டக் களத்தில் பிரிட்டிஷ் அரசுக்கு எதிராக நின்றன. பல்வேறு போராட்டங்களில் பலநூறு மாணவர்கள் கைது செய்யப்பட்டுச் சிறை சென்றனர்.

அன்றைய காலத்தில் எம்.பி.எஸ் மெட்ராஸ் பிரசிடென்சி கல்லூரியின் எம்.எஸ்.ஓ. அமைப்பின் தலைவர். செயலாளராக இருந்தவர் பி. ராமச்சந்திரன். அவரும் மெட்ராஸ் பிரசிடென்சி கல்லூரியின் மாணவர். அவர் 1947 இல் இந்திய கம்யூனிஸ்ட் கட்சியின் சென்னை மாவட்டக்குழு உறுப்பினராகவும், 1956 இல் கட்சியின் திருச்சி மாவட்டச் செயலாளராகவும், கட்சியின் மாநிலக்குழு உறுப்பினராகவும் செயல்பட்டார். 1964 இல் இந்திய கம்யூனிஸ்ட் (மார்க்சிஸ்ட்) கட்சி உருவானபோது அக்கட்சியில் இணைந்தார். பிற்காலத்தில் அக்கட்சியின் மத்தியக்குழு, அரசியல் தலைமைக்குழு ஆகியவற்றில் உறுப்பினர். எம்.பி.எஸ்ஸின் சிற்றப்பாவான எம்.ஆர். வெங்கட்ராமனுடன் அதே கட்சியில் இணைந்து பணியாற்றியவர்.

எம்.பி.எஸ் மிகத் திறமையான விளையாட்டு வீரராகவும், பாடகராகவும் நடிகராகவும் இருந்த மாணவர் தலைவர். இருவரது தீவிரமான செயற்பாட்டால் எம்.எஸ்.ஓ பிரசிடென்சி கல்லூரியில் வேகமாக வளர்ந்தது.

1942 ஆகஸ்ட் 'வெள்ளையனே வெளியேறு' இயக்கத்தைத் தொடர்ந்து காந்தி, நேரு உள்ளிட்ட பல தலைவர்கள் கைதானபின் நாடெங்கும் மக்கள் போராட்டம் தீவிரமாக வெடித்தது. 1944-45 இல் கம்யூனிஸ்ட் கட்சி எடுத்த முடிவின் படியே கட்சியின் முழுநேர ஊழியர்கள், குறிப்பாக மாணவர் அரங்கத்தில் செயல்பட்டு வந்தவர்கள் மீண்டும் கல்லூரிகளில் சேர்ந்து படிக்கத் தொடங்கினர். ஆக பிரசிடென்சி கல்லூரியில் கட்சியின் செல்வாக்கும் அதிகரித்தது.

இரண்டாம் உலகப்போரில் அச்சு நாடுகளான ஜப்பான், இத்தாலி, ஜெர்மனி ஆகியவை தோல்வியுற்றபின், நாடு கடந்து வேறொரு தளத்தில் நேதாஜி நிறுவியிருந்த ஐ.என்.ஏ. வீரர்களைப் பிரிட்டிஷ் இந்திய அரசு கைது செய்து சிறையில் அடைத்தது. இந்த நடவடிக்கையால் மக்களின் கோபம் மேலும் அதிகரிக்கவே செய்தது.

ஐ.என்.ஏ.யின் ஜான்சிராணி ரெஜிமெண்டின் தளபதியான கேப்டன் லட்சுமி, மெட்ராஸ் ராயப்பேட்டை காங்கிரஸ் திடலில் உரையாற்றியபோது எம்.எஸ்.ஓ. ஊழியர்கள் சிறப்பான வரவேற்பு அளித்தார்கள்.

Against Bombay Firing And Repression

MADRAS WORKERS', CITIZENS' PROTEST STRIKES, HARTAL

MADRAS City observed complete *hartal* today to protest against the Police firing in Bombay and to support the demands of the Indian Naval Ratings. At the Press Workers' Conference held yesterday, the workers resolved to go on strike today.

Last night T. R. GANESAN of the Madras District Committee of the Communist Party, BALACHANDRA MENON, Secretary of the Madras Provincial Trade Union Congress and representatives of the Madras Students' Organisation (affiliated to the All-India Students' Federation), the Press Workers' Union, the Corporation Workers' Union, the Tramway and Electric Supply Workers' Union, the Cigar Workers' Union, the Binny Beach Engineering Workers' Union, the Automobile Workers' Union, the South Indian Railway Workers' Union (Egmore Branch), and other unions called for a peaceful strike and hartal today.

This morning none of the trams came out of the shed and all the Press workers were on strike. Bus workers who had reported themselves to duty took back all the buses to the garages. By nine in the morning, the shops in the George Town area closed.

Several processions of workers came out in the morning. The students of the Madras Students' Organisation had given the call for a strike. The Indian Students' Congress at their Conference yesterday, also resolved to go on strike.

Students of all institutions, colleges and schools abstained from their classes today.

Workers Of All Sections Demonstrate

Four meetings were held at People's Park, Napier Park, Loane Square and Mount Road, where thousands of workers and students gathered, passed resolutions of protest against the firing in Bombay and supporting the demands of the Naval Ratings.

A disciplined procession of over 40,000 wended its way along People's Park and Periamet area to the mill area. The procession was led by Communist leaders JEEVANANDAM, A. S. K. IYENGAR, BALACHANDRA MENON and others and carried Congress, League and Communist flags. Near the mill area, at the high school grounds, a huge meeting was held.

In the morning, there were a few minor incidents, the presence of a large number of Police and a few Military pickets angered the crowd, and some instances of attacks on Military lorries were reported. A British soldier is reported to have been injured near the Central Station and Flower Bazar Police Station. There were cases of stone throwing.

Police Lathi-Charge

The police resorted to lathi charge. Near Moore Market, M. R. VENKATARAMAN, Secretary of the Tamilnad Provincial Committee of the Communist Party, who was preventing the crowd from resorting to stone throwing, was attacked by Inspector Loganathan and received minor injuries.

By 2-30 in the afternoon, about four thousand workers of the Buckingham and Carnatic Mill came out of their factory and marched in an orderly procession through the streets. They were joined by the workers of the Government Press and of the M.S.M. Rly. Press.

The procession was led by worker-leader, ARJUNAN, the hero who had braved the 1942 firing in the mill area. The workers marching along Broadway called upon cinema houses to close the cinemas and joined in a mammoth procession from Loane Square.

Muslim Shops Close

Every section of the workers in the city responded to the call of the Red Flag and marched under the banners of the Congress, League and Communist Parties. Some Congress elements led by Kanniappan, who has been set up by the Congress to oppose Jeevanandam in the coming elections from Madras City Dock and Factory Labour, tried to pull down the League flag and provoke a clash. Their attempts ended in miserable failure.

All the Muslim shops in the city also remained closed falling in line with the general anti-imperialist upsurge.

A procession of three thousand students marched under the banner of the Indian Students' Congress to the High Court ground where their leaders indulged in some anti-Communist speeches and dispersed without taking the hand of co-operation extended by the workers and other students under the Red Flag.

Despite all the anti-Communist speeches, a section of these students afterwards came over and joined the workers' procession.

Mammoth Meeting Of 50,000

The mammoth procession carrying huge Red Flags and Congress and League Flags marched to Tilak Ghat where a mass meeting was held, attended by over 50,000.

The meeting was held under the joint auspices of the Communist Party and Trade Union and Student organisations and was presided over by the Students' Federation leader, PARAMESHWARAN, speeches were made by working-class and student leaders, JEEVANANDAM, SOMASUNDARAM, RAMAKRISHNAN, RAMACHANDRAN and others.

They explained the reason why they had resorted to this peaceful demonstration and that the workers and the people having demonstrated their strength and united will should now disperse peacefully and resume work tomorrow.

A representative of the Indonesian Freedom Movement greeted the audience:

"I am glad you have demonstrated your unity, the unity of Hindus and Muslims. In Indonesia we built our unity and then we declared our independence, which we are fighting to preserve."

This was greeted with thunderous applause and the crowd dispersed peacefully.

1946 கடற்படை மாலுமிகள் புரட்சியைத் தொடர்ந்து சென்னையில் மாணவர்கள் நடத்திய போராட்டம் குறித்த செய்தி, *The Mail*, படம் உதவி: ஆர். விஜயசங்கர்.

1945 ஆகஸ்ட் மாதத்தில் நேதாஜி விமான விபத்தில் மரணம் அடைந்த செய்தியும் வந்தது. இந்திய அரசியல் களம் மேலும் வெப்பமடைந்த நிலையில், கம்யூனிஸ்ட் கட்சியின் வழிகாட்டுதலில் பிரிட்டிஷ் அரசுக்கு எதிரான மக்கள் போராட்டம் மேலும் தீவிரமடைந்தது. எம்.எஸ்.ஓ.வும் இந்திய மாணவர் காங்கிரசும் (ISC) முஸ்லிம் மாணவர் அமைப்பும் (MSF) ஒன்றிணைந்து போராட்ட அறைகூவல் விடுத்தன. வீதிகளில் நடந்த போராட்டங்களை அடக்க பிரிட்டிஷ் அரசு கட்டவிழ்த்த வன்முறைகளின் காரணமாக பொதுமக்களுடன் மாணவர்கள் பலரும் உயிரை இழந்தார்கள்.

பிரசிடென்சி கல்லூரி மாணவர்கள் சுமார் ஆயிரம் பேர் மெட்ராஸ் திருவல்லிக்கேணியில் இருந்து புறப்பட்டு பிரிட்டிஷ் அரசு விதித்த தடைகளை எல்லாம் மீறி மவுண்ட்ரோடு நோக்கி ஊர்வலமாகச் சென்றார்கள். *'தி ஹிந்து'* செய்தித்தாள் அலுவலகத்தின் அருகில் ஊர்வலம் வந்த போது துப்பாக்கிகள், கண்ணீர்ப்புகைக் குண்டுகள் ஏந்திய போலீஸ் படை ஊர்வலத்தைத் தடுக்க, மாணவர்கள் சாலையிலேயே அமர்ந்தார்கள். 'கலைந்து செல்லவில்லை எனில் துப்பாக்கிச்சூடு நடத்துவோம்' என போலீஸ் எச்சரித்தாலும் மாணவர்கள் கலையவில்லை. எனவே போராட்டத்துக்குத் தலைமை தாங்கிய மாணவர்களின் பெயர்களைக் குறித்துக் கொண்டு அவர்களைக் கைது செய்வதாக போலீஸ் அறிவித்தது. எம்.பி.எஸ், பி. ராமச்சந்திரன், காங்கிரஸ் மாணவர்களான ஜி. செல்வராஜ், சி. வீரராகவன் ஆகிய பெயர்கள் பட்டியலில் இருந்தன.

இந்த நால்வரும் மறுநாள் கல்லூரிக்குச் சென்றபோது அவர்களை பதினைந்து நாட்களுக்குக் கல்லூரியில் இருந்து விலக்கி (suspension) வைத்திருப்பதாக நிர்வாகம் அறிவித்து இருந்தது. தொடர் போராட்டங்களில் ஈடுபட்டிருந்ததால் இவர்களது கல்லூரி வருகை நாட்கள் ஏற்கனவே குறைவாக இருந்த நிலையில், நால்வரையும் இறுதியாண்டுத் தேர்வு எழுதவிடாமல் தடுத்தது நிர்வாகம். இதனை எதிர்த்தும் மாணவர்கள் ஆர்ப்பாட்டம் நடத்தினார்கள்.

1946 பிப்ரவரியில் உதித்த கப்பற்படைப் புரட்சிக்கு ஆதரவாகவும் எம்.எஸ்.ஓ. மாணவர்கள் போராட்டத்தைத் தூண்டினார்கள். அதே ஆண்டில் ரயில்வே தொழிலாளர்கள் நடத்திய போராட்டத்தை அடக்க பிரிட்டிஷ் அரசு நடத்திய துப்பாக்கிச் சூட்டில் ஐந்து இளம் தொழிலாளர்கள் பலியானார்கள். தொழிலாளர்களின் போராட்டத்திற்கு ஆதரவாக எம்.எஸ்.ஓ. தீவிரப் பங்காற்றியது. மெட்ராஸ் மாநகராட்சி ஊழியர்கள் நடத்திய ஒரு போராட்டத்திற்கு ஆதரவாக மெரினா கடற்கரையில் நடந்த கூட்டத்தில் எம்.எஸ்.ஓ. மாணவர்களும் கலந்து கொண்டார்கள். மக்கள் மீதும் மாணவர் மீதும் போலீசார் தடியடி நடத்தியதுடன் கண்ணீர்ப்புகை குண்டுகளையும் வீசினர்.

1946 இல் கேரளாவில் வெடித்த புன்னப்புரா வயலார் கிளர்ச்சிக்கு ஆதரவாக கம்யூனிஸ்ட் கட்சியும் தொழிற் சங்கங்களும் நடத்திய போராட்ட இயக்கங்களில் எம்.எஸ்.ஓ. முன்னணியில் நின்று பங்குபெற்றது.

ஏற்கனவே பிரசிடென்சி கல்லூரி மாணவர்கள் நான்கு பேர் தற்காலிக நீக்கம் செய்யப்பட்டதைக் கண்டித்து அக்கல்லூரி மாணவர்கள் வகுப்புக்களைப் புறக்கணித்துப் போராட்டம் நடத்தினார்கள். மெட்ராஸ் கோட்டையை நோக்கி ஊர்வலமாகச் சென்ற ஆயிரத்துக்கும் மேற்பட்ட மாணவர்களை அன்றைய கல்வித்துறை அமைச்சர் டி.எஸ். அவிநாசிலிங்கம் செட்டியார் நேரில் சந்தித்து உரையாடினார். மாணவர்களின் போராட்டத்தில் நியாயம் உள்ளதெனக் கூறி நான்கு பேருடைய தற்காலிக நீக்க உத்தரவை ரத்துச் செய்வதாக அறிவித்தார்.

1946 பிப்ரவரி மாதம், பிரிட்டிஷ் இந்திய கப்பற்படை மாலுமிகள் தொடங்கிய 'புரட்சி மகத்தான ஒன்றாகும். இக்கிளர்ச்சி பம்பாயில் தொடங்கியது என்றாலும் விரைவில் கராச்சித் துறைமுகம் உள்ளிட்ட பரந்துவிரிந்த இந்தியாவின் பல துறைமுகங்களுக்கும் பரவியது. போராடிய மாலுமிகள் மீது பம்பாயிலும் கல்கத்தாவிலும் போலீஸ் துப்பாக்கிச் சூடு நடத்தியதைக் கண்டித்து மெட்ராஸ் மாநகரில் பிப்ரவரி 14 அன்று முழு அடைப்பு நடைபெற்றது. தூத்துக்குடி உள்ளிட்ட தமிழ்நாட்டின் பல்வேறு நகரங்களிலும் கம்யூனிஸ்ட் கட்சியும் தொழிற் சங்கங்களும், போராடும் கடற்படைவீரர்களுக்கு ஆதரவாக மக்களைத் திரட்டி வீதிகளில் இறங்கினர்.

மெட்ராஸ் மாவட்ட கம்யூனிஸ்ட் கட்சிச் செயலாளர் டி.எம். கணேசன், மெட்ராஸ் மாகாண தொழிற்சங்க காங்கிரஸ் செயலாளர் பாலச்சந்திர மேனன் ஆகியோரும், அகில இந்திய மாணவர் சம்மேளனத்துடன் (AISF) இணைக்கப்பட்டு இருந்த எம்.எஸ்.ஓ., மாநகராட்சி ஊழியர் சங்கம், டிராம்வே மின்சார விநியோக தொழிலாளர் சங்கம், சுருட்டுத் தொழிலாளர் சங்கம், பின்னி பீச் தொழிலாளர் சங்கம், ஆட்டோமொபைல் தொழிலாளர் சங்கம், தென்னிந்திய ரயில்வே தொழிலாளர் சங்கம் (எழும்பூர் கிளை) ஆகிய அமைப்புகளும் அன்றைய முழு அடைப்புக்கு அறைகூவல் விடுத்திருந்தனர்.

For Release Of Capt. Rashid And All INA Men

MADRAS STUDENTS' DEMONSTRATION

From K. Muthia. February 14.

Madras City today witnessed a unique demonstration. Students of all colleges abstained from their classes to protest against Police firing in Calcutta and to demand the release of Rashid Ali and all other I.N.A. personnel.

AFTER holding meetings in their respective colleges in the morning, 5,000 students belonging to all organisations, the Madras Students' Organisation (affiliated to the All-India Students' Federation), the Indian Students' Congress and the Muslim Students' Federation, gathered at the Presidency College Maidan at noon.

After the meeting, about 4,000 students formed themselves into a procession and began to march through Triplicane, Mount Road and Chindadripet to hold another meeting at People's Park, defying the Police ban.

The processionists carried the Tricolour, League, Red and All-India Students' Federation Flags and shouted the slogans "Release Rashid Ali", "Hindu Muslim ek ho." "Down with Imperialism." "Down with Police Raj." A number of girls also participated in the procession.

The Students' Congress boys refused to participate in the procession because Muslim League students wanted to shout Pakistan slogans also in addition to "Jai Hind" slogans, shouted by the Students' Congress (ISC) boys. Madras Students' Organisation (MSO) boys intervened and gave the follow-

A large number of people lined both sides of the streets and lustily cheered the long procession carrying the Muslim League, Congress and Communist flags together. Police contingents were kept ready at the starting place, but they did not try any of their tricks.

The procession ended at People's Park where a public meeting was held presided over by Mr. Raza Khan. He said, "**Students of all parties have shown today how unitedly we can kick out British Imperialism,**" and added that this was the beginning of our struggle. He appealed to the students to carry forward the unity achieved.

Resolutions demanding the release of Rashid Ali and other INA men; condemning Police firing in Calcutta; protesting against victimisation of RAMACHANDRAN, Secretary of the Madras Students' Organisation and M. B. SRINIVASAN and VEERA RAGHAVAN of Presidency College for participating in the January 28th demonstrations; protesting against handcuffing of Delhi political workers; and expressing solidarity with Egyptian students in their struggle against British Imperialism—were passed.

In the evening at People's Park, a public meeting was held

1946 கடற்படை மாலுமிகள் புரட்சியை தொடர்ந்து சென்னையில் மாணவர்கள் நடத்திய போராட்டம் குறித்த செய்தி, *the mail* நாளிதழ் 15.02.1946.

புகைப்படம் உதவி: ஆர். விஜயசங்கர்.

தொழிலாளர்களின் திரளான ஊர்வலங்கள் நகரமெங்கும் நடத்தப்பட்டன. அனைத்துக் கல்லூரி மாணவர்களும் கல்லூரியைப் புறக்கணித்தனர். பீப்பிள்ஸ் பார்க், நேப்பியர் பார்க், லோன் ஸ்கொயர், மவுண்ட் ரோடு ஆகிய நான்கு இடங்களில் நடத்தப்பட்ட பொதுக் கூட்டங்களில் ஆயிரக்கணக்கான தொழிலாளர்கள், மாணவர்கள் திரண்டனர். கடற்படை வீரர்கள் மீதான துப்பாக்கிச் சூட்டைக் கண்டித்துத் தீர்மானங்கள் நிறைவேற்றப்பட்டன. நாற்பதாயிரத்துக்கும் மேற்பட்ட தொழிலாளர்கள் கலந்துகொண்ட ஊர்வலம் பீப்பிள்ஸ் பார்க், பெரியமேடு பகுதிகளைக் கடந்து மில் பகுதிக்கு வந்தது. கம்யூனிஸ்ட் தலைவர்கள் ஜீவானந்தம், ஏ.எஸ்.கே. ஐயங்கார், பாலச்சந்திர மேனன் ஆகியோர் தலைமை தாங்கினர்.

மூர் மார்க்கெட்டில் திரண்ட கூட்டம் உணர்ச்சி வசப்பட்டுக் கல்லெறியத் தொடங்கியது. அன்றைய கம்யூனிஸ்ட் கட்சி மாகாணச் செயலாளர் எம்.ஆர். வெங்கட்ராமன் கல்வீச்சைத் தடுக்க முயன்றார். லோகநாதன் என்ற போலீஸ் இன்ஸ்பெக்டர் எம்.ஆர். வெங்கட்ராமன் மீது தாக்குதல் தொடுத்தார்.

பிற்பகல் இரண்டரை மணிக்கு பி & சி மில் தொழிலாளர்கள் சுமார் நான்காயிரம் பேர் தமது தொழிற்சாலையில் இருந்து வெளியேறிக் கண்டன ஊர்வலத்தில் கலந்து கொண்டார்கள். 'தி ஹிந்து' செய்தித்தாள் அலுவலகம் முன்னால் இருந்த திலகர் திடலில் ஐம்பதாயிரம் பேருக்கு மேல் திரண்ட மாபெரும் பொதுக்கூட்டம் நடைபெற்றது.

நகரமெங்கும் நடைபெற்ற தொழிலாளர், மாணவர் இணைந்த ஆர்ப்பாட்டங்களுக்குத் தொழிற்சங்கத் தலைவர்கள் அர்ஜுனன், சோமசுந்தரம், ராமகிருஷ்ணன், பி. ராமச்சந்திரன், எம்.பி. சீனிவாசன் உள்ளிட்ட எம்.எஸ்.ஓ மாணவர் தலைவர்கள் பலரும் தலைமையேற்றனர். குறிப்பிடத்தக்க அம்சம் என்னவெனில் காங்கிரஸ் கட்சி, முஸ்லிம் லீக், கம்யூனிஸ்ட் கட்சி ஆகிய மூன்று இயக்கங்களின் கொடிகளையும் கைகளில் ஏந்தித் தொழிலாளர்கள் திரண்டனர்.

"எம்.எஸ்.ஓ. உறுப்பினர் ஆன ராஷித் அலியை விடுதலை செய்!" "ஐ.என்.ஏ. சிறைவாசிகளை விடுதலை செய்!" "பிரிட்டிஷ் ஏகாதிபத்தியம் ஒழிக!" "ஹிந்துக்களும் முஸ்லிம்களும் ஒருவரே!" ஆகிய முழக்கங்களை ஆர்ப்பாட்டக்காரர்கள் எழுப்பினர்.

ஜனவரி 28 போராட்டத்தில் கலந்து கொண்டதற்காகப் பழிவாங்கப்பட்ட பிரசிடென்சி கல்லூரி மாணவர்களின் தலைவர்களுக்கு எதிராக எடுக்கப்பட்ட நடவடிக்கைகளை கைவிடக் கோரியும், டெல்லியில் அரசியல் இயக்க நடவடிக்கைகளில் ஈடுபட்டவர்களுக்குக் கையில் விலங்கு பூட்டியதைக் கண்டித்தும், பிரிட்டிஷ் ஏகாதிபத்தியத்துக்கு எதிராகப் போராடி வரும் எகிப்து நாட்டு மாணவர்களுக்கு ஆதரவைத் தெரிவித்தும் தீர்மானங்கள் நிறைவேற்றப்பட்டன.

இந்தப் போராட்டங்களில் கம்யூனிஸ்ட் கட்சியின் பல மூத்த தலைவர்கள் நேரடியாகக் களம் கண்டார்கள். எம்.ஆர். வெங்கட்ராமன், பி. ராமமூர்த்தி, ப. ஜீவானந்தம் ஆகிய மூத்த தோழர்களைக் குறிப்பிட்டுச் சொல்லலாம்.

◉

கம்யூனிஸ்ட் கட்சியில் கலை இலக்கியச் செயல்பாடு

1951 ஆம் ஆண்டு நடைபெற்ற முதல் பொதுத் தேர்தலில் இந்தியக் கம்யூனிஸ்ட் கட்சி நாடாளுமன்றத்தில் பதினாறு இடங்களில் வென்றது. அவர்களில் கேரளாவைச் சேர்ந்த ஏ.கே. கோபாலனும் ஒருவர். இந்திய நாடாளுமன்றத்தின் முதல் எதிர்க்கட்சித் தலைவர் அவரே.

எம்.பி.எஸ்ஸின் ஆங்கிலப் புலமையை நன்கறிந்த கட்சி, ஏ.கே. கோபாலன் அவர்களின் அலுவலகச் செயலாளராகப் பணியாற்ற எம்.பி.எஸ்ஸைப் பணித்தபோது அப்பொறுப்பை ஏற்றுக் கொண்டு அவர் டெல்லிக்கு இடம் பெயர்ந்தார். 1955 வரை அவர் அப்பணியில் இருந்தார்.

டில்லியில் கட்சிப் பணியில் இருந்த காலத்தில்தான், நாடெங்கிலும் இருந்து கட்சிப் பணிகளுக்காக வரும் பல்வேறு மாநிலங்களின் கட்சி ஊழியர்கள், பொதுமக்கள், அவர்களது பல்வேறுபட்ட கலாச்சாரம், மொழிகள் ஆகியவற்றுடன் ஆன அரிய அறிமுகம் அவருக்குக் கிடைத்தது.

இந்தியக் கம்யூனிஸ்ட் கட்சியின் மூன்றாவது அகில இந்திய மாநாடு 1953 ஆம் ஆண்டு டிசம்பர் 27 அன்று மதுரையில் தொடங்கியது. 1954 ஜனவரி முதல் நாளன்று மதுரை திலகர் திடலில் நடந்த மாபெரும் கலை நிகழ்ச்சிக்கு அருணா ஆசப் அலி தலைமை தாங்கினார். எம்.பி.எஸ் தியாகிகளுக்கு அஞ்சலி செலுத்தும் பாடலைப் பாடினார். பாரதியார் வேடமிட்டுப் 'பாரதியார் வாக்கு' என்ற இசை நாடகத்தையும் நடத்தினார்.

சாத்தூர் பிச்சைக்குட்டியின் வில்லுப்பாட்டு இசை நிகழ்ச்சியும் நடைபெற்றது.

'ஒரு கலைஞனின் அறைகூவல்' என்ற கட்டுரை எம்.பி.எஸ் எழுதியதாகும். அதில் அவர் கூறுகிறார்:

"சுற்றுச் சார்பே ஒரு மனிதனை உருவாக்குகின்றது என்ற உண்மைக்குக் கலைஞன் என்ற முறையில் நான் சரியான எடுத்துக்காட்டு. எனது இளமைப் பிராயத்தில் இருந்து கம்யூனிஸ்ட் இயக்கத்தில் பங்கு கொண்டிருந்த காரணத்தினால் அந்த இயக்கத்தில் ஏற்பட்ட அனுபவங்களும் தெளிவும் திறனாய்வும்தான் இன்று என்னைக் கலைஞனாக உருவாக்கி உள்ளன. என்னுடைய கலைப்பணிக்கு ஒரு தனித்துவத்தை அளித்திருக்கின்றன என்று கூறிக் கொள்வதில் நான் பெருமை கொள்கின்றேன்.

கம்யூனிஸ்ட் இயக்கத்திலே எனக்குச் சில சிறப்பான வாய்ப்புகள் கிடைத்தன. தமிழ்நாட்டில் மட்டுமில்லாமல் இந்தியா பூராவிலும் குறிப்பாக ஆந்திராவிலும் வங்காளத்திலும் மஹாராஷ்டிரத்திலும் பஞ்சாபிலும் கேரளத்திலும் பணியாற்றி வந்த பல கலைஞர்கள், எழுத்தாளர்களுடன் எனக்குத் தொடர்பு கிடைத்தது. அவர்களது கலைப் படைப்புகளில் நேரிடையாகப் பங்கேற்கும் சந்தர்ப்பங்களும் ஏற்பட்டன".

தான் நேரில் சந்தித்த, உடன் பணியாற்றிய சில கட்சித் தோழர்களைப் பற்றி எம்.பி.எஸ் கூறுவதைப் பார்ப்போம்.

கோவை ராமதாஸ்தான் தனக்குக் கம்யூனிஸ்ட் கலைஞனாக அறிமுகம் ஆன முதல் தோழர் என்கிறார் எம்.பி.எஸ் வெண்கலக் குரல் படைத்த ராமதாஸ் இயக்கக் கூட்டங்களில் பாடுவார். தன்னை அவரது மாணவன், விசிறி என்று கூறும் எம்.பி.எஸ், ராமதாஸின் பாணியில் பாடல்களைப் பாடிப் பாரதி விழாக்களில் ரசிகர்களின் ஆரவாரத்தைப் பெற்றிருந்தாலும் தனக்கு பரிசு எதுவும் கிடைத்தது இல்லை என்று சொல்கிறார். காரணம்? "நடுவர்களாக இருந்த சங்கீத பண்டிட்டுகள் பாரதியை கர்நாடக இசை என்ற பெயரில் உயிரற்ற சவப்பெட்டியில் அடைத்துக்

டெல்லியில் எம்.பி.எஸ் (1952).
படம் உதவி: ஜெயந்தி ரமேஷ்..

கொடுக்கும் கலைஞர்களுக்கே பரிசு அளிப்பார்கள்" என்கிறார் எம்.பி.எஸ்

எம்.பி.எஸ்ஸின் பிள்ளைப் பருவத்தில் இருந்தே அவரது தந்தையார் பாரதியார் பாடல்களைப் பாடிப்பாடி அவரது மனதில் பாரதிக்கான தனிப்பெரும் இடத்தை விசாலமாக வளர்த்து வைத்திருந்தார். ராமதாஸ் உடனான தொடர்பு பாரதி பாடல்கள் மீதான பற்றுதலை மேலும் செழுமைப் படுத்தியதாகவும், வெறும் பரிசுகளுக்காக இல்லாமல் மக்களை உணர்ச்சி வெள்ளத்தில் இறங்கச் செய்யும் வகையில் பாரதியின் பாடல்களைப் பாடுவது எப்படி என்ற தெளிவு தனக்கு ஏற்பட்டதாகவும் கூறுகிறார். ராமதாஸ் 'கோடிக்கால் பூதத்தைப்' பாடும் போது கேட்டால் தனது இளம் உள்ளத்தில் 'கம்யூனிஸ்ட் அறிக்கைக்கு இதுதான் இசை உருவமோ' என்று தோன்றியதாகவும் எம்.பி.எஸ் சொல்கிறார்.

மற்றொரு தோழரான கலைஞர் ராகியும் அவரது சகோதரி கமலாட்சியும் சென்னையில் கட்சி, தொழிற்சங்கக் கூட்டங்களில் பாடுபவர்கள். இசைதான் தங்களை இணைத்தது என்றும், இருவரும் சந்திக்கும் போதெல்லாம் இசையால் ஏற்பட்ட தொடர்பும் அதனால் வளர்ந்தோங்கிய பாசமும் மேலோங்குவதாகவும் குறிப்பிட்டுள்ளார்.

மதுரையின் முன்னணிக் கலைஞரான மணவாளனுக்கு எம்.பி.எஸ்ஸின் இசைமனதில் எப்போதுமே சிறப்பான தனி இடம் இருப்பதை அறிய முடிகிறது. கட்சிப் பணிகளுக்காக மதுரையில் இருந்த காலத்தில் மணவாளனின் நட்பு முதன்மை பெற்றதாகச் சொல்கிறார். மணவாளன் ஹிந்தி மொழிப்பண்டிட், கட்சியின் முழுநேர ஊழியர். ஹிந்திப் பாடல்களைத் தமிழில் மொழி பெயர்ப்பார். அன்று மாணவராக இருந்த சங்கர்ராஜுவும் மணவாளனும் அப்பாடல்களை அதே மெட்டுக்களில் பாடுவார்களாம்.

மணவாளனின் குரலும் மென்மை, மனதும் மென்மை என்பார் எம்.பி.எஸ் அவர்கள். இருவரும் இணைந்து எழுதி இசைத்த ஒரு பாடல் இன்றளவும் தமிழகத்து இடதுசாரி மேடைகளில் தவறாது ஒலித்துக் கொண்டிருக்கிறது. அதைப் பின்னால் பார்ப்போம்.

பாவலர் வரதராஜன் உடனான அறிமுகம், நட்பு பற்றி எம்.பி.எஸ் எழுதியவற்றைப் பார்ப்போம்.

> "மதுரை மாவட்டத்தில் பணியாற்றும்போது அங்கிருக்கும் பல கிராமப்புறப் பகுதிகளுக்கும் செல்லும் வாய்ப்பு எனக்கு ஏற்பட்டது... பல அனைத்திந்திய மாநாடுகளில் பம்பாயில் இருந்தும் வங்காளத்தில் இருந்தும் வந்த இளைஞர்கள் குழுக்களாக நாட்டுப் பாடல்களைப் பாடியதை நான் கேட்டிருந்தேன். தமிழ்நாட்டிலும் இத்தகைய குழுக்களை அமைக்க வேண்டும் என்ற ஆர்வம் ஏற்கனவே என் மனதில் தோன்றியிருந்தது. எனவே பாவலர் வரதராஜனைப் போன்ற இளைஞர்களைக் கொண்ட சில இசைக் குழுக்களை அமைத்தேன். "வாழ்க நீ தோழா கணபதி", "கதிரறுப்போம் பொன் கதிரறுப்போம்" போன்ற சில பாடல்களையும் கதை சொல்லும் சில பாடல்களையும் இக்காலகட்டத்தில் நான் அமைத்தேன்."

மதுரையில் தங்கியிருந்தபோது சாத்தூரில் தோழர் ச.பா. பிச்சைக்குட்டியின் வில்லுப்பாட்டுக் குழுவுடனும் எம்.பி.எஸ்ஸுக்குத் தொடர்பு ஏற்பட்டது. அவர் பிற்காலத்தில் கலைமாமணி விருது பெற்றார். இவர் மூலம் ஏராளமான நாட்டுப் பாடல்கள் அவற்றின் இசை உருவங்கள் ஆகியவற்றை எம்.பி.எஸ் சேகரித்துக்கொள்ள முடிந்தது. நெல்லை மாவட்டத்து

எஸ்.எம். கார்க்கியும் உணர்ச்சிமிக்க இளம் பாடகராக வளர்ந்து வந்து கொண்டு இருந்தார்.

"வெறும் வாதங்களையும் தத்துவார்த்த விமர்சனங்களையும் பொதுவான குறிக்கோள்களையும் மட்டும் வைத்து ஒரு கலை இலக்கிய இயக்கத்தை உருவாக்க முடியாது என்பது நமது இயக்கத்திலிருந்து பல ஆண்டுகளின் அனுபவத்தின் மூலம் நான் கற்றறிந்த உண்மையாகும். கலையிலும் இலக்கியத்திலும் நாடகத்திலும் ஆர்வம் பூண்ட இளம் கலைஞர்களுக்குத் தொழில்நுட்ப அறிவையும் வளர்ப்பதற்கு 'கம்யூனிஸ்ட் இயக்கம் முன்வர வேண்டும் என்பது எனது நீண்டநாள் கனவு'"

என்று தனது பெருவிருப்பத்தை எம்.பி.எஸ் பதிவு செய்துள்ளார்.

மூத்த தோழர் ஐ. மாயாண்டி பாரதி அவர்கள் கூறுவது:

"மணவாளனும் எம்.பி. சீனிவாசனும் இணைந்து மதுரையில் "புதுமைக் கலாமண்டலம்" நிறுவினர். பாசிச எதிர்ப்பிலும் தேச விடுதலைப் போரிலும் மூழ்கி நின்றனர். பாடல்கள் எழுந்தன. மேடையில் மணவாளன் நிற்பார். அவருடன் ஐ.வி. சுப்பையா, மாணவர் (பின்னாளில் பேராசிரியர்) சங்கர் ராஜு, கே.பி. ஜானகி, சுப்புலட்சுமி, நாகம்மாள், ஐ.வி.எஸ். கமலம், நவமணி (பின்னாட்களில் என். சங்கரய்யாவின் மனைவி) ஆகியோர் உடன் நிற்பார்கள்.

"எழுமின் விழிமின் எங்கும் நமது ஜண்டா" என்ற தியாகிகள் பாடலும், "புவிதனில் புகழ்வளர் இந்திய நாடே" என்ற 'ஜன கண மன' கீதத்தின் மெட்டில் அமைக்கப்பட்ட பாடலும் மணவாளனும் எம்.பி.எஸ்ஸும் இணைந்து இயற்றிய பாடல்கள்தான். இவையன்றி ஆறு கோடி தீண்டாதோர், வங்கப்பஞ்சம், ஹரீந்திரநாத் சட்டோபாத்யாயாவின் சிறைக்காவலன், தீபம் ஆகிய நாடகங்களையும் மணவாளனும் எம்.பி.எஸ்ஸும் மேடைகளில் நிகழ்த்துவார்கள்."

ஒரு கலைஞனின் அறைகூவல்: 'இன்றாவது முன் வருவார்களா?' என்ற தலைப்பில் 'ஜனசக்தி' பொன்விழா மலரில் (1975)

எம்.பி.எஸ் தனது ஆதங்கம், கனவு ஆகியவற்றை இவ்வாறு வெளிப்படுத்தி இருக்கிறார்.

> "கார்க்கி, ராமதாஸ், பாவலர் வரதராசன், மணவாளன் உள்ளிட்ட கலைஞர்களும் பல இளம் பாடகர்களும் அப்போது வளர்ந்துவந்துகொண்டு இருந்தார்கள். ஆனாலும் அத்தகைய இளம் பாடகர்கள் வளர்வதற்கான வாய்ப்பைக் கட்சியால் செய்துதர முடியவில்லையே என்று நான் மிகவும் வருந்தியது உண்டு."

> "கலை இலக்கியப் பெருமன்றத்தின் தொடக்கவிழா கோவையில் நடைபெற்றபோதும் இந்தக் கருத்தையே நான் வலியுறுத்தி இருக்கின்றேன். கம்யூனிஸ்ட் இயக்கத்தில் கலைஞர்கள் தோன்றியிருக்கிறார்கள். திறம்படப் பணியாற்றியிருக்கின்றனர். இயக்கம் அவர்களை அன்றாடத் தேவைகளுக்கு ஏற்பப் பயன்படுத்திக் கொண்டுள்ளது. ஆனால் அந்தக் கலைஞர்களை வளர்ப்பதற்கும் அவர்கள் கலைத்திறனைச் செழுமைப்படுத்துவதற்கும் ஊக்கமளிப்பதற்கும் கம்யூனிஸ்ட் இயக்கம் போதிய நடவடிக்கை எடுத்துள்ளதா என்ற கேள்விக்கு விடைதேட இயக்கத் தோழர்கள் இன்றாவது முன்வர வேண்டும்."

கார்ல் மார்க்ஸ் நூலகம் ச.சீ. கண்ணன் 'ஃப்ரண்ட்லைன்' இதழுக்கு அளித்துள்ள நேர்காணலில் எம்.பி.எஸ் பற்றிய நினைவுகளைப் பகிர்ந்துள்ளார். ச.சீ. கண்ணன் காசி பனாரஸ் இந்துக் கல்லூரியில் படித்தவர். அப்போது அக்கல்லூரியின் துணை வேந்தராக இருந்தவர் டாக்டர் சர்வபள்ளி இராதாகிருஷ்ணன். அக்கல்லூரியில் அகில இந்திய மாணவர்கள் சங்கம் (AISF) இயங்கி வந்தது. அங்கே மார்க்சீய வகுப்புகள் நடத்தப் பட்டதாகவும் பி. ராமமூர்த்தி, எம்.பி. சீனிவாசன் ஆகியோர் வகுப்புகள் எடுத்ததாகவும், தான் அந்த வகுப்புகளில் கலந்து கொண்டதாகவும் நினைவு கூர்கிறார். மாணவர்கள் இடையே விடுதலை உணர்வையும் மார்க்சிய சிந்தனையையும் விதைக்கும் வண்ணம், எம்.பி.எஸ், எஸ். ராமகிருஷ்ணன் ஆகியோர் நடத்திய நாடகங்களில் கண்ணனும் நடித்துள்ளார். எம்.பி.எஸ் அப்போது அகில இந்திய மாணவர் சம்மேளனத்தின் தலைவர்களில் ஒருவர்.

⊙

விடுதலைப் போரினில் வீழ்ந்த மலர்கள்

மதுரையில் கட்சிப் பணியாற்றியபோது மணவாளனும் எம்.பி. சீனிவாசனும் சேர்ந்து "புதுமைக் கலா மண்டலம்" என்ற அமைப்பை நிறுவியதாக முன்னர் பார்த்தோம்.

1940களின் பிற்பகுதி கம்யூனிஸ்ட் கட்சிக்கும் கட்சி உறுப்பினர்கள், ஆதரவாளர்கள் அனைவருக்குமே கடுமையான காலகட்டமாக இருந்தது. பிரிட்டிஷ் ஆட்சியின் அடக்கு முறையும் காட்டாட்சி தர்பாரும் சொல்லில் வடிக்க முடியாத அளவுக்குக் கொடூரமாக இருந்தன என்றால் கடுகளவும் மிகையில்லை.

மணவாளனைப் பற்றி எம்.பி.எஸ் இப்படித்தான் பதிவு செய்கிறார்.

> "மணவாளன் மென்மையான உள்ளம் படைத்தவர். அவரது குரலும் மென்மையாக இருந்தது. வாழ்க்கையின் ஒவ்வொரு நுட்பத்தையும் ருசித்து அனுபவிக்க விரும்பியவர் அவர். அதனால் வாழ்க்கையை நேசித்தார். தான் நேசித்த வாழ்விற்காக தன் வாழ்க்கையையே பலி கொடுத்தார்."

மணவாளன் கட்சியின் முழுநேர ஊழியர். இந்தி மொழிப் பண்டிட். கூடவே தமிழ், ஆங்கிலம், சவுராஷ்ட்ரம் ஆகியனவும் அறிவார். மதுரை திருமலை நாயக்கர் மஹால் பக்கத்தில் குடியிருந்தார். சிறந்த கவிஞர். உலகப்போருக்கு எதிராகவும் பாசிசத்துக்கு எதிராகவும் தீண்டாமைக்கு எதிராகவும் பாடல்கள்

புனைந்தார். இந்தியிலும் பாடல்கள் எழுதுவார். அவருடைய மனைவியும் ஓர் இந்தி மொழிப் பண்டிட் ஆவார்.

எம்.பி.எஸ் கூறுகிறார்:

"நான் மாநிலக் கல்லூரி மாணவனாக இருந்தபோது நானும் என் மாணவத் தோழர்களும் பல நிழலாட்டங்களை (shadow plays) உருவாக்கிக் கொண்டிருந்தோம். 'ரத்தக் கண்ணீர்' என்ற பெயரில் பிரிட்டிஷ் கடற்படை மாலுமிகளின் 1946 பிப்ரவரி எழுச்சியை அடிப்படையாக வைத்து ஒரு நிழலாட்டத்தைப் படைத்தோம். அதற்காகவே "விடுதலைப் போருக்கே வீறு கொண்டெழுவோம் மாதா - மாதா" என்று ஒரு பாட்டை நான் எழுதி இசையும் அமைந்திருந்தேன். நான் எழுதியிருந்த வரிகள் எனக்கே பிடிக்கவில்லை.

மதுரைக்கு நான் சென்ற பிறகு மாணவத் தோழர் சங்கர் ராஜுவுக்குப் பாடிக்காட்டி அதற்காக நல்ல வரிகளை எழுதித்தரும்படி அவரிடம் கேட்டிருந்தேன். அவர்தான் "விடுதலைப் போரினில் வீழ்ந்த மலரே தோழா தோழா..." என்று வரிகளை மெட்டுக்கு எழுதினார். தோழர் மணவாளனும் இப்பாடல் எழுதப்படும்போது உடனிருந்து உதவினார். எங்களுடன் சேர்ந்து மதுரை மாவட்டக் கட்சி மாநாட்டில் இப்பாடலைப் பாடினார். மாநாட்டிற்கு வந்திருந்த ஜீவா அவர்கள் "அருமையான இசையமைப்பு" எனத் தட்டிக் கொடுத்து மீண்டும் மீண்டும் பாடச் சொல்லிக் கேட்டார். இன்று நான் தொழிலாகக் கொண்டிருக்கும் இசையமைப்புப் பணி இந்தப் பாடலுடன்தான் தொடங்கியது என்று சொல்வது மிகவும் சரி. அதில் நான் பெருமையும் அடைகிறேன்!"

மணவாளனுடன் கட்சிப் பணிசெய்து கொண்டிருந்த தோழர்தான் சங்கர்ராஜு.

மாஜினி என்ற ரா. ரங்கசாமி அவர்கள், சங்கர்ராஜு, அவருடைய சகோதரர் சுந்தரராஜு இருவரும் தனது அன்பு நண்பர்கள் என்று சொல்கிறார். மதுரையில் இருந்த ஓர் ஏழை ஆலைத் தொழிலாளியின் பிள்ளைகள் அவர்கள். சங்கர்ராஜு தமிழ்ப்

பேராசிரியர் ஆக வளர்ச்சி பெற்றுத் தமிழ்நாட்டின் பல்வேறு கல்லூரிகளில் பணியாற்றி, இறுதியில் காரைக்குடி அழகப்பா பல்கலைக்கழகத்தின் பதிவாளராக உயர்வு பெற்றுப் பணி ஓய்வு பெற்றார். மதுரை கம்யூனிஸ்ட் தலைவர்களில் ஒருவரான குருசாமி அண்ணாரின் மூத்த புதல்வியைத் திருமணம் செய்து கொண்டார். இளையவர் சுந்தரராஜு வறுமையிலும் கல்வி பயின்று முன்னேறி இந்தியாவின் தலைசிறந்த விஞ்ஞானிகளில் ஒருவராக உயர்ந்தார்.

"1946 இல் கட்சிச் செயலாளர் பி.சி. ஜோஷி மதுரை வைகை ஆற்றின் மைய மண்டபத்தில் சுமார் ஒரு லட்சம் மக்கள் கூடிய கூட்டத்தில் உரையாற்றினார். அக்கூட்டத்தில் இப்பாடலை மணவாளன் பாடினார்" என்று தோழர் என். சங்கரய்யா பதிவு செய்கிறார்.

கம்யூனிஸ்ட் கட்சியின் மூத்த தோழரும் நாடாளுமன்ற உறுப்பினராகவும் இருந்த கே.டி.கே. தங்கமணி கூறுகிறார்: தேச விடுதலைக்கு முதல்நாள் பிரிட்டிஷ் ஆட்சியில் சிறையில் இருந்த கம்யூனிஸ்ட்டுகள் அனைவரும் விடுதலை ஆனோம். அன்று இரவே மதுரை புட்டுத் தோப்பில் நடந்த மாபெரும் மக்கள் கூட்டத்தில் நான், பி. ராமமூர்த்தி, என். சங்கரய்யா ஆகியோர் பேசினோம். "விடுதலைப் போரினில் வீழ்ந்த மலரே" பாடலை ஐ.வி. சுப்பையா பாடினார்." மறுநாள் காலை விடுதலையுடன் விடிந்தது.

"அன்று மாலையில் சுதந்திரதின விழாப் பொதுக் கூட்டத்தை தியாகி வைத்தியநாத ஐயர் ஏற்பாடு செய்தார். மதுரை தமுக்கம் மைதானத்தில் நடந்த கூட்டத்தில் சுப்பையா பாடினார். கண்களில் நீர்வழிய எல்லாரும் கேட்டார்கள்... 1949 இல் காங்கிரஸ் அரசால் கம்யூனிஸ்ட்டுகள் கைது செய்யப்பட்டார்கள். பிரிட்டிஷ் ஆட்சியில் கூடக் கண்டிராத சிறைக் கொடுமைகளைச் சிறையில் அனுபவித்தோம். சித்தூர் சிவஞானம் எப்படி சுட்டுக் கொல்லப்பட்டாரோ அதே பாணியில் மதுரையில் பீபிக்குளத்தில் மணவாளனைப் போலீஸ் சுட்டுக் கொன்றது. ஐ.வி. சுப்பையாவோ மதுரை சிறையில் உண்ணாவிரதம் இருந்து என் கண் முன்பாகவே அணு அணுவாக உயிரை இழந்தார்."

1944 ஆம் ஆண்டு நகைக்கடையில் கொள்ளை ஒன்று நிகழ்ந்தது. மணவாளனையும் பிற 19 தோழர்களையும் இந்தக் கொள்ளை நிகழ்வில் இணைத்துப் போலீசார் வழக்குத் தொடுத்து எல்லாரையும் தேடி வந்தனர். மணவாளன் நரிமேட்டில் ஒரு வீட்டில் தலைமறைவாக இருந்தார். இயக்க வேலைகளைத் திட்டமிட மாரியும் பிற தோழர்களான கருப்பையா, கோவிந்தன் முத்தையா, முத்துப்பிள்ளை ஆகியோரும் அங்கே கூடினார்கள். 1949 நவம்பர் 19 ஆம் நாளான அன்று அந்த வீட்டை சுமார் ஐநூறு போலீசார் சூழ்ந்தனர். துப்பாக்கிக் கட்டையால் கதவைத் தட்டிய போலீஸார் உள்ளே புகுந்தனர். போலீஸ் உளவாளி மணவாளனை அடையாளம் காட்டியவுடன் அனந்தராமன் என்ற இன்ஸ்பெக்டர் துப்பாக்கியால் சுட்டுக் கொன்றான். மாரியையும் அடையாளம் காட்டியபின் பொன்னம்பலம் என்ற போலீஸ்காரன் மாரியைச் சுட்டுக் கொன்றான். உடல்களை உறவினர்களிடம் தராமல் போலீஸ்காரர்களே எரித்தனர்.

1948-50 காலக்கட்டத்தில் மாரியும் மணவாளனும் கோச்சடையைச் சேர்ந்த தில்லைவனமும் போலீசாரின் திட்டமிட்ட சதிகளால் கொல்லப்பட்டனர். மட்டுமின்றி இரணியன், சிவராமன், சேலம் சிறையில் 22 தோழர்கள், கடலூர் சிறையில் நான்கு தோழர்கள், கோவைச் சிறையில் தூக்கில் இடப்பட்ட சின்னியம்பாளையம் தியாகிகள் நான்கு பேர் (1946), மதுரை தியாகி பாலு (1951) என உரிமைக்கான போராட்டத்தில் வீழ்ந்த மலர்களின் எண்ணிக்கை கணக்கில் அடங்காதது, முற்றுப் பெறாதது.

எம்.பி.எஸ், சங்கர்ராஜு, மணவாளன் மூவரையும் இணைத்த அந்தப் பாடல் இதுதான்:

விடுதலைப் போரினில் வீழ்ந்த மலரே
தோழா தோழா
வீரர் உமக்கே வணக்கம் வணக்கம்
தோழா தோழா!

காரிருள் சூழ்ந்த கரிய வானத்தில்
தாரகை போல் ஜொலித்து நிற்கின்றீர்!
போரிடும் எமக்குப் புத்துயிர் தாரீர்,
தோழா தோழா!

> இந்திய நாட்டின் விடுதலைப் போரில்
> எண்ணற்ற வீரரை அர்ப்பணம் செய்தோம்
> இதயக்கனவுகள் ஈடேறும் சத்யம்,
> தோழா தோழா!
> ஆயிரம் ஆயிரம் வீரர்கள் ரத்தம்
> குடித்தெழுந்தே நிற்கும் கோரச் சமூகம்
> தகர்த் தெறிவோம் ஜனசக்தியினாலே,
> தோழா தோழா!

இடதுசாரி கம்யூனிஸ்ட்டுகளின் கூட்டங்களிலும் மேடைகளிலும் மாநாடுகளிலும் தவறாமல் முழங்கப்படும் இந்தப் பாடல், இந்திய விடுதலைக்கு முன்பு பிரிட்டிஷ் ஏகாதிபத்திய அடக்குமுறையாலும், விடுதலைக்குப் பின்பு இந்திய ஆளும் வர்க்கத்தாலும் களத்தில் வீழ்த்தப்பட்ட ஆயிரமாயிரம் தியாகிகளின், ஒடுக்கப்பட்ட மக்களின் உரிமைகளுக்காகப் போராடித் தம்முயிரை ஈந்த தன்னலமற்ற தியாகிகளின் வீரத்தையும் தியாகத்தையும் போற்றிப் பாடப்படும் பாடல். இப்பாடல் பாடப்படும் போது கேட்போர் பலர் தம்மை அறியாமல் கண்ணீர் வடிப்பர். கம்யூனிஸ்ட் இயக்கத்தின் மூத்த தலைவர் என். சங்கரய்யா இந்தப் பாடலை எங்கே கேட்க நேர்ந்தாலும் உணர்ச்சிமிகுதியால் கண்ணீர் சிந்துவார்.

மணவாளனைப் பற்றிய நினைவுகளை எம்.பி.எஸ் இவ்வாறு பதிவு செய்கிறார்:

> "தலைமறைவு வாழ்க்கையில் கடுமையான போலீஸ் வலை வீச்சு... எங்கோ ஒரு குடிசையில் அமர்ந்து இரண்டு நாட்களாக உணவு அருந்தவில்லை என்பதையும் மறந்து ஒரு சிறிய மண்ணெண்ணெய் விளக்கின் ஒளியில் ஜூலியஸ் பூசிக்கின் "தூக்குமேடைக் குறிப்புகள்" என்ற நூலை ஆங்கிலத்தில் நான் வாசித்து அவருக்கு மொழிபெயர்த்துக் கூறிய அந்த இரவுகள் என் வாழ்க்கையையே அழகுபடுத்திய சில நேரங்களாகும்."

◉

இந்திய மக்கள் நாடக மன்றத்தில் செயல்பாடு

இந்திய மக்கள் நாடக மன்றத்துடன் (IPTA - Indian People's Theatre Association) ஆன தொடர்பு பற்றி எம்.பி.எஸ் இவ்வாறு கூறுகிறார்.

"...விடுதலை இயக்கம் நாடெங்கும் பரவிடும் போது, சேர்ந்து பாடும் முறைக்கு ஒரு சிறப்புப்பணி ஏற்பட்டது. நாட்டுப் பற்றையும் ஒருமைப்பாட்டு உணர்வையும் தன்னம்பிக்கையையும் வீரத்தையும் வளர்க்க சேர்ந்து பாடும் முறை பெருமளவில் கையாளப்பட்டது. விடுதலை இயக்கத்தின் பகுதியாக உழைப்பாளி மக்களது வர்க்க உணர்வு பெற்ற அமைப்புகள் தோன்ற ஆரம்பித்தன. அவற்றின் கலையுலகத் தோழனாகப் பிறந்ததுதான் இந்திய மக்கள் நாடக மன்றம். தமிழ்நாட்டின் துரதிருஷ்டம், இந்த இயக்கம் நமது மண்ணிலே வித்திடவே இல்லை. இப்டா என்ற இயக்கம் சேர்ந்து பாடும் முறை என்ற வடிவத்தைத் தீவிரமாகப் பயன்படுத்திச் செழுமைப்படுத்தியது. நம் தேசியக் கவிகளின் பலவித கீதங்களை எடுத்துப் புதிய இசை உருவங்கள் அமைத்துப் புதிய முற்போக்குக் கவிகளின் பாடல்களைச் சேகரித்துக் குழுக்களாகப் பாடும் முறையை இப்டா மக்களிடையே பிரபலம் ஆக்கியது. இப்டாவின் அரும்பெரும் சாதனைகளில் இதுவும் ஒன்று."

இப்டாவின் வரலாறு என்ன? அதனை நிறுவியதன் வரலாற்றுத் தேவை என்ன? நிறுவியவர்கள் யார்?

விடுதலைப் போராட்ட இயக்கத்தின் வரலாற்றில் அரசியல் இயக்கங்களுக்கும் அரசியல் தலைவர்களுக்கும் வெகு சிறப்பான இடம் உள்ளது. அதற்குச் சற்றும் குறையாத வகையில் அதே கால கட்டத்தில், குறிப்பாக 1930களுக்குப் பிறகு எழுத்தாளர்கள், கலைஞர்கள் என மிகப்பெரிய ஒரு படை இந்திய மக்களிடையே தேசபக்தி உணர்வை கிளர்ந்தெழச் செய்கின்ற, ஆங்கிலேயருக்கு எதிரான உணர்வெழுச்சியை ஊட்டுகின்ற பாடல்களை எழுதினார்கள்; நடிகர்கள் வீதிகளிலும் அரங்கங்களிலும் நாடகங்களை நடத்தினார்கள்; திரைப்பட உலகின் மிகச் சிறந்த நடிகர்கள், கவிஞர்கள், கதாசிரியர்கள், இயக்குநர்கள், இசையமைப்பாளர்கள், எனத் தனிப்பெரும் படை ஒன்று தமது கலைவடிவமான திரைப்படங்களின் மூலம் இதே உணர்வையும் எழுச்சியையும் மக்களிடம் தீயென விசிறிவிட்டார்கள்.

1936 ஆம் ஆண்டு முற்போக்கு எழுத்தாளர் சங்கத்தின் (Progress Writers Association) முதல் மாநாடு நடந்தது. 1940 ஆம் ஆண்டு கல்கத்தாவில் இளைஞர் கலாச்சாரக் கழகம் (Youth Cultural Institute) நிறுவப்பட்டது. இலங்கை நாட்டவர் ஆன அனில் டி சில்வா 1941 இல் பெங்களூரில் மக்கள் நாடக மன்றத்தைத் தொடங்க உதவி செய்தார். இதனை அறிந்தவுடனேயே அப்போது நாடெங்கும் இயங்கிக் கொண்டிருந்த கலைஞர்கள் உற்சாகம் பெற்றுத் தாமாகவே முன்வந்து ஒருங்கிணைந்து இப்டாவை நிறுவுவதில் பங்களித்தனர்.

1942 இல் பிரிட்டிஷாரால் உருவாக்கப்பட்டதுதான் வங்கப் பஞ்சம். இந்தியாவில் விளைந்த உணவு தானியங்களை முடக்கியது மட்டுமின்றி, இந்திய மக்களுக்கு என வெளிநாடுகளில் இருந்து வந்த உணவு தானியக் கப்பல்களையும் கூட உலகப் போரில் ஈடுபட்டுக் கொண்டிருந்த தனது படைகளின் பயன்பாட்டுக்கு எனப் பிரிட்டிஷ் அரசு பல நாடுகளுக்கும் திருப்பிவிட்டது. இதனைக் கண்ட கலைஞர்கள் மக்களுக்குத் தேவையான நிவாரண உதவிகளைச் செய்ய முன்வந்தார்கள். நாடகங்கள், கலை நிகழ்ச்சிகள் நடத்தி நிதி திரட்டினார்கள் வங்கக் கலைஞர்கள். இதனை முன்னின்று செய்தவர் பினோய் ராய் (Binoy Roy), அவருக்குத் துணையாக இருந்தவர்கள் பிரேம் தாவன், தஸ்ரத்லால், ரேவாராய், உஷாதத் ஆகியோர் ஆவர். இதனை

முன்மாதிரியாகக் கொண்டு இந்தியாவின் பிற பகுதிகளிலும் கலைக் குழுக்கள் தோன்றின.

தத்துவார்த்த ரீதியாக இக்குழுக்கள் இடதுசாரிகளாக இருந்தன என்பது குறிப்பிடத்தக்கது. இக்குழுக்களை ஒருங்கிணைப்பதன் அவசியத்தை அன்றைய கம்யூனிஸ்ட் கட்சிச் செயலாளர் பூர்ண சந்திர ஜோதி ஆழமாக உணர்ந்திருந்தார். முற்போக்கு எழுத்தாளர் சங்கத்துடனும் இப்டாவுடனும் தன்னை இணைத்துக் கொண்டு செயல்பட்ட புகழ்பெற்ற கலைஞர் பிஷம் சாஹ்னி கூறுகிறார்:

> "பம்பாயில் சுந்தரிபாய் ஹாலில் கே.ஏ. அப்பாஸின் 'சுபைதா' என்ற உருதுமொழி நாடகம் நடந்த போதுதான் கம்யூனிஸ்ட் கட்சி செயலாளர் பூர்ண சந்திர ஜோஷியை முதல் முதலாகப் பார்க்கிறேன். இப்டா போன்ற அமைப்பு ஒன்றைத் தொடங்க வேண்டும் என்று அரசியல் ரீதியாக முதலில் சிந்தித்தவர் அவர்தான். அன்றைய சூழல் என்பது ஒரு பக்கம் விடுதலைப் போராட்ட இயக்கத்தாலும் இன்னொருபுறம் இந்திய சமூகத்துக்கு உள்ளேயே ஆதிக்கம் செலுத்தி வந்த பிற்போக்கு சக்திகளுக்கு எதிரான மிகத் தீவிரமான போராட்ட இயக்கத்தாலும் நிரம்பியது."

இந்தப் பின்னணியில்தான் 'கலையும் இலக்கியமும் சமூகத்தில் மக்களின் விழிப்புணர்வைத் தட்டி எழுப்பும் கூரிய வடிவங்களாக தம்பங்கை ஆற்ற முடியும்' என்று ஜோஷி நம்பினார். இப்டாவின் அடிப்படை நோக்கமும் அதுதான்.

முற்போக்கு எழுத்தாளர் சங்கத்தின் பொதுச் செயலாளராக இருந்த சஜாத் ஜஹீர் இப்பணியில் தன்னை ஈடுபடுத்திக் கொண்டார். விளைவாக 1943 மே 25 ஆம் நாள் இப்டா முறையாக நிறுவப்பட்டது. பம்பாய் மார்வாரி பள்ளியில் நடைபெற்ற தேசிய மாநாட்டின் முதல் தேசிய செயற்குழுவில் அதன் தலைவராகத் தேர்வு செய்யப்பட்டவர் தொழிற்சங்கத் தலைவர் என்.எம். ஜோஷி. பொதுச் செயலாளராக அனில் டி. சில்வா, பொருளாளராக காஜா அகமது அப்பாஸ் உள்ளிட்டோர் தேர்வு செய்யப்பட்டனர். இப்டா என்ற பெயரில் பீப்பிள்ஸ் தியேட்டர் என்ற பெயரை முன்மொழிந்தவர் அணுசக்தி விஞ்ஞானியாக இருந்த ஹோமி ஜெஹாங்கீர் பாபா என்பதும் இதற்கு அவருக்குத் தூண்டுதலாக இருந்தவர் புகழ்பெற்ற எழுத்தாளர் ரொமேன்

ரோலாண்ட் என்பதும் சுவாரசியமான, ஆனால் அவ்வளவாக அறியப்படாத தகவல்.

பம்பாய், வங்கம், பஞ்சாப், டெல்லி, உத்தரப் பிரதேசம், மலபார், மங்களூர், ஹைதராபாத், ஆந்திரப் பிரதேசம், தமிழ்நாடு, கர்நாடகா ஆகிய மாநிலங்களில் இருந்து பல்வேறு கலாச்சார அமைப்புக்களைச் சேர்ந்தவர்கள் இந்த தேசியக் குழுவில் அங்கம் வகித்தனர். தொடர்ந்து வந்த நாட்களில், அதாவது 1947 தேச விடுதலைக்குப் பின்னர் அசாம், மணிப்பூர், பிஹார், ஒரிசா, மத்தியப் பிரதேசம், மைசூர், ராஜஸ்தான், குஜராத், மேற்கு வங்காளம் ஆகிய மாநிலங்களில் இருந்தும் பிரதிநிதிகள் தேசியக் குழுவில் அங்கம் வகித்தார்கள்.

சமூக அரசியல், அழகியல், ஜனநாயகம், முற்போக்குவாதம், யதார்த்தவாதம் ஆகியவற்றை அடிப்படையாகக் கொண்டு நாடகங்கள், வீதி நாடகங்கள், பாடல்கள் ஆகிய வடிவங்களின் மூலம் மக்களைச் சென்று சந்தித்தனர் இப்டா கலைஞர்கள். **'கலை இலக்கியம் யாவும் மக்களுக்காகவே'** என்ற உயரிய கோட்பாட்டைக் களத்தில் செயற்பட்டு நிரூபித்தனர்.

முல்க்ராஜ் ஆனந்த், மோகன் செகல், ப்ரித்வி ராஜ்கபூர், பண்டிட் ரவிசங்கர், ஏ.கே. ஹங்கல், ஹபீப் தன்வீர், ஹேமந்த் குமார், சலீல் சவுத்ரி, கயாம், தேவ் ஆனந்த், ஹரீந்திரநாத் சட்டோபாத்யாய, சம்புமித்ரா, கய்ஃபி ஆஷ்மி, மஜ்ரூ சுல்தான்புரி, ஷஹீர் லுதியான்வி, ரொமேஷ் தாப்பர், ஹிமாதேவி, சைலேந்திரா, ப்ரேம் தாவன், இஸ்மத் சுக்தாய், கணுகோஷ், சேத்தன் ஆனந்த், டினா பாதக், சச்சின் சங்கர், உத்பல்தத், ரித்விக் கடக், சஞ்சீவ் குமார், பாசு பட்டாச்சார்யா, பிமல்ராய், கே. சுப்ரமண்யம், டி. சலபதிராவ், தோப்பில் பாசி, சத்யேன் காப்பு, தபஸ்சென், குல்தீப்சிங், அஞ்சன் ஸ்ரீவத்சவா, ராகேஷ்பேடி, ஹேமங் விஸ்வாஷ், புபேன் ஹசாரிகா, அனில் பிஸ்வாஸ், அலிசர்தார் ஜாப்ரி ஆகிய புகழ்பெற்ற கலைஞர்கள் இப்டாவில் இணைந்து செயல்பட்டவர்களில் சிலர். இந்தப் பட்டியல் மிக நீளமானது.

ரூமா குஹா தாக்குர்த்தா (பாடகர் கிஷோர் குமாரின் மனைவி) கல்கத்தாவில் கல்கத்தா இளைஞர் சேர்ந்திசைக் குழுவை 1958 இல் நிறுவினார். நவீனகால சேர்ந்திசையை இந்தியாவில் தொடங்கி வைத்தவர் பண்டிட் ரவிசங்கர். இப்டா இயக்கத்தின்

மைய கலாச்சாரக் குழுவுக்காக மகாகவி இக்பால் எழுதிய *'ஸாரே ஜஹான் ஸே அச்சா...'* என்ற கவிதையை 1944 இல் இசை வடிவமாக்கியவர் பண்டிட் ரவிசங்கர்தான். எம்.பி.எஸ் கூறுகிறார்:

> "தேசியக்கவி டாக்டர் இக்பாலின் *'ஸாரே ஜஹான் ஸே அச்சா'* என்ற பாடலை இன்று நாடெங்கும் பாடுகிறார்கள். ராணுவ பேண்டுகளிலும் இசைக்கப்படுகின்றது. ஆனால் முதல் முறையாக இந்தப் பாட்டுக்கான மெட்டு அமைக்கப்பட்டது இப்டாவின் மைய கலாச்சாரக் குழுவுக்காக என்பதும் மெட்டு அமைத்தவர் இசைமேதை ரவிசங்கர் என்பதும் பலரும் அறிந்திடாத ஒன்று."

தமிழ்நாட்டின் எம்.பி.எஸ்ஸும், நிமாய் கோஷும் இப்டாவின் உறுப்பினர்களாக இருந்தனர். டெல்லியில் கட்சிப் பணியில் இருந்தபோது அங்கிருந்த இப்டா இயக்கத் தோழர்களுடன் எம்.பி.எஸ் நட்புக் கொள்ள, பரந்துபட்ட தொடர்பும், மாநில, இன, மத, மொழி எல்லைகளை உடைத்த உலகப் பார்வையும், அவருக்குள் கலை இலக்கியம் குறித்த தத்துவப் பார்வையையும் கலை இலக்கியமானது சாமான்ய மக்களின், தொழிலாளர்களின் விவசாயிகளின் வாழ்வில் இருந்து அந்நியப்பட்டதல்ல, மாறாக அவர்களிடமிருந்து பிறந்ததுதான் என்ற பார்வையையும் விதைத்து விசாலப்படுத்தியது.

> "எனது மாணவப் பருவத்திலும் அதற்குப் பிறகும் பல மாநாடுகள் கூட்டங்களுக்கு நான் சென்றிருக்கும் போது மற்றைய மாநிலங்களில் இருந்து வரும் இளைஞர்கள் ஆண்கள் - பெண்கள் கூட்டாகச் சேர்ந்து இப்டாவின் பாடல்களைப் பாடுவார்கள். நான் மட்டும் தனியனாக நின்று பாரதியாரின் பாடல்களைப் பாடுவேன். இப்படிப்பட்ட பாடற் குழுக்கள் தமிழகத்தில் இல்லையே என மிகுந்த ஏக்கம் கொள்வேன். மற்ற மொழிக் குழுவினரிடமிருந்து அவர்களின் பாடல்களைக் கற்றுக் கொண்டு அவர்களுடன் சேர்ந்து நின்று பாடுவேன். அதில் புதிய உற்சாகம் காண்பேன். எனது வாழ்நாளில் மறக்க முடியாத உணர்ச்சிமிக்க அனுபவங்கள் இவை."

"சென்னையில் இசையை நான் தொழிலாக மேற்கொண்ட பிறகு அவை போன்ற சேர்ந்து பாடும் குழுக்களை அமைக்க வேண்டும் எனப் பல ஆண்டுகளாக முயற்சித்து வந்தேன். வட சென்னையில் திருவொற்றியூரில் சில தொழிலாளி இளைஞர்களைச் சேர்த்து பாரதி இசைக் குழுவைத் தொடங்கினேன். அவர்களுக்கு ஓரளவு இசைப்பயிற்சி அளித்து பாரதியின் பாடல்களையும் கற்றுக் கொடுத்தேன். சில நிகழ்ச்சிகளையும் கற்றுக் கொடுத்தேன். சில நிகழ்ச்சிகளையும் நடத்தினோம். பல காரணங்களால் அந்த முயற்சியைக் கைவிட வேண்டி இருந்தது. ஆனால் என் இளமைப் பருவத்திலிருந்தே மனதில் ஊறி வளர்ந்திருக்கும் ஆசைமட்டும் தணியவே இல்லை"

என்று பெரும் ஏக்கத்தை வெளியிட்டிருந்த எம்.பி.எஸ்ஸின் கனவு நிறைவேறியதா? பின்னர் பார்க்க உள்ளோம்.

இப்டா வங்கத்தில் காலூன்றக் காரணமாக இருந்தவர் சலீல் சவுத்ரி. காலனிய ஆட்சிக்கு எதிராகவும் அதன் கொடூரங்களை அம்பலப்படுத்தியும் பல நாடகங்களையும் பாடல்களையும் எழுதினார். அவரது அன்றைய பாடல்கள் இப்போது இணையத்தில் கிடைக்கின்றன என்பது நல்ல செய்தி. சலீல் பம்பாயிலும் 'பம்பாய் யூத் கோயர்' என்ற இளைஞர் சேர்ந்திசைக் குழுவை நிறுவினார். தொடக்கத்தில் இசையமைப்பாளர் நவ்ஷாத் தலைமையிலும் பின்னர் அனில் பிஷ்வாஸ் தலைமையிலும் இக்குழு இயங்கியது. பிரேம் தாவன், ஷைலேந்திரா போன்றோர் பாடல் எழுத, மன்னா டே, முகேஷ், லதா, த்விஜன் முகர்ஜி ஆகியோர் பாடினார்கள் அஸீம் குமார், ரூமா கங்குலி போன்றோரும் இப்டாவின் கலைஞர்களே.

சலீல் சவுத்ரி வங்கத்தைச் சேர்ந்தவர். இந்தியாவின் மிகப்பல மொழிகளில் சேர்ந்திசைப் பாடல்களை உருவாக்கியவர். அவரது திரைப்பட இசையும் பாடல்களும் மிகப் புகழ்பெற்றவை. தமிழில், அழியாத கோலங்கள், தூரத்து இடி முழக்கம், பருவமழை, (வெளிவராத படமான) கரும்பு; மலையாளத்தில் செம்மீன், ராசலீலா உள்ளிட்ட மிகப்பல படங்களுக்கு சலீல் இசையமைத்தார்.

நவீன கால சேர்ந்திசையை இந்தியாவில் தொடங்கிவைத்தவர் பண்டிட் ரவிசங்கர்.

1960 தொடங்கி இப்டாவில் இருந்து மாநிலங்கள் அடிப்படையில் கலைக் குழுக்கள் பிரியத் தொடங்கின. பம்பாய், உத்தரப் பிரதேசம், பிஹார், கேரளா, ஆந்திரப் பிரதேசம் ஆகிய மாநிலங்களின் கிளை அமைப்புகள் மட்டும் இப்டா மையத்துடன் தொடர்ந்து தொடர்பு கொண்டு இயங்கின.

1985 இல் ஆக்ராவில், பதினைந்து மாநிலங்களில் இருந்து முந்நூறு பிரதிநிதிகள் கூடி மீண்டும் இப்டாவைத் தேசிய மட்டத்தில் ஒருங்கிணைக்கும் முயற்சியை எடுத்ததன் பலனாக 1986 இல் ஒன்பதாவது தேசிய மாநாடு ஹைதராபாத்தில் கூடியது. கய்ஃபி ஆஷ்மியைத் தலைவராகத் தேர்வு செய்தது. எம்.பி.எஸ் உள்ளிட்ட பதினாறு கலைஞர்கள் துணைத் தலைவர்களாகத் தேர்வு செய்யப்பட்டார்கள்.

கலை, இலக்கியம் ஆகியவற்றின் பயன்பாடு குறித்தும் கலை இலக்கியத்தின் அரசியல் தத்துவார்த்தப் பார்வை குறித்தும் தீர்க்கமான, தெளிவான புரிதலுக்கு வர இப்டாவின் தொடர்பும் செயல்பாடும் எம்.பி.எஸ்ஸுக்கு உதவின என்பதில் ஐயம் ஏதுமில்லை. ஓர் இடதுசாரி அரசியல்வாதியாக வாழ்க்கையைத் தொடங்கிய அவர், 1955க்குப் பிறகு இசை, திரையுலகம் என்று வேறு ஒரு தளத்திற்கு நகரும் போது, கலை இலக்கியம் பற்றி அவர் இப்டாவில் பயின்ற அரசியல் பாடம் அவருக்குப் பெருமளவு உதவியது என்பது அவரது இசைப் பயண வரலாற்றை வாசிக்கும் எவருக்கும் புரியவரும்.

⊙

இசைக்கலைஞரான இயக்கவாதி

விடுதலை பெற்ற இந்தியாவின் முதல் பொதுத் தேர்தல் 1951 ஆம் ஆண்டு நடைபெற்றது. கம்யூனிஸ்ட் கட்சி பதினாறு இடங்களைப் பெற்றது. ஏ.கே. கோபாலன் நாடாளுமன்ற மக்களவை எதிர்க்கட்சித் தலைவராக இருக்க, கட்சி எடுத்த முடிவின்படி அவரது தனிச் செயலராகப் பணியாற்றிட எம்.பி.எஸ் டெல்லிக்குச் சென்றார். 1952 முதல் 1955 வரை இப்பணியில் அவர் இருந்துள்ளார்.

டில்லியில் கட்சி வாழ்க்கைதான் அவருக்கு இப்டாவுடன் தொடர்பை ஏற்படுத்தியது. இந்திய இசை என்ற ஒற்றை அடையாளம் ஏதும் இல்லை என்பதையும், இந்தியாவின் பல மாநிலங்களில் இசை வடிவங்களும் மரபுகளும் அவ்வவற்றுக்கான தனித்தன்மையுடன் வேறுபட்டு செழுமையாக நிலவுவதையும் உணர்ந்தார். இதைத் தொடர்ந்த சில ஆண்டுகள் இசையை முறையாகவும் முழுக் கவனத்துடனும் கற்பதில் செலவிட்டார். தொன்றுதொட்ட கர்நாடக இசை, இந்துஸ்தானி, மேற்கத்திய இசை ஆகிய வடிவங்களின் அடிப்படைகளை முழு மூச்சுடன் கற்றுத் தேர்ந்தார். இந்த இசை அறிவைத் தனது மண்ணான தமிழ் நாட்டின் மரபான நாட்டுப்புற இசையோடு இணைத்து, புதிய பரிமாணங்களை உருவாக்குவது என்பதை முயன்று சிந்தித்துத் தனது பரிசோதனை முயற்சியில் வெற்றியும் கண்டார். 1955 இல் டெல்லியில் கட்சிப் பணியை முடித்துச் சென்னை திரும்பினார்.

புகழ்பெற்ற நடனக் கலைஞரும் இயக்குநரும், மிகப்பல திரைப்படங்களில் நடனம் ஆடியவரும் இயக்கியவருமான

சி. கோபாலகிருஷ்ணன் எம்.பி.எஸ்ஸின் நண்பர் ஆவார். 1956 ஆம் ஆண்டு பாரதீய பாலே நடனக் குழுவை சென்னையில் நிறுவிய கோபாலகிருஷ்ணன், அவரது பள்ளிக்கு இசை நெறியாளராக எம்.பி.எஸ்ஸை நியமித்தார். அன்றைய நாட்களில் நடனக் குழுக்கள் என்பவை மிகப்பல கலைஞர்களைக் கொண்ட பெரிய குழுக்களாக இருக்கும். கோபாலகிருஷ்ணன், எம்.பி.எஸ் ஆகியோருடன் அன்றைய நடனக் குழுவில் ஹார்மோனியம் இசைப்பவராக ஆர்.கே. சேகர் இருந்துள்ளார். அந்த நாட்களில் மேடை நாடகங்களுக்கு சேகர் இசை அமைத்துள்ளார். சேகர் பின்னாளில் மலையாளத் திரைப்படவுலகின் புகழ்பெற்ற இசையமைப்பாளர் ஆனார்.

1953 ஆம் ஆண்டு சீனாவுக்குச் சென்ற கலாச்சாரத் தூதுக் குழுவில் கோபாலகிருஷ்ணனும் ஓர் உறுப்பினர் ஆவார். சீனத் தலைவர் மாசேதுங், சூ என் லாய் ஆகியோரைச் சந்தித்துள்ளார். மலையாளத்தின் முதல் படமான *'நீலக்குயில்'* ஜனாதிபதியின் வெள்ளிப் பதக்கம் பெற்ற சிறப்புடையது. அப்படத்தின் நடன இயக்குநர் கோபாலகிருஷ்ணன்.

சென்னை திரும்பிய எம்.பி.எஸ், சி. கோபாலகிருஷ்ணன், முகவை இராஜமாணிக்கம், ஜெயகாந்தன் ஆகிய நால்வரும் புதிதாக ஏதாவது செய்ய வேண்டும் என்று முனைந்து எண்ணியபோது மெட்ராஸ் திருவொற்றியூரில் பாரதி இசைக் குழுவைத் தொடங்கினார்கள். தொடக்கத்தில் இசையைக் கற்றுக் கொள்வதில்தான் எம்.பி.எஸ் ஆர்வமாக இருந்தார். இசையை முழுநேரத் தொழிலாகக் கற்றுக் கொள்ளும் எண்ணம் அவருக்கு இருக்கவில்லை. இசையை முழுமையாகக் கற்றுக் கொள்ள அவருக்குத் துணையாக ஒரு ஹார்மோனியம் இசைக்கலைஞர் இருந்தால் நல்லது என்று தேடியபோதுதான் மெட்ராஸ் மாநகராட்சியில் மின்சாரத் துறையில் பணி செய்து கொண்டு இருந்த ராஜ கோபால குலசேகர் என்ற கலைஞர் அறிமுகம் ஆகியுள்ளார்.

ராஜகோபால குலசேகருக்கு சென்னையில் இயங்கிக் கொண்டு இருந்த இப்டா கலைஞர்களுடன் தொடர்பு இருந்துள்ளது. அன்றைய ஒன்றுபட்ட செங்கல்பட்டு மாவட்டம் (இன்றைய திருவள்ளூர் மாவட்டத்தின் பகுதியான) கீழானூர் கிராமத்தைச் சேர்ந்தவர் ராஜகோபால குலசேகர். எம்.பி.எஸ்ஸுக்கு முழுநேர உதவியாளராக அவர் இருக்க வேண்டும் என

எம்.பி.எஸ்ஸும் கோபாலகிருஷ்ணனும் கேட்டதற்கு இணங்க மாநகராட்சிப் பணியைத் துறந்து அவர்களுடன் இணைந்தார். பின்னாட்களில் ஆர்.கே. சேகர் என்று அறியப்பட்ட அவர் மலையாளத்தில் சுமார் 25 திரைப்படங்களுக்கு (130க்கு மேற்பட்ட பாடல்கள்) இசையமைத்தார். தனது வாழ்நாளில் 52 படங்களுக்கு இசையமைத்தது மட்டுமின்றி அன்றைய புகழ்பெற்ற இசையமைப்பாளர்களின் நூற்றுக்கும் மேற்பட்ட திரைப்படங்களுக்கு இசைக்கோர்வையாளராக, இசை நெறியாளராக இருந்துள்ளார். அவரது மகன் திலீப் என்பவர் பின்னாட்களில் ஏ.ஆர். ரஹ்மான் என்று அறியப்படும் மிகப் புகழ்பெற்ற இசையமைப்பாளர் ஆனார்.

1952 இல் மெட்ராஸுக்கு வந்த நிமாய் கோஷ் இன்ஸ்பெக்டர், பொன்வயல் உள்ளிட்ட சில படங்களுக்கு ஒளிப்பதிவாளராகப் பணிபுரிந்தார். 1958 இல் இடதுசாரிக் கருத்தியலை நேரடியாக வலியுறுத்திய '*அவன் அமரன்*' படத்திற்கு ஒளிப்பதிவாளராய் பணிபுரிந்தார், படத்தின் இயக்குநர் வீணை எஸ். பாலசந்தர்.

இயக்குநர் கே. சுப்ரமணியத்தின் இல்லத்தில்தான் எம்.பி. சீனிவாசனைச் சந்திக்கும் வாய்ப்பு நிமாய்க்கு ஏற்பட்டது. அது வரையிலும் ஏழு தமிழ்ப் படங்களுக்கு அவர் ஒளிப்பதிவாளராகப் பணி செய்திருந்தாலும் படத்தை இயக்கும் வாய்ப்பு எதுவும் கிட்டவில்லை. இத்தனைக்கும் '*சின்னமூல்*' (1951) என்ற வங்க மொழிப் படத்தை இயக்கி ஒளிப்பதிவும் செய்திருந்தவர் அவர். சோவியத் யூனியனின் புகழ்பெற்ற மதிப்பிற்குரிய இயக்குநர் விசவலோட் புடோவ்கின் (Vsevolod Pudovkin)னால் தலைமேல் வைத்துக் கொண்டாடப்பட்ட படம் '*சின்னமூல்*'. சோவியத் யூனியனில் நூற்றுஎண்பத்தொரு தியேட்டர்களில் திரையிடப்பட்ட இந்தியத் திரைப்படம் அது. அவ்வாறு திரையிடப்பட்ட முதல் இந்தியத் திரைப்படமாக *சின்னமூல்* விளங்கவும் வாய்ப்புள்ளது.

தனியாக ஒரு திரைப்படத்துக்கு இசையமைக்கும் வாய்ப்புக்காகக் காத்திருந்த ஒருவரும், திரைப்படத்தை இயக்கும் வாய்ப்புக்காகக் காத்திருந்த இன்னொருவரும் சந்தித்த இடம் அது. இருவருக்கும் இடையில் ஓர் எழுதப்படாத உடன்பாடு ஏற்பட்டது. நிமாய் எம்.பி.எஸ்ஸிடம் கூறினார், 'எனக்கு ஒரு படத் தயாரிப்பாளரைக் கொண்டு வாருங்கள், அப்படத்தில் இசையமைக்கும் வாய்ப்பை உங்களுக்கு நான் தருவேன்.' ஒப்பந்தம் செயல்படுத்தப்பட்ட

படம் உதவி: ஜெயந்தி ரமேஷ்.

வடிவமோ வரலாற்றுச் சிறப்புமிக்கதாக, தமிழ்த் திரைப்படவுலகின் புதுமையான நகர்வாக அமைந்தது!

வங்கத்திலும் கேரளாவிலும் ஏற்கனவே யதார்த்தவாத சினிமா வெற்றிகரமாக இயங்கிக் கொண்டு இருந்ததைக் கண்ணுற்ற தமிழக கம்யூனிஸ்ட்டுகளும் எம்.பி.எஸ்ஸும் அத்தகைய ஒரு போக்கைத் தமிழ்ச் சினிமாவில் ஏற்படுத்தி மக்களின் ரசிகத் தன்மையை மடைமாற்ற ஒரு சந்தர்ப்பத்தை எதிர்பார்த்து ஏங்கிக்கிடந்தனர். மட்டுமின்றி அதைச் செயல்படுத்தவும் துணிந்தனர். இதன் செயல்வடிவம்தான் 'குமரி பிலிம்ஸ்' என்ற சினிமாக் கம்பெனி உருவாக்கப்பட்ட வரலாறு ஆகும்.

இந்தியக் கம்யூனிஸ்ட் கட்சியின் தொடக்ககால ஊழியர்களும், மாணவர்கள் இயக்கத்தில் செயல்பட்டு உரம் பெற்ற அரசியல் அறிவும் இடதுசாரி மனப்பாங்கும் உடைய மத்திய தர வர்க்கத்தைச் சேர்ந்த நாற்பத்தைந்து பங்குதாரர்களும் கூட்டு நிறுவனமாகத் தொடங்கியதே 'குமரி பிலிம்ஸ்'. இதில் தலையாயப் பங்கு வகித்தவர்கள் சேலத்தில் பேருந்துகளை இயக்கிக் கொண்டிருந்த எஸ். தாமோதரன், நாமக்கல் கே.வி. ராமசாமி, ஈரோடு பாட்டா, பழனி நாச்சிமுத்து, சோமு, வி.எம். பழனிச்சாமி, உத்தம பாளையம் ஜமால், எஸ்.வி. பழனியப்பன், சிவகாசி சங்கர், பழையபாளையம் ரங்கராஜன், எம்.பி. சீனிவாசன், நிமாய் கோஷ்

உள்ளிட்டோர் ஆவர். பங்குதாரர்கள் ஐநூறு முதல் அதிகபட்சம் ஐயாயிரம் ரூபாய் வரை மட்டுமே பங்குத் தொகை ஈந்துள்ளனர். இணையத்தில் கிடைத்த தகவல்படி ‘குமரி பிலிம்ஸ் பிரைவேட் லிட்’ கம்பெனியானது எண் 124, ஹபிபுல்லா ரோடு, மெட்ராஸ் - 600 017 என்ற முகவரியில் பதிவு செய்யப்பட்டுள்ளது.

படத்திற்கான கதை, திரைக்கதை, வசனத்தை மார்க்சியத் தத்துவ அறிஞரும் எழுத்தாளரும் ஆன ஆர்.கே. கண்ணன் எழுதினார்.

திருச்சி பொன்மலை ரயில்வேத் தொழிலாளர்கள் தோழர் சைமன் என்பவர் தலைமையில் ‘வள்ளுவர் கலைமன்றம்’ என்ற கலை இலக்கிய அமைப்பை நடத்தி வந்தார்கள். கேரள மாநிலம் மலப்புரத்தைச் சேர்ந்த திரூர் கே. சத்தியநாதன் என்ற ரயில்வே தொழிலாளி கலைமன்ற நாடகங்களில் நடிப்பார். அவரை அப்படத்தின் கதாநாயகனாக நடிக்கவைத்தார்கள். கே. விஜயன் என்று பெயரை மாற்றினார்கள். எஸ்.வி. சகஸ்ரநாமம், எஸ்.வி. சுப்பையா, டி.கே. பாலச்சந்திரன், வி. கோபாலகிருஷ்ணன், ஆர். முத்துராமன், ஏ. வீரப்பன், எஸ். பிரபாகர், எல். விஜயலட்சுமி, குல் முகம்மது உள்ளிட்டோர் நடித்தனர்.

பட்டுக்கோட்டை கல்யாணசுந்தரம், கே.சி.எஸ். அருணாச்சலம், ஜெயகாந்தன் ஆகியோர் பாடல்கள் எழுதினர். தேவாரத்தில் இருந்து *‘மாசில் வீணையும் மாலை மதியமும்...’* என்ற பாடலும் படத்தில் இடம்பெற்றது. இசையமைத்தவர் எம்.பி. சீனிவாசன். ஒளிப்பதிவு செய்து இயக்கியவர் நிமாய் கோஷ். படத்தின் பெயர் *‘பாதை தெரியுது பார்’*. படம் வெளியான நாள் 1960 நவம்பர் 18.

சுமார் அறுபது வருட நீண்ட வரலாற்றுடன் பல திருப்பங்களையும் மிகப்பல கதைக் களங்களையும் அதுவரை கண்டிருந்த தமிழ்ச் சினிமாவும் தமிழ்ச் சமூக மக்களும் அந்தப் படத்தை வரவேற்றார்களா? தேசிய, திராவிட இயக்கங்களின் செல்வாக்கு ஓங்கியிருந்த தமிழக அரசியல் சூழ்நிலையில் இடதுசாரி அரசியலை நேரடியாகப் பேசிய, திட்டவட்டமான கொள்கைப் பிடிப்புடன் கம்யூனிஸ்ட்டுகள் எடுத்து வெளியிட்ட இப்படம் புதிய பாதையைக் காட்டியதா?

⊙

தமிழ்ச் சினிமாவும்
தமிழ்ச் சமூகமும்

பேசும் படம் வந்த பிறகு 1930களில் தயாரிக்கப்பட்ட தமிழ்ப் படங்களில் கர்நாடக இசைதான் மையமாக இருந்தது. 1934 இல் வெளிவந்த 'ஸ்ரீ கிருஷ்ணலீலா'வில் அறுபது பாடல்கள் இருந்தனவாம். பாடல்கள் கர்நாடக சங்கீதத்தின் ஏதாவது ஒரு ராகத்தில்தான் அமைந்தன. ஹார்மோனியம், தபேலா, வயலின், கடம் போன்ற மேடைக் கச்சேரி வாத்தியங்கள்தாம் திரைப்படப் பாடல்களுக்கும் பயன்படுத்தப்பட்டன என்பதும் பாடல் காட்சி படமெடுக்கப்படும்போதே பாடலும் பதிவு செய்யப்பட்டது என்பதும் அன்றைய தொழில்நுட்பத்தின் எல்லை என்று சொல்லலாம். முப்பதுகளின் இறுதியில் பாடல்களின் எண்ணிக்கை குறைகிறது. அதாவது 50, 60 இதிலிருந்து 25, 30 ஆகக் குறைகிறது! இறந்துபோன கதாபாத்திரமும் கூட ஆவியாக வந்து பத்துப் பாடல்களாவது பாடும்!

முக்கியமான நிபந்தனை, கதாநாயகன், நாயகி, வில்லன், நகைச்சுவை நடிகர் எல்லாருக்கும் பாடத் தெரிந்திருக்க வேண்டும். அதாவது பாடத் தெரிந்தவர்களுக்குத்தான் நடிக்க வாய்ப்புக் கிடைக்கும். பின்னணி பாடும் முறை அப்போது இல்லை. நாற்பதுகளில் பாடல்களின் எண்ணிக்கை மேலும் குறையத் தொடங்கியது. கதை, வசனம், நடிப்பு ஆகியவற்றில் கவனம் கூடியது. பாடல்களுக்கு அதிக இடமளிக்கக் கூடிய பக்தி, புராணப் படங்களில் இருந்து நகர்ந்து, சமகால சமூகத்தில் இருந்து கதைகளைத் தேர்வு செய்து எழுதி படங்களை எடுக்கத் தொடங்கினர்.

வின்செண்ட் ஸ்வாமிக்கண்ணு 1905 இல் திருச்சியில் திரைப்படம் ஒன்றைத் திரையிட்டார். தமிழ்ச் சினிமாவின் முதல் படத்தை நடராஜ முதலியார் 1916 இல் தயாரித்தார்; அதற்கு வெகு காலத்துக்கு முன்பு 1897 இலேயே எம். எட்வர்ட்ஸ் என்பவர் சென்னை விக்டோரியா பப்ளிக் ஹாலில் சில துண்டுப் படங்களைத் திரையிட்டுள்ளார்.

தென்னிந்தியாவின் பின்னணி இசையை அல்லது பாடலை அறிமுகம் செய்த முதல்படம் *நந்தகுமார் (1938)*. ஏ.வி.எம். செட்டியாரின் தயாரிப்பில் கேசவராவ் தைபர் என்ற மராட்டியர் இயக்கிய படம் இது. எஸ்.வி. வெங்கட் ராமன் இசையமைத்தார். இரண்டாம் உலகயுத்த காலத்தில் பிரிட்டிஷ் அரசுக்கு ஆதரவான யுத்த ஆதரவுக் கதைகளும், ஜப்பானுக்கு எதிரான கதைகளும் சினிமா வடிவத்தில் வந்தன. ஆனால் நுட்பமாக பிரிட்டிஷ் ஆதரவு என்ற வடிவத்துக்குள் விடுதலை உணர்வைத் தூண்டுகிற, தேசிய அரசியலைப் பிரச்சாரம் செய்கின்ற படங்களாகவும் அவை இருந்தன என்று ஜெயகாந்தன் கூறுகின்றார்.

உதாரணமாக கே. சுப்ரமண்யம் இயக்கிய *'மான சம்ரட்சணம்'*, *தியாகபூமி*, *சேவாசதன்* ஆகிய படங்களைச் சொல்லலாம்.

தமிழில் வந்த முதல் சமூகப் படம் *மேனகா (1935)* என்பது சரியல்ல, *'கௌசல்யா' (1935)* என்ற திகில் படமே முதல் சமூகப் படம் என்கிறார் தியடோர் பாஸ்கரன். இரண்டாவதாக *டம்பாச்சாரி*, மூன்றாவதாக *'மேனேஜர்'* ஆகியவை அதே வருடத்தில் வெளிவந்தன. *ஹரிஜனப் பெண் (1938)*, 1939 இல் *ஆனந்தாஸ்ரமம்*, *மாத்ருபூமி*, *தியாகபூமி*, *ஹரிஜன சிங்கம்* உட்பட பல படங்கள் 1939 இல் வெளிவந்தன. *மிஸ் சுகுணா (1937)* என்ற தமிழ்ப்படம் வெளியிடும் முன்பே தடை செய்யப்பட்டுள்ளது. ஆனால் அனந்தநாராயணன் நாராயணன் இயக்கிய *'தர்மபத்தினி'* என்ற படம் 1929 இலேயே வெளிவந்துள்ளது. குடிப்பழக்கத்தின் தீமைகளைச் சொன்ன படம் என்பதால் இதையே தமிழின் முதல் சமூகப் படம் என்று சொல்லாம். அ. நாராயணன் ஒரு வழியில் எம்.பி. சீனிவாசனின் உறவினர் என்பதை முன்பே சொல்லி உள்ளேன்.

சினிமாவில் அரசியல் அல்லது அரசியல் தலைவர்களின் தலையீடு எனில் திராவிட இயக்கங்களுக்கு முன்பாகவே காங்கிரஸ் தலைவர்

சத்தியமூர்த்தியைத்தான் சொல்ல வேண்டும். சினிமாவின் சகல நுட்பங்களையும் தான் சார்ந்திருந்த காங்கிரஸ் கட்சிக்கு சாதகமாகப் பயன்படுத்தினார் சத்தியமூர்த்தி. அவரே நல்ல நடிகரும் ஆவார். அதேபோல, சினிமாவுக்கு வெளியே இருந்த காங்கிரஸ் ஆதரவுக் கலைஞர்களையும் காங்கிரஸ் கட்சிக்குள் அவர் கொண்டு வந்தார். சத்தியமூர்த்தியின் மறைவுக்குப் பின் (1943), தேச விடுதலைக்குப் பின் காங்கிரஸ் கட்சியின் தலையீடு அல்லது ஆர்வம் சினிமாவில் குறையும்போது அதே காலத்தில் தமிழகத்தின் கிராமங்களில் மின்சாரம் பரவுகிறது. கூடவே டூரிங் தியேட்டர்கள் மக்களின் பொழுது போக்குத் தலங்களாக உருவெடுத்தன. ஆக 1940களின் இறுதியில் சினிமா என்ற காட்சி ஊடகம் சாமானிய மக்களின் வாழ்வில் ஓர் அங்கமானது.

இயல்பாக மேலெழும்பி வந்து கொண்டிருந்த திராவிட அரசியலின் தலையாய அம்சங்களான தமிழ், தமிழ்த் தேசிய உணர்வும் பிராமணீய எதிர்ப்புணர்வும் திராவிட இயக்க எழுத்தாளர்களின் படைப்புகளில் மேலோங்கின. சாதி மீதான விமர்சனம் சமூக நீதியையும் பிராமணீய எதிர்ப்பையும் நோக்கிச் சென்றது. திராவிட இயக்க நாடக மேடைப் பிரச்சாரங்களைப் போலவே திரைப்படங்களிலும் நீண்ட வசனங்கள் கதாபாத்திரங்கள் வாயிலாகப் பேசப்பட்டு மக்களைச் சென்றடைந்தன. இங்கே வேடிக்கையான அம்சம் என்னவெனில், மகாத்மா காந்தியும், திராவிட இயக்கத்தின் மூத்த தலைவரான பெரியாரும், காங்கிரஸ் இயக்கத்தின் மூத்த தலைவரான காமராஜரும் சினிமாவையும் நடிகர்களையும் இழித்தும் பழித்தும் பேசிக்கொண்டிருந்தார்கள் என்பதுதான்.

கே.ஆர். ராமசாமி, எம்.ஜி. ராமச்சந்திரன், எம்.ஆர். ராதா, எஸ். எஸ். ராஜேந்திரன், என்.எஸ். கிருஷ்ணன், சிவாஜி கணேசன் ஆகியோர் திரையில் வசனம் பேச அறிஞர் அண்ணா, மு. கருணாநிதி, திருவாரூர் தங்கராசு, முரசொலி மாறன் ஆகியோர் கதை வசனம் எழுதினார்கள். பாரதிதாசனும் சென்னைக்கு வந்து சில திரைப்படங்களுக்கு கதை, வசனம் எழுதி இருக்கிறார். எம். ஆர். ராதா அவருக்கு சில ஆலோசனைகள் சொல்லிய பிறகு திரையுலகில் இருந்து விலகி இருக்கிறார்.

பேசும் தமிழ்ப்படக்காலத்தின் தொடக்க கால இசையமைப்பாளர்கள் என ஜி. ராமநாதன், எஸ்.எம். சுப்பையா நாயுடு, எஸ்.வி. வெங்கட்ராமன், சி.ஆர். சுப்பராமன், பெண்டியாலா, கண்டசாலா வெங்கடேஸ்வரராவ், டி.ஜி. லிங்கப்பா, சுதர்சனம், எஸ். ராஜேஸ்வரராவ், சி.என். பாண்டுரெங்கன், அஸ்வத்தாமா, ஜி. தேவராஜன், எம்.கே. ஆத்மநாதன், எஸ். ஹனுமந்தராவ், டி.ஏ. கல்யாணம், என்.எஸ். பாலகிருஷ்ணன், சலபதிராவ், கே.வி. மகாதேவன், எஸ். பாலச்சந்தர், ஆதிநாராயணராவ், டி.எம். இப்ராஹீம் ஆகியோரைச் சொல்லமுடியும். இந்தப் பட்டியல் முழுமையானது அல்ல.

1951 இல் டைரக்டர் கே. சுப்ரமண்யத்தின் தலைமையில் மாபெரும் கலைக்குழு ஒன்று சோவியத் யூனியனுக்கு சுற்றுப் பயணம் சென்றது. என்.எஸ். கிருஷ்ணன், டி.ஏ. மதுரம், நிமாய் கோஷ் என்ற வங்காளக் கலைஞர் ஆகியோர் அக்குழுவில் இடம்பெற்றிருந்தவர்களில் சிலர். நிமாய் கோஷ் பற்றித் தனியே எழுதியுள்ளேன்.

நிமாய் கோஷின் பின்புலத்தையும் திறமையையும் அறிந்த என்.எஸ்.கே., தமிழகத்துக்கு வருமாறு அவரை அழைக்கின்றார். சோவியத் அரசு தனக்குப் பரிசாகக் கொடுத்த கேமராவை விற்றுத்தான் ரயில் டிக்கெட் எடுத்து 1952 ஆம் ஆண்டு மெட்ராஸுக்கு வருகிறார் நிமாய். வருடம் 1953 ஆம் ஆண்டு 'இன்ஸ்பெக்டர்' என்ற தமிழ்ப் படத்திற்கு ஒளிப்பதிவாளராகப் பணி செய்கிறார்.

இயக்குநர் கே. சுப்ரமண்யத்தின் இல்லத்தில்தான் எம்.பி. சீனிவாசனை முதல் முறையாகச் சந்திக்கிறார் நிமாய். எம்.பி.எஸ் அப்போது இளநிலைக் கலைஞராக வேலை செய்துகொண்டு இருந்தார். நிமாயின் பெரிய வீட்டில் எம்.பி.எஸ்ஸும் மனைவி ஜஹிதாவும் மகன் கபீரும் குடியேற, இரண்டு குடும்பங்களும் ஒரு குடும்பம் போல நட்பைப் பேணினர். இந்த நட்பு தொழில் ரீதியாக பல வாய்ப்புகளைத் திறந்துவிட்டது என்பதை விடவும் எதிர்காலத் தமிழ்த் திரைப்பட உலகின் போக்கிலும் சினிமாத் தொழிற்சங்க வரலாற்றிலும் பெரும் புரட்சியை ஏற்படுத்த அடித்தளமாக அமையப் போவதை இருவரும் அப்போது உணர்ந்திருக்கவில்லை.

⊙

இடதுசாரிகளின் திரைப்பட முயற்சிகள்

காங்கிரஸ் பேரியக்கம்தான் திராவிட இயக்கங்களுக்கு முன்பாகவே தமிழ்ச் சினிமாவை தனது அரசியல் பிரச்சாரத்துக்குப் பயன்படுத்திக் கொண்டது என்பது வியப்புக்குரியது. இதையே வேறு வகையில் சொன்னால், பல சினிமா நடிகர், நடிகைகள் காங்கிரஸ் கட்சிக்கு ஆதரவாளர்களாக அல்லது கட்சியின் அங்கத்தினராக இருந்துள்ளார்கள். அந்தத் தொடர்புக்கு இணைப்புப் பாலமாக காங்கிரஸ் தலைவர் சத்தியமூர்த்தி இருந்துள்ளார். அவர் மறைவுக்குப் பின் காங்கிரஸ் இயக்கத்துக்கும் சினிமாவுக்குமான தொடர்பு அறுந்துபோக, திராவிட இயக்கத்தின் எழுத்தாளர்கள், கலைஞர்கள், நடிகர்களின் கருத்தியல் தலையீடு தமிழ்ச் சினிமாவில் நிகழ்கின்றது. இந்தச்சூழல் தொடர, முதல் முதலாக பொதுவுடைமைச் சாயலுடன் இல்லாமல் நேரடியாகவே பொதுவுடைமை அரசியல் பேசிய ஒரு திரைப்படத்தை 1958 இல் தயாரித்து வெளியிட முடிந்தது. 'அவன் அமரன்' என்ற அப்படத்தைத் தயாரித்த 'தி பீப்பிள்ஸ் பிலிம்ஸ்' என்ற அந்த நிறுவனம், ஓர் ஆணும் ஒரு பெண்ணும் கரம் உயர்த்திப் புறப்படும் சோவியத் ஒன்றியத்தின் தொழிலாளர் சிலையைத் தனது கம்பெனியின் சின்னமாகக் கொண்டிருந்தது. அவ்ரத் (1940), மதர் இந்தியா (1957) போன்ற புகழ்பெற்ற ஹிந்தி மொழித் திரைப்படங்களைத் தயாரித்த மெஹ்பூப்கான் (1907-1964) தனது நிறுவனமான மெஹ்பூப் புரொடக்சன்ஸ் கம்பெனியின் பதாகைச் சின்னமாக அரிவாள் சுத்தியலை வைத்திருந்தார் என்பது இங்கு நினைவுகூரத்தக்கது.

நாகர்கோயில் எஸ். நாகராஜன் பி.ஏ., கதை வசனம் எழுதி படத் தயாரிப்பும் செய்தார். கம்யூனிஸ்ட் கட்சித் தலைவர் ப. ஜீவானந்தம் மீது பெரும் பற்றும் பாசமும் கொண்டிருந்தார். வீணை எஸ். பாலச்சந்தர் இப்படத்தை இயக்க, நிமாய் கோஷ் ஒளிப்பதிவு செய்ய, டி.எம். இப்ராஹிம் இசை அமைத்தார். ஆலையில் புகுத்தப்பட்ட புதிய எந்திரங்களின் வரவால் ஆலைத் தொழிலாளர்கள் 2,000 பேரை வேலை நீக்கம் செய்கிறது நிர்வாகம். போராட்டம் வெடிக்கிறது. "வர்க்கச் சமரசம் அற்ற முடிவோடு வந்த படம் அது" என அறந்தை நாராயணன் பதிவு செய்கிறார்.

செங்கற்பட்டு விவசாயிகள் சங்கத்தைச் சேர்ந்த கம்யூனிஸ்ட்டுகள் ஆன எஸ்.ஆர். நடராஜனும் எஸ்.ஆர். வீரபாகுவும் 'கல்யாணி பிக்சர்ஸ்' என்ற படத் தயாரிப்பு நிறுவனத்தை நிறுவி, 1959 இல் *'தாமரைக்குளம்'* என்ற படத்தைத் தயாரித்து வெளியிட்டனர். எஸ்.ஆர். நடராஜனே கதை எழுத, முகவை ராஜமாணிக்கம் வசனம் எழுதினார். இயக்கியவர் முக்தா வி. சீனிவாசன். நாகேஷ் நடித்த முதல் திரைப்படம் இதுதான். வி. கோபாலகிருஷ்ணன், சௌகார் ஜானகி, கே. சாரங்கபாணி எனப் பலர் நடித்தார்கள். ஹெச். பத்மநாப சர்மா, ட்டீ.ஏ. மோத்தி இருவரும் இணைந்து இசையமைத்து இருந்தார்கள்.

கிராமத்தின் தண்ணீர்ப் பஞ்சத்தைப் போக்கவும் திடீர் வெள்ளத்திலிருந்து மக்களைப் பாதுகாக்கவும் உருவாக இருந்த அணைக்கட்டை எதிர்த்து ஜமீன்தார்கள் நிற்கிறார்கள். அணைக்கட்டு கட்டுமானப் பொறியாளராக வருபவன், தொழிலாளர்கள், மக்கள், கிராமம், அணைக்கட்டு ஆகிய அனைத்தையும் காப்பாற்றுகிறான். டி.கே. பாலச்சந்திரன், எம்.ஜி. சக்ரபாணி, ராஜசுலோச்சனா ஆகியோர் நடித்த *'பாண்டித்தேவன்'* (1959) திரைப்படத்தின் கதை இது. கே. சுப்ரமண்யம் இயக்க, சி.என். பாண்டுரங்கன், மீனாட்சி சுப்ரமணியம் இருவரும் இணைந்து இசையமைத்தனர். காரல் மார்க்ஸ் - ஏங்கெல்ஸ் எழுதிய *'மூலதனம்'* புத்தகம் உயர்ந்து நிற்க, காதலர்கள் அதைச் சுற்றி ஓடி ஆடி காதல் டூயட் பாடினார்கள். கதை, வசனம் முகவை ராஜமாணிக்கம். (தகவல் அறந்தை நாராயணன். பாடல்கள் மட்டும் இணையத்தில் கேட்கக் கிடைக்கின்றன).

இந்தப் படங்கள் ஓடினவா? மக்கள் மத்தியில் வரவேற்பைப் பெற்றனவா? இடதுசாரிகளின் முயற்சிகள் வெற்றி பெற்றனவா?

◉

பாதை தெரியுது பார்

அன்றைய நாட்களில் திரைப்படங்கள் வெளியாகும் போது திரைப்படத்தின் கதைச் சுருக்கத்துடன், திரைப்படத்தின் நடிகர்கள், டைரக்டர், இசையமைப்பாளர், பாடலாசிரியர்கள், பாடியவர்கள் எனக் குறைந்தபட்ச செய்திகளுடன் படத்தின் பாடல்கள் அடங்கிய பாட்டுப் புத்தகங்கள் 10 பைசா, 15 பைசா விலையில் அச்சிட்டு விற்கப்படுவது சாதாரணமான ஒன்று. உயர்ந்தரகத் தாளில் அச்சிடப்படாது என்றாலும் கொடுக்கும் பணத்துக்குப் பாதகமில்லால் இருக்கும். கதையின் சுருக்கத்தை அச்சிட்டு 'கிளைமாக்ஸ்'ஐ சொல்லாமல் 'மீதியை வெள்ளித் திரையில் காண்க' என்று சஸ்பென்சில் விடுவார்கள். 'புஷ்பாவின் காதல் சக்ஸஸ் ஆனதா?', 'கொலைகாரன் யார்? பிடிபட்டானா?'... இப்படி ஆர்வத்தைத் தூண்டுவார்கள். மதுரையின் கலைமகள் அச்சகம் அப்போது மிகப் பிரபலமான ஒன்று. சினிமாப் பாடல்கள் என்றில்லாமல் *சிறுவர் கதைகள், பாரதியார் பாடல்கள், பஞ்சதந்திரக் கதைகள்* ஆகியவற்றையும் அச்சிட்டு விற்பனை செய்து வந்தார்கள். 'பாதை தெரியுது பார்' படத்திற்கு அவர்கள் வெளியிட்ட பாட்டுப் புத்தகத்தில் வந்த கதைச் சுருக்கம் இது.

> "நோபுள் கார்ப்பரேசன் கம்பெனியில் அக்கவுண்டண்டாக வேலைபார்ப்பவர் சுந்தரம்பிள்ளை. அவரது ஆபீசில் சீனியர் கிளார்க்காக வேலை செய்யும் ராமைய்யர், சுந்தரம் பிள்ளையின் நண்பர். தனது ஆபீசில் வேலை பார்க்கும் சிப்பந்திகளிடம் மிகவும் கண்டிப்பான போக்கை அனுஷ்டிப்பவர் சுந்தரம்பிள்ளை.

அதே சுந்தரம் பிள்ளை, வீட்டில் சங்கரனுக்கும் மீனாவுக்கும் மிக வாஞ்சையுள்ள தந்தை. அவர் மனைவி சிவகாமியும் அவரும், தங்கள் குழந்தைகளுக்கு நல்லதோர் எதிர்காலத்தைச் சிருஷ்டிக்க சதா திட்டமிட்டுக் கொண்டிருந்தனர்.

சுந்தரம் பிள்ளையின் நெருங்கிய நண்பர் வேலுசாமித் தேவர் இறந்ததற்குப் பின்னால், அவரது ஒரே மகன் முருகேசனை வளர்த்ததே சுந்தரம் பிள்ளைதான். முருகேசனும் மீனாவும் ஒருவரை ஒருவர் காதலித்தனர். ஆனால் இந்தக் காதல் விவகாரம் வீட்டிலுள்ள பெரியவர்களுக்குத் தெரியாது. ஓரளவு படித்த முருகேசன் தொடர்ந்து பிள்ளையின் குடும்பத்திற்குப் பாரமாக இருக்க வேண்டாமென்று கருதி அவ்வூரிலுள்ள பஞ்சாலையில் ஒரு தொழிலாளியாகச் சேர்ந்தான். அவனேதான் அங்குள்ள பஞ்சாலைத் தொழிற் சங்கத்தின் செயலாளன்.

பஞ்சாலை நிர்வாகி மாணிக்கவாசகம் பிள்ளையும் சுந்தரம் பிள்ளையும் நன்கு அறிமுகம் ஆனவர்கள். மாணிக்கவாசகம் பிள்ளையைப் போன்ற பெரிய மனிதர்களின் கசப்பிற்கெல்லாம் ஆளாகிறான் எனப் பன்முறை முருகேசனை சுந்தரம் பிள்ளை கண்டித்ததுதுண்டு.

பங்கு மார்கெட்டில் எல்லாம் பணம் போட்டார் சுந்தரம் பிள்ளை. ஆரம்பத்தில் கிடைத்த வெற்றிகள் அவருக்குப் போதை தரவே அவர் பெருந்தொகையாக ஈடு வைக்கலானார். ஆனால், ஐயகோ! அவர் ஈடுகட்ட முடியாத நஷ்டத்திற்கு ஆளானார்.

முருகேசன் தலைமையில் ஆலைத் தொழிலாளர்கள் நியாயவிலையில் அரிசி கிடைக்க ஒரு கூட்டுறவுப் பண்டக சாலையைப் போராடிப் பெற்றார்கள். ஆலை நிர்வாகியான மாணிக்கவாசகம் பிள்ளை ஆரம்பத்தில் இதை எதிர்த்தார் ஆயினும் கூட்டுறவு இயக்கத்தை சர்க்காரே ஆதரிப்பதன் விளைவாக இதற்குப் பணிய வேண்டும் என்ற நிர்ப்பந்தம் ஏற்பட்டது. ஆனாலும் பெரும் மண்டி வியாபாரி ஆன சண்முகம் பிள்ளையுடன் சேர்ந்து அதைத் தோல்வியுறச் செய்ய ரகசியத் திட்டங்களைத் தீட்டினார் மாணிக்கவாசகம் பிள்ளை.

குடும்பத்தின் அவலநிலை குழந்தைகளுக்குத் தெரியவே, சங்கரன் 'மெக்கானிக்'காகப் போய்ச் சேர்ந்தான். மீனா உபாத்தியாயினி வேலைக்கு மனுப்போட்டாள்.

லண்டனிலே படித்துக் கொண்டிருக்கும் சண்முகம் பிள்ளையின் மகனுக்கு மீனாவைப் பெண் கேட்க வந்தார் மாணிக்கவாசகம் பிள்ளை. இதைத் தொடர்ந்து வீட்டில் ஒரே புயலும் பூகம்பமும் ஏற்பட்டன.

தொழிலாளர்களுக்காக ஏற்படுத்தப்பட்ட கூட்டுறவுப் பண்டகசாலையில் அவர்களுக்கு அரிசி சரிவரக் கிடைப்பதில்லை. மாயமாக மறையும் அரிசி விவகாரத்தை எப்படியாவது கண்டுபிடித்துவிட வேண்டுமென்று தொழிலாளர்கள் கச்சை கட்டிக்கொண்டு நின்றனர்.

நீண்ட நாட்களுக்குப் பிறகு சுந்தரம் பிள்ளை நோபுள் கார்ப்பரேஷன் மானேஜர் ஆனார். புதிதாக ஏற்படப் போகும் 'சம்மந்தி'யின் புண்ணியத்தினால்தான் இப்பதவி கிடைத்தது என்று பூரிக்கலானார் சுந்தரம் பிள்ளை.

ஆனால் பதவி கிடைத்த மறுநாளே தனது மதிப்பிற்குரிய நண்பர் ராமைய்யர் உள்பட சிலரை வேலை நீக்கம் செய்ய வேண்டிய உத்தரவும் மேலிடத்தில் இருந்து வந்து சேர்ந்தது. சுந்தரம் பிள்ளை இந்த உத்திரவை அமுல் நடத்தினாரா?

கூட்டுறவுப் பண்டக சாலையில் ஏற்பட்ட குள்ளநரிச் செயல் வெளிப்பட்டதா? மீனா முருகேசன் காதல் என்ன வாயிற்று? இதற்கு மேலும் நாங்கள் கதை சொல்லலாமா?"

○○○

நடிகர்கள் பட்டியலில் புதுமுகம் கே. விஜயன், எஸ்.வி. சகஸ்ரநாமம், எஸ்.வி. சுப்பையா, டி.எஸ். முத்தையா, டி.கே. பாலசந்திரன், வி. கோபாலகிஷ்ணன், ஆர். முத்துராமன், ஏ. வீரப்பன், என். பரந்தாமன், எஸ். பிரபாகர், எஸ். குல் முகம்மது, டி.வி. ராமசாமி, ராஜவேலன், தனபால், சேஷு ஆகியோரும் எல். விஜயலட்சுமி, சுந்தரிபாய், எஸ்.ஆர். ஜானகி, சாந்தினி, பேபி கல்பனா ஆகியோரும் உள்ளனர்.

'பாதை தெரியுது பார்' விளம்பரம்.

இப்படத்தின் கதாநாயகனாக அறிமுகம் ஆன விஜயன்தான் பிற்காலத்தில் திரைப்பட இயக்குநர் ஆனார். சிவாஜி கணேசன் நடித்த பல படங்களை இயக்கினார். பிற்காலத்தில் அவர் இயக்கிய எடுப்பார் கைப்பிள்ளை, புது வெள்ளம், மதன மாளிகை ஆகிய படங்களின் இசையமைப்பாளர் எம்.பி. சீனிவாசன்தான். இப்படங்களின் இணை இசையமைப்பாளர் வி.எஸ். நரசிம்மன்.

1959 ஆம் ஆண்டு டிசம்பர் 14 ஆம் நாள் 'பாதை தெரியுது பார்' படப்பிடிப்பைத் தொடங்கி வைத்தவர் எம்.ஆர். வெங்கட்ராமன்,

இந்தியக் கம்யூனிஸ்ட் கட்சியின் தமிழ்நாடு மாநிலச் செயலாளர். காமிராவை முடுக்கி ஒளிப்பதிவைத் தொடங்கி வைத்தவர் ப. ஜீவானந்தம்.

அதே ஸ்டுடியோவின் அடுத்த தளத்தில் வேறு ஒரு படத்தின் படப்பிடிப்பில் நடித்துக் கொண்டிருந்த எஸ்.எஸ். ராஜேந்திரன் "கம்யூனிஸ்டுகள் சினிமாவுக்கு வந்துவிட்டார்கள், இவர்களை இந்தத் துறையில் வளரவிடக் கூடாது" என்று பேசியதாக அறந்தை நாராயணன் தனது நூல்களில் பதிவு செய்துள்ளார். லொயோலா கல்லூரி வளாகத்தில் நிகழ்த்திய உரையிலும் குறிப்பிட்டார் என்று என்னுரையில் பதிவு செய்துள்ளேன்.

படத்தில் நடித்தவர்களுக்குக் குறைந்தபட்ச ஒப்பனையே செய்யப்பட்டது. தனிமனித அசகாய சாகசங்கள், சூரனான நாயகன் பின்னால் நாயகி மையலாகி ஓடுவது, கனவுக் காட்சியில் கட்டி உருளுவது போன்ற வழக்கமான வணிக மசாலாக்கள் இல்லாமல், பெரும் வணிகரின் மகளான கதாநாயகி உழைப்பாளிகளுடன் தெருவில் இறங்கி ஊர்வலம் செல்லும் புதுமைக் கதையாக இருந்தது. தொழிலாளிகள் வீதிக்கு வந்து ஊர்வலம் செல்கின்றனர். போராட்ட உணர்வின் ஆவேசத்துடன் நகரும் ஊர்வலத்தில் செல்கிறார்கள்! தேவாரம் பாடும் பக்தரும் மத்தியதர வர்க்கத்தவர் ஆன சுந்தரம் பிள்ளையும், மூத்த கிளார்க் ராமசுப்பய்யரும் அதே ஊர்வலத்தில்! பாடல் ஒலிக்கிறது: *"உண்மை ஒரு நாள் வெளியாகும், அதில் உள்ளங்கள் எல்லாம் தெளிவாகும்! பொறுமை ஒருநாள் புலியாகும், அதற்குப் பொய்யும் புரட்டும் பலியாகும்!"*. பட்டுக்கோட்டையார் எழுதிய வரிகள் ராணுவ அணிவகுப்பின் ஒழுங்குடனும் கம்பீரமான டிரம்ஸ், டிரம்பெட் இசையுடனும் எம்.பி.எஸ் அமைத்திருந்த இசையில் கேட்போரின் நாடி நரம்பை முறுக்கேறச் செய்கின்றன. தமிழ்த் திரையிசையில் அதுவரை கேட்டிராத புதிய வகை இசையை மக்கள் கேட்டார்கள்.

அன்றைய சில செய்தியேடுகளில் படம் பற்றி எழுதப்பட்ட விமர்சனங்கள்:

- *சண்டே ஸ்டாண்டர்ட் (ஆங்கிலம், 20.11.1960):* அநேகமாக இந்தப் படம்தான் தமிழில் முதல் முறையாக நாடக பாணியைத் தவிர்த்து சமூக வாழ்க்கையை எவ்விதப்

பூச்சுகளும் இன்றிக் காட்டியுள்ளது. எம்.பி. சீனிவாசனின் இசை படத்தின் லயத்துடன் பிணைந்துள்ளது. நிமாய் கோஷ் நடிகர்களை அவர்கள் ஏற்றுள்ள பாத்திரங்களாகவே தோன்றச் செய்துள்ளார். ஒளிப்பதிவினைத் திறம்படச் செய்துள்ளார்!

- *தினமணி (20.11.1960):* யதார்த்த வாழ்க்கையை சித்தரிக்கின்ற நல்ல படங்களை எடுக்க முடியும் என்பதை எடுத்துக்காட்டியுள்ளனர். ... ... பாடல்களும் வசனங்களும் நன்றாக எழுதப்பட்டிருந்தால் மட்டும் போதாது, அவை படத்தில் நன்றாகப் பேசப்பட்டும் பாடப்பட்டும் இடம்பெற வேண்டும் என்பதற்கு இப்படம் ஒரு நல்ல உதாரணம்... சில காட்சிப் படிமங்கள் படத்துடன் ஒட்ட மறுக்கின்றன. அவற்றில் ஒன்று தொழிற்சங்க அலுவலகத்தில் தொங்கவிடப் பட்டுள்ள லெனினின் புகைப்படம். ஆர்.கே. கண்ணனின் வசனங்கள் பொலிவுடன் திகழ்கின்றன.

- *ஜனசக்தி (19.11.1960):* இயக்குநர் நிமாய் கோஷும் குமரி பிலிம்ஸூம் தமிழ் சினிமாவிற்குப் புதிய பாதையைக் காட்டியுள்ளனர்.

- *நவ இந்தியா (19.11.1960):* ஜோடனைகளற்ற காட்சியமைப்புக்கள், அருவருப்பற்ற அம்சங்கள் என்று பலவற்றிலும் இப்படம் ஒரு துணிச்சலான முயற்சி.

- *சுதேசமித்திரன் (19.11.1960):* கதாபாத்திரங்களை அமைத்ததிலோ காட்சியைப் படம் பிடித்ததிலோ எவ்வித மிகையுணர்வினையும் வெளிப்படுத்தியிராத இயக்குநர் நிமாய் கோஷ் பாராட்டுக்குரியவர்.

ஆய்வாளரும் பல நூல்களை எழுதியவருமான மே.து. ராசுகுமார் இவ்வாறு கருதுகிறார்: 1961 இல் வெளியான *'பாதை தெரியுது பார்'* பல வகைகளில் சிறந்த படமாகப் போற்றப்பட்டிருந்தாலும் அப்படம் வெளிவருவதற்கு முன்னரே அப்படத்தின் உள்ளடக்கத்தை மக்களிடம் கொண்டு செல்லக்கூடிய அடித் தளத்தைப் பொதுவுடைமை இயக்கத்தினர் அமைந்திருக்கவில்லை. இதனால் இப்படம் மக்களிடம் எதிர்பார்த்த வரவேற்பைப் பெறவில்லை. பொதுவுடைமை இயக்கத்தினாலும் பயன்படுத்திக் கொள்ள முடியவில்லை. உண்மையில் திராவிட இயக்கத்தினரின்

திரையிடப் பயன்படுத்துதலுக்கு மாற்றாகவே 'பாதை தெரியுது பார்' எடுக்கப்பட்டது. பாதையைக் காட்டினார்களே தவிர விரைவைக் கூட்டவில்லை; உணர்வை வெளிப்படுத்தினார்களே தவிர சீற்றத்துடன் புறப்படும் சினத்தை உருவாக்கவில்லை.

ஜெயகாந்தன் எழுதினார்: அந்தப் படம் தோல்வி அடைந்ததற்கு எப்படிப்பட்ட காரணங்கள் இருந்தாலும் ஒரு படம் பற்றிய முழுமையான பார்வை தயாரிப்பாளர்களுக்கே அதில் உருப்பெறாமல் போனதுதான் முக்கியமான காரணம் என நான் தீர்மானித்தேன். ஆயினும் அது வெற்றிப் படமாக ஆகாதது குறித்து நான் மிகவும் சோர்வடைந்தேன்.

படம் வெளிவருவதற்கு முன்னரே 'பாதை தெரியுது பார்' படத்தின் முன்னோட்டக் காட்சி திரையிடப்பட்டபின் 'இண்டியன் எக்ஸ்பிரஸ்' செய்தியேடு (22.7.1960) வெளியிட்ட செய்தியில், "தந்தையின் எதிர்ப்பையும் மீறி வேறு ஒரு சாதி இளைஞனை, அதுவும் கூலித் தொழிலாளியும் தொழிற்சங்கத் தலைவனும் ஆக இருக்கும் இளைஞனைத் திருமணம் செய்ய விரும்பும் இளம்பெண்ணின் கதை 'குமரி பிலிம்ஸ்' நிறுவனத்தாரின் இலட்சியங்களைப் பறைசாற்றும் படமாக இருக்கப்போவது தெரிகிறது, கதையின் மையக்கரு படத்தை தொய்வில்லாமல் கொண்டு போகத்தக்கதாக இருக்கிறது. பாடல்கள் இயல்பாகவும் இதுவரை கேட்டிராத வண்ணம் நமது ரசனையை ஒத்ததாகவும் இருக்கின்றன; ஒளிப்பதிவும் ஒலிப்பதிவும் மிகச் சிறப்பாக உள்ளன" என்று சொல்லப்பட்டுள்ளது.

ஆம். 'பாதை தெரியுது பார்' படம் கோடம்பாக்கத்தின் பட முதலாளிகளுக்கு சிவப்பு விளக்கு சமிக்ஞை செய்தது. 'பாதை தெரியுது பார்' படத்தின் மெட்ராஸ் நகரின் விநியோக உரிமையைச் சினிமா உலகின் ஏகபோகியான ஏ.வி. மெய்யப்ப செட்டியார் வாங்கினார். என்ன செய்தார்? நகரின் ஒதுக்குப் புறத்தில் இருந்த முருகன் என்ற தரமற்ற தியேட்டரில் மக்களின் கவனத்தைக் கவராத வகையில் திரையிட்டார். பிற மாவட்டங்களின் விநியோகஸ்தர்களும் இதே போல நடந்து கொண்டதாக அறந்தை நாராயணன் பதிவு செய்துள்ளார். படத்தின் படச்சுருள் வேறு எங்கேயும் இல்லை எனில் ஏ.வி. எம். செட்டியார் படத்தின் பிரதிகளை என்ன செய்திருப்பார்?

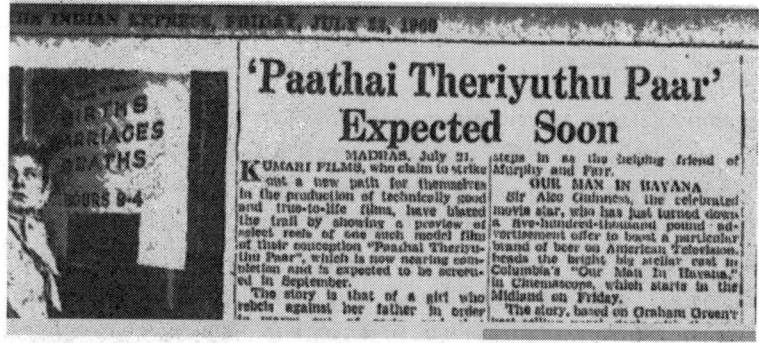

[illegible] INDIAN EXPRESS, FRIDAY, JULY [illegible]

'Paathai Theriyuthu Paar' Expected Soon

MADRAS, July 21.

KUMARI FILMS, who claim to strike out a new path for themselves in the production of technically good and true-to-life films, have blazed the trail by showing a preview of select reels of one such model film of their conception "Paathai Theriyuthu Paar", which is now nearing completion and is expected to be screened in September.

The story is that of a girl who rebels against her father in order [illegible]

steps in as the helping friend of Murphy and Parr.

OUR MAN IN HAVANA

Sir Alec Guinness, the celebrated movie star, who has just turned down a five-hundred-thousand pound advertisement offer to boost a particular brand of beer on American Television, heads the bright big stellar cast in Columbia's "Our Man In Havana," in Cinemascope, which starts in the Midland on Friday.

The story, based on Graham Greene's [illegible]

'பாதை தெரியுது பார்' படம் வெளிவரும் முன் *இண்டியன் எக்ஸ்ப்ரஸ்* நாளிதழ் வெளியிட்ட செய்தி.

ஆனால் (NFAI வெளியீட்டில்) நிமாய் கோஷ் வரலாற்றை எழுதிய சுனிபாபாசு இவ்வாறு பதிவு செய்துள்ளார்: தொண்ணூறுகளில் ஏ.வி.எம் நிறுவனத்தினரைத் தொடர்பு கொண்டு கேட்ட போது அந்தப் படத்தின் உரிமையைத் தாங்கள் பெறவில்லை என்று மறுத்தனர்.

பஞ்சாலை நகரமான கோயம்புத்தூர் தொழிலாளிகள் நிரம்பிய நகரம். அங்கேயும் எதிர்பார்ப்புக்கு மாறாகப் படம் ஓடவில்லை.

எனில் தொழிலாளி வர்க்கத்தின் கதை சொன்ன ஒரு படத்தைத் தொழிலாளர்கள் நிராகரித்தார்கள் என்று கூறிவிடலாமா? அடிப்படையில் தொழிலாளி வர்க்க அரசியல் பேசிய திரைப்படத்தை நேரெதிர் வர்க்கத்தவரான ஒரு படமுதலாளியிடம் விநியோகம் செய்யக் கையளித்ததன் பலனைப் படம் அனுபவித்தது.

இந்த ஒரு காரணம் மட்டுமே அல்ல, கம்யூனிஸ்ட் இயக்கம் அதே தொழிலாளி வர்க்கத்தின் மத்தியில் கூலி, ஊதிய உயர்வு, போனஸ் போன்ற அடிப்படைப் பொருளாதார உரிமைகளை மட்டுமே பேசி வந்தால் போதாது; கலை இலக்கியத் தளத்தில் தேர்ந்த படைப்பாளிகளும் தத்துவ ஆசிரியர்களும் இருந்தால் மட்டும் போதாது, கலை இலக்கிய அரசியலை உழைப்புடனும் உழைக்கும் வர்க்கத்துடனும் இணைக்கின்ற பண்பாட்டு அரசியலைத் தொழிலாளர்களுக்குக் கற்றுத்தர இயக்கம் தவறியதன் விளைவுதான் பரிசீலிக்கப்பட வேண்டியது

என்பதை *'பாதை தெரியுது பார்'* இடதுசாரி இயக்கத்துக்குக் கற்றுக் கொடுத்தது.

ஆனால் இவை எல்லாவற்றையும் மீறி 1960 ஆம் ஆண்டிற்கான சிறந்த தமிழ்ப் படத்திற்கான குடியரசுத் தலைவர் சான்றிதழைப் படம் பெற்றது. படத்தை சோவியத் அரசு வாங்கியது. ரஷ்ய மொழியில் வசன ஒலிப்புடன் சோவியத் ஒன்றியத்தில் திரையிடப்பட்ட முதல் தமிழ்ப் படம் என்ற பெருமையைப் பெற்றது. அதே வருடத்திற்கான குடியரசுத் தலைவர் சான்றிதழ் பெற்ற மற்றொரு தமிழ்ப்படம் ஏ.வி.எம். தயாரித்த *'களத்தூர் கண்ணம்மா'* என்பது விசித்திரம்தான்! அதே வருடத்தில் வங்கத்தில் சத்யஜித்ரே இயக்கிய *'தேவி'* படத்திற்குக் குடியரசுத் தலைவரின் வெள்ளிப் பதக்கம் கிடைத்தது.

ஏ.வி.எம். போன்ற பெருமுதலாளிகளின் உண்மை முகம் என்ன? மகாகவி பாரதியாரின் பாடல்களைச் சினிமாவிலும் வானொலியிலும் இசைத்தட்டு வடிவிலும் பாடுவதற்கான உரிமையை பாரதியாரின் தம்பி விஸ்வநாத அய்யரிடமிருந்து பத்தாயிரம் ரூபாய் பணம் கொடுத்து விலைக்கு வாங்கித் தன் வசம் வைத்துக் கொண்டு இருந்தவர் ஏ.வி. மெய்யப்பச் செட்டியார் என்பதையும், அவ்வை டி.கே. சண்முகம் தனது *'பில்ஹணன்'* படத்தில் பாரதியின் *'தூண்டிற் புழுவினைப் போல்'* என்ற பாடலைப் பதிவு செய்ததால் 1949 பிப்ரவரி 2 அன்று ஏ.வி.எம். வக்கீல் நோட்டீஸ் அனுப்பினார் என்பதையும் குறிப்பிட வேண்டும். பாரதி இலக்கியம் நாட்டு மக்களின் பொதுச் சொத்து, அதை மீட்க மக்கள் தீவிரமான கிளர்ச்சியில் இறங்க வேண்டும் என்று கம்யூனிஸ்ட் கட்சித் தலைவர் ஜீவா அறை கூவல் விடுக்க, வல்லிக்கண்ணன், நாரண. துரைக்கண்ணன், கே.டி. கணபதி, அ. சீனிவாச ராகவன், டி.கே. சண்முகம் ஆகியோர் பாரதியாரின் மனைவி, மகளைச் சந்தித்து பாரதி பாடல்களைப் பொதுச் சொத்தாக்குவதற்கு ஒப்புதல் பெற்றதும், காமராஜரைச் சந்தித்துப் பேசியதும், தொடர்ந்து முதலமைச்சர் ஓமந்தூர் இராமசாமி ரெட்டியார் ஏ.வி.எம். செட்டியாரை அழைத்துப் பேசிய பின்னர் சட்டமன்றத்தில் பாரதியாரின் படைப்புக்களுக்கான பதிப்புரிமைகளை அரசு கையகப்படுத்திய செய்தியை அன்றைய கல்வி அமைச்சர் தி.சு. அவிநாசிலிங்கச் செட்டியார் அறிவித்தபின் ஏ.வி.எம்.

தன்னிடமிருந்த உரிமைகளை அரசுக்குக் கைமாற்றித் தந்ததும் மிக முக்கியமான வரலாறு.

ooo

மாரல் ரீ-ஆர்மமெண்ட் ஆர்மி (Moral Rearmament Army) என்ற கம்யூனிச எதிர்ப்பு இயக்கத்தை 1938 இல் துவக்கிய ப்ராங்க்ளின் நாதனியல் டேனியல் புக்மான் (Franklin Buchman 1878-1961) என்ற அமெரிக்கர் எழுதிய *Forgotten Factor* என்ற நாடகம், முதலாளியும் தொழிலாளியும் சமரசமாகச் செல்ல வேண்டும் என்று போதிக்கும் கதை. புக்மான் தனது குழுவினருடன் (200 பேர்) 1952 இல் இந்தியா வந்தபோது ஜெமினி ஸ்டுடியோ அதிபர் எஸ்.எஸ். வாசன் புக்மான் குழுவினரை வரவேற்று மகிழ்ந்துள்ளார். புக்மானின் *Forgotten Factor, Jotham Valley* ஆகிய இரண்டு நாடகங்களையும் தனது ஸ்டுடியோவில் நடந்த அனுமதித்துள்ளார். இந்த நாடகங்கள் மீண்டும் மீண்டும் நடத்தப்பட்டதாகவும், இந்த நிகழ்வுக்குச் சில வருடங்களுக்குப் பிறகுதான் MRA அமைப்பு கம்யூனிச எதிர்ப்புப் பிரச்சார அமைப்பு என்று வாசன் போன்ற படமுதலாளிகள் அறிந்து கொண்டார்கள் என்றும் அசோகமித்திரன் பதிவு செய்துள்ளார். ஸ்டுடியோவின் 600 ஊழியர்கள் அந்த நாடகத்தைப் பார்த்துள்ளனர். வாகினி ஸ்டுடியோவில் அதே நாடகம் நடத்தப்பட்டதாகவும் ஏ.வி.எம். ஸ்டுடியோ தொழிலாளர்களை அந்த நாடகம் பார்த்து 'நல்லறிவு' பெற்றுவர ஏ.வி. மெய்யப்பச் செட்டியார் அனுப்பிவைத்தார் என்றும் அறந்தை நாராயணன் தனது '*தமிழ்ச் சினிமாவின் கதை*'யில் பதிவு செய்துள்ளார்.

மட்டுமன்றி இந்த நாடகம் 'போதிக்கும்' நீதி மீது மெய்யப்பச் செட்டியாருக்குப் பெரும் நம்பிக்கையும் மகிழ்ச்சியும் ஏற்பட அதை சினிமாவாகத் தயாரிக்க வேண்டும் என்ற பெருவிழைவு மெய்யப்பச் செட்டியாருக்கு ஏற்பட்டுள்ளது. அப்படி ஒரு படம் எடுக்க முடிவானால் அதற்கு அறிஞர் அண்ணா தான் வசனம் எழுத வேண்டும் என்றும் அன்றைய இருபெரும் நட்சத்திரங்கள் ஆன எம்ஜிஆரும் சிவாஜியும் கூட ஊதியம் வாங்காமல் அப்படத்தில் நடிப்பார்கள் என்றும் கூட மிகத் தீர்மானமாக இருந்துள்ளார். தமிழ்ச் சினிமாவின் நல்ல காலம், அறிஞர் அண்ணாவுக்கு

நாடகத்தைக் காண அழைப்பு வந்தாலும் உடல்நலக்குறைவு காரணமாக நாடகத்தைக் காணச் செல்லவில்லை!

மகாத்மா காந்தியின் பேரன் ஆன ராஜ்மோகன் காந்தி MRA அமைப்பின் இந்தியக் கிளையில் முக்கியமான பங்கு ஆற்றி வருபவர். அந்த அமைப்பின் கிளையான Iniatives of Change International என்ற அமைப்பை மஹாராஷ்ட்ர மாநிலத்தின் பாஞ்ச்கனி என்ற மலைப் பிரதேசத்தில் உருவாக்கி செயற்பட்டு வருபவர் என்பது குறிப்பிடத்தக்கது.

எட்டு வருடங்களுக்குப் பிறகு அதே எஸ்.எஸ். வாசன் தயாரிப்பில் வெளிவந்த *'இரும்புத்திரை'* திரைப்படத்தில் ரங்கநாதா மில்ஸ் தொழிலாளர்கள் வேலை நிறுத்தம் செய்கிறார்கள். "... நாளைக் காலை பத்து மணிக்கு இதே இடத்தில் வேலை நிறுத்த ஊர்வலம் ஆரம்பிக்கப் போகிறோம்" என சூளுரைக்கிறான் கதாநாயகன். "எளிய மக்கள் தலையில் காசு ஏறி மிதிக்குது, அதை எண்ணித் எண்ணித் தொழிலாளர் நெஞ்சு கொதிக்குது" என்று கோபாவேசம் தெறிக்க வீதியில் தொழிலாளர்கள் ஊர்வலம் வருகிறார்கள். "ஏரைப் பிடித்தவனும் இங்கிலீசு படிச்சவனும் ஏழைப் பணக்காரன் இப்ப ஒண்ணுங்க" என்று சமத்துவச் சங்கை ஊதுகிறார்கள்.

இன்னொரு பெருமுதலாளியான ஏ.வி. மெய்யப்பச் செட்டியார் 'சிவப்பைக் கண்டாலே எனக்கு அலர்ஜி ஆகிறது!' என்று வெறுப்பைக் கக்கினார். அவரது தயாரிப்பில் உருவான *'உயர்ந்த மனிதன்'* படத்தின் படப்பிடிப்பின்போதுதான் அந்த நகைமுரணான நிகழ்வு நடந்தது. தொழிலாளர்கள் வேலை நிறுத்தம் செய்தார்கள். ஆறு மாதங்கள் அந்த வேலை நிறுத்தம் நீடித்ததால் ஏ.வி. மெய்யப்பச் செட்டியார் கோடம்பாக்கம் ஏ.வி. எம். ஸ்டுடியோ வளாகத்தின் உள்ளே இருந்த தனது வீட்டைக் காலிசெய்து மயிலாப்பூரில் குடியேறினார். ஸ்டுடியோவுக்கு உள்ளேயும் வெளியேயும் செங்கொடிகள்! எங்கும் செங்கொடிகள் உறுதியோடு பறந்தன.

அதே ஏ.வி.எம். நிறுவனம்தான் 1981 ஆம் ஆண்டு *'சிவப்பு மல்லி'* என்ற படத்தைத் தயாரித்தது. தெலுங்கில் இருந்து கொண்டுவரப்பட்ட கதை. படத்தில் பாட்டாளிகள் தினமான மே நாளன்று ஆயிரக்கணக்கான தொழிலாளர்கள் கைகளில்

ரத்தச் சிவப்பான கொடியை ஏந்தி கோசமிட்டு அணிவகுத்து வருகிறார்கள்! "எரிமலை எப்படிப் பொறுக்கும்? நம் நெருப்புக்கு இன்னுமா உறக்கம்? ... மே தினம் உழைப்பவர் சீதனம்!" என்று உச்சஸ்தாயி முழக்கம் வேறு! பணம் படுத்தும் பாடன்றி வேறென்ன?

○○○

தேசியத் திரைப்பட ஆவணக் காப்பகம் (NFAI) 1964 ஆம் ஆண்டு நிறுவப்பட்டது. 'பாதை தெரியுது பார்' வெளியானது 1960 இல். பரமேஷ் கிருஷ்ணன் நாயர் என்ற பி.கே. நாயர் (1933-2016) அக்கழகத்தின் முதல் இயக்குநர். அதற்கு முன்பு புனேயில் இருக்கும் தேசியத் திரைப்பட - தொலைக்காட்சிக் கல்விக் கழகத்தில் 1961 இல் பணியில் சேர்ந்தார். 1991 இல் அவர் பணி ஓய்வு பெறும் போது ஏறத்தாழ 12,000 திரைப்படங்களின் படச் சுருளை சேகரித்துப் பாதுகாத்து இருந்தார். இவற்றில் 8,000 படங்கள் இந்தியப் படங்கள். அவராலும் கூட 'பாதை தெரியுது பார்' படத்தின் படச்சுருளைக் கண்டுபிடிக்க முடியவில்லை.

தேசியத் திரைப்பட ஆவணக் காப்பகம் நிமாய் கோஷ் வரலாறு பற்றிய நூலை 2009 ஆம் ஆண்டு வெளியிட்டது. ஆங்கிலத்தில் எழுதியவர் சுனிபாபாசு. அதே தேசியத் திரைப்பட ஆவணக் காப்பகத்தின் இணைய தளத்தில் எம்.பி.எஸ் குறித்த தகவல்கள் அல்லது புகைப்படங்கள் கிடைக்கும் என்று நான் தேடியபோது பெருத்த ஏமாற்றம்தான் விஞ்சியது. எம்.பி.எஸ்ஸின் புகைப்படம் ஒன்று கூட இல்லை! தவிர நிமாய் கோஷ் என்று இணைய தளத்தில் தேடினால் சத்யஜித்ரேயின் நிழற்படப்பதிவாளராகப் பணிசெய்த (வேறொரு) நிமாய் கோஷ் பற்றிய தகவல்களும் புகைப்படங்களும்தான் கிடைக்கின்றன. இந்த நூலில் நாம் பேசிக் கொண்டு இருக்கிற தோழர் நிமாயின் புகைப்படங்கள் இருக்க வேண்டிய இடங்களில் கூட ரேயின் நிமாய் கோஷின் புகைப்படங்கள்தாம் இணையத் தளத்தில் இருக்கின்றன! யாரைக் குற்றம் சொல்வது?!

இந்திய-ரஷ்யக் கலாச்சார நட்புறவுக் கழகத்தின் (ISCUS) பொதுச் செயலாளராக இருந்த P. தங்கப்பன் 'தி இந்து' நாளிதழில் (28.04.2016) கூறியிருப்பது முக்கியமானது. சோவெக்ஸ்போர்ட் பிலிம் (Sovexportfilm) என்ற திரைப்பட வர்த்தகக் கழகத்தை

சோவியத் அரசு நடத்திக் கொண்டிருந்தது. இந்த அமைப்பின் மூலமாக '*பாதை தெரியுது பாரி*'ன் படச்சுருளை சோவியத் அரசு வாங்கியது. சோவியத் அரசு படத்தை வாங்கியிருந்தது உண்மைதான். ஆனால் சோவியத் ஒன்றியமே இல்லாது போன சூழலில் யாரிடம் சென்று படச்சுருளைக் கேட்பது? "ரஷ்யாவிலோ அல்லது சிதறிய ஒன்றியங்களின் ஏதாவது ஒரு திரைப்பட ஆவணக்காப்பகத்திலோ' '*பாதை தெரியுது பாரி*'ன் பிரதி முறையாகப் பராமரிக்கப்பட்டு இருந்தால்...?" என்ற ஆசை மனதில் எழும்புவதைத் தவிர்க்க முடியவில்லை.

பொதுவாக ஒன்றிய அரசு விருதுகள் அல்லது மாநில அரசு விருதுகள் பெறும் திரைப்படங்கள் அல்லது கலைஞர்கள் மீதான விமர்சனங்கள், பாரபட்சம் குறித்த விவாதங்கள் தொடர்ந்து நடப்பவைதான். ஆட்சியில் இருக்கின்ற அரசியல் கட்சியின் தத்துவார்த்தச் சாய்மானம் இதில் பெரும்பங்கு வகிக்கும் என்பதில் ஐயமில்லை. அரசு விருதுகளை ஒரு கலைப் படைப்பின் மதிப்பீட்டு அளவுகோல் இல்லை என்று சொல்லலாம். அந்த வகையில் *பசி*, *குடிசை*, *அக்ரஹாரத்தில் கழுதை*, *உதிரிப்பூக்கள்*, பீ. லெனின் இயக்கிய *நாக் அவுட்*, *தண்ணீர் தண்ணீர்*, *ஏழாவது மனிதன்*, *ஒரு இந்தியக் கனவு*, *கண் சிவந்தால் மண்சிவக்கும்*, *வீடு*, *வாட்டாக்குடி இரண்யன்*, சமீப காலத்திய *ஜிப்ஸி*, *அழகர் சாமியின் குதிரை*, *வழக்கு எண் 18/19*, *அயோத்தி*, *ஜெய்பீம்*, *மாமன்னன்*, *விடுதலை* ஆகிய திரைப்படங்களைச் சமகால அரசியல் பேசிய படங்கள் அல்லது யதார்த்தவாதப் படங்கள் என்று மதிப்பிடலாம். தொலைந்து போனதாகக் கருதப்பட்ட '*உன்னைப்போல் ஒருவன்*' '*யாருக்காக அழுதான்*' ஆகிய இரண்டும் இப்போது இணையத்தில் கிடைக்கின்றன. இந்த இரண்டு படங்களின் இயக்குநர் ஜெயகாந்தன். இந்தப் பட்டியல் முழுமையானது அல்ல.

⊙

தென்னிந்தியத் திரைத்துறையில் தொழிற்சங்க இயக்கம்

"**தி**ரைப்படம் ஒரு தொழில், ஒரு முதலாளித்துவத் தொழில். பண்ட உற்பத்தி முறையின் உற்பத்திப் பொருளே திரைப்படம். முதலாளித்துவ இயந்திரத் தொழில் சகாப்தத்தின் கலை உருவம் திரைப்படம். லாபம், மேலும் லாபம், அடைவதே திரைப்படத் தொழிலின் ஒரே குறிக்கோள். திரைப்படத் தொழிலின் சமுதாயப் பொருளாதார அமைப்பே மாறிய பிறகுதான் சமுதாய மாற்றத்துக்கு உதவக்கூடிய திரைப்படங்கள் உருவாக முடியும்".

"இன்று கூட தொழிற்சங்கம் என்றாலே சிவப்புத் துணியைக் கண்ட காளைமாடு போல சில தயாரிப்பாளர்கள் சீறுகிறார்கள். உலகெங்கும் தொழிற்சங்கங்கள் இயங்குவது மட்டும் அல்ல, தொழில் துறைகளில், தொழில் மேலாண்மையில் அவை முக்கியப் பங்காற்றுகின்றன. நிலைமை இவ்வாறு இருக்க திரைத்துறையில் மட்டும் வேறு மாதிரியான மனப்பான்மை நிலவுகிறது".

இவை 1970களில் எம்.பி.எஸ் பதிவு செய்தவை.

எம். எட்வர்ட்ஸ் என்ற ஆங்கிலேயர் மெட்ராஸ் மாநகராட்சி ரிப்பன் கட்டிடத்தின் அருகே உள்ள சிவப்புக்கல் கட்டிடம் ஆன விக்டோரியா பப்ளிக் ஹாலில் (வி.பி. ஹால்) ஒரு சலனப் படத்தைத் திரையிட்டார். 1897 ஆம் ஆண்டு நடந்த

இந்தத் திரையிடல்தான் இந்தியாவில் நிகழ்ந்த முதல் சலனப் படக்காட்சி ஆகும். அதாவது 127 வருடங்களுக்கு முன்பு!

1916 ஆம் ஆண்டு தமிழ்நாட்டில் ஆர். நடராஜ முதலியார் மெட்ராஸில் கீழ்ப்பாக்கம் மில்லர்ஸ் சாலையில் இந்தியா ஃபிலிம் கம்பெனி என்ற தென்னிந்தியாவின் முதல் ஸ்டுடியோவை நிறுவினார். 'கீசகவதம்' என்ற மௌனப் படம் அவர் தயாரித்ததுதான்.

மலையாளப் படவுலகின் முதல் ஸ்டுடியோவை ஜே.சி. டானியல் (ஜோசப் செல்லய்யா டேனியல் நாடார்) (1900-1975) 'திருவாங்கூர் நேஷனல் பிக்சர்ஸ்' என்ற பெயரில் திருவனந்தபுரத்தில் 1926 இல் நிறுவினார். கேரளாவின் முதல் திரைப்படம் ஆன 'விகதகுமாரன்' படத்தைத் தயாரித்தவர், இயக்கியவர், ஒளிப்பதிவும் எடிட்டிங்கும் செய்தவர் அவர்தான். டானியல் பல் மருத்துவர் என்பது குறிப்பிடத்தக்கது.

தமிழகத்தில் 1930களுக்குப் பிறகு மெட்ராஸ், கோயம்புத்தூர் சேலம், மதுரை ஆகிய நகரங்களில் ஸ்டுடியோக்கள் உருவாக்கப்பட்டன. ஐம்பதுகளின் தொடக்கத்தில் மதுரை திருப்பரங்குன்றம் அருகில் திருநகரில் சித்ரகலா மூவிடோன் என்ற ஸ்டுடியோவை எஸ்.எம். நாயகம் என்ற சுந்தரம் மதுர நாயகம் என்பவர் நிறுவியுள்ளார். அவரே ஸ்ரீ முருகன் நவகலா லிமிடெட் என்ற படத் தயாரிப்பு நிறுவனத்தை நிறுவியுள்ளார். தாய்நாடு, பரமகுரு போன்ற தமிழ்ப் படங்களையும் முதலாவது சிங்களப் படமான 'கடவுனு பொறந்துவ'வையும் எஸ்.எம். நாயகம் தான் தயாரித்துள்ளார். எம்.பி.எஸ்ஸின் உறவினரான அ. நாராயணன் 1930களில் ஸ்ரீனிவாஸ் சினிடோன் என்ற ஸ்டுடியோவை நிறுவினார் என்று பார்த்தோம். அவரது உறவினரான வழக்கறிஞர் சி.வி. இராமன் என்பவர் லலிதா சினிடோன் என்ற ஸ்டுடியோவை நிறுவியுள்ளார் (ராண்டார் கை, தி ஹிந்து, 5.10.2013). அந்த ஸ்டுடியோ பலரது கைமாறி, இறுதியாக எம்.ஜி.ஆரிடம் செல்ல, அதற்கு சத்யா ஸ்டுடியோ என்று பெயர் சூட்டியுள்ளார்.

தெலுங்குப் படவுலகின் முதல் ஸ்டுடியோ ஆன துர்கா சினிடோன் நிறுவனத்தை நிடமார்த்தி சுரய்யா என்பவர் ராஜமுந்திரியில் 1936 இல் நிறுவியுள்ளார்.

கன்னடப் படவுலகில் 1966 இல் தான் காண்டீரவா ஸ்டுடியோவை குப்பி வீரண்ணாவும் நண்பர்களும் நிறுவியுள்ளார்கள். மஹாராஷ்ட்ரா மாநிலத்தில் கோல்ஹாப்பூரில் வி. சாந்தாராம் சில நண்பர்களுடன் இணைந்து பிரபாத் ஃபிலிம் கம்பெனி என்ற நிறுவனத்தின் கீழ் ஸ்டுடியோ ஒன்றை நிறுவியுள்ளார். வருடம் 1929.

பேசும் படத்தின் பொன்விழா 1980 இல் கொண்டாடப்பட்டபோது, நான்கு தென் மாநிலங்களில் மொத்தம் 98 ஸ்டுடியோக்கள் இயங்கிக் கொண்டிருந்தன என்பதும் இவற்றில் பெரும்பாலானவை மெட்ராஸில்தான் இயங்கின என்பதும் பதிவாகி உள்ளது. இவற்றுள் கோயம்புத்தூர் சென்ட்ரல் ஸ்டுடியோ, ஜெமினி ஸ்டுடியோ, ஏ.வி. மெய்யப்பச் செட்டியார் ஸ்டுடியோ, வாஹினி ஸ்டுடியோ நெப்ட்யூன் ஸ்டுடியோ, மெஜஸ்டிக் ஸ்டுடியோ, கோல்டன் ஸ்டுடியோ போன்றவை பழமையானவை, அளவில் பெரியவை, புகழ்பெற்ற நிறுவனங்கள்.

பெரிய அளவில் தொழில் வளர்ச்சியோ எந்திரமயமோ ஆகாத ஒரு நூறாண்டுக்கு முன்பே திரைப்படங்களும் திரைப்படத் தொழிலும் தென்னிந்தியாவில், குறிப்பாகத் தமிழ்நாட்டில் பொழுதுபோக்கு அம்சமாக மட்டுமின்றி வணிகம் சார்ந்த ஒரு கலாச்சார நடவடிக்கையாகவும் இருந்துள்ளது. 2022 ஆம் ஆண்டு விக்கிபீடியா கணக்குப்படி, இந்திய சினிமாத்துறை ஈட்டிய வருமானம் பதினைந்தாயிரம் கோடி ரூபாய். இதில் தமிழ், தெலுங்கு, மலையாளம், கன்னடம் ஆகிய நான்கு தென் மாநில மொழிகளின் படங்கள் மூலமாக மட்டும் 7,800 கோடி ரூபாய், அதாவது 52 விழுக்காடு வருவாய் கிடைத்துள்ளது (தி பிசினஸ் ஸ்டாண்டர்ட், 19.04.2023). 2022 இல் இந்தியா முழுக்க வெளியான படங்கள் 1,691; நான்கு தென் மாநில மொழிகளில் மட்டும் 916, அதாவது 54 விழுக்காடு படங்கள், இந்தியாவெங்கும் 8,700 திரையரங்குகள் இருந்துள்ளன. ஐந்து தென் மாநிலங்களில் மட்டுமே 4,216 அரங்குகள் உள்ளன, அவற்றிலும் தமிழ் நாட்டிலும் பாண்டிச் சேரியிலும் மட்டும் 1,546 திரையரங்குகள்!

இந்தப் புள்ளி விவரங்கள் இந்தத் தொழிலில் இடப்பட்டுள்ள மூலதனத்தின் அளவை மட்டுமின்றி, ஈடுபட்டுள்ள

தொழிலாளர்களின் எண்ணிக்கையையும் சுட்டிக் காட்டுவனவாக உள்ளன. எனில் திரைப்படத் தொழிலில் ஈடுபட்டுள்ள பல்லாயிரம் தொழிலாளர்களின் நலன் பாதுகாக்கப்படுகிறதா? அதற்கான வரையறுக்கப்பட்ட சட்டங்கள் உள்ளனவா? எனில் அத்துறையில் தொழிற்சங்கங்கள் உள்ளனவா? இத்தகைய கேள்விகளுக்கான பதிலைப் பார்க்கும் முன், இந்தியாவில் தொழிற்சங்க இயக்கம் எப்போது எங்கே தொடங்கியது என்பதைச் சுருக்கமாகவேனும் பார்க்க வேண்டும்.

தென்னிந்தியாவின் திரைப்பட மையமான மெட்ராஸில்தான் இந்தியாவின் முதல் தொழிற்சங்கமான மெட்ராஸ் லேபர் யூனியன் (MLU) தொடங்கப்பட்டது. பக்கிங்ஹாம் அண்ட் கர்னாட்டிக் (சுருக்கமாக பி & சி மில்) துணி மில் தொழிலாளர்களின் பிரச்சனைகள்தாம் ஒரு தொழிற்சங்கம் அமையக் காரணமாக இருந்துள்ளன. மில்லில் பணிபுரியாத இரண்டு வணிகர்கள்தாம் இதற்கு அடித்தளம் இட்டுள்ளனர் என்பது விசித்திரமான உண்மை. தனது பாட்டனாரின் பஜனை மடத்தைப் பராமரித்து வந்த துணிக்கடை வணிகர் கோ. செல்வபதிச் செட்டியார், அரிசி மண்டி நடத்திவந்த இராமாஞ்சலு நாயுடு இருவரும்தாம் அந்த வணிகர்கள். பெரம்பூர் பட்டாளத்தில் டி மெல்லோ சாலையில் பி & சி மில்களுக்கு அருகில் இருவரது கடைகளும் இருந்துள்ளன. தன் கடைகளுக்குப் பொருள் வாங்கவரும் மில் தொழிலாளர்கள் தமது துயரங்களைச் செல்வபதியிடம் கூற, அதைக் கேட்டு அவர் வருத்தப்படுவார்.

குறிப்பாக 1917 ஆம் ஆண்டு மில்லில் நடந்ததாகக் கூறப்பட்ட ஓர் அவல நிகழ்வு அவருக்குப் பேரதிர்ச்சியைத் தந்தது. கழிப்பறைக்கு மிக அவசரமாகச் செல்ல வேண்டியிருப்பதாக ஒரு தொழிலாளி மேலாளரிடம் அனுமதி கேட்க, அவனோ அனுமதிக்கவில்லை. இயற்கை உபாதை தாங்க முடியாத தொழிலாளி தன்னைக் கட்டுப்படுத்த முடியாமல் தனது பணி இடத்திலேயே மலம் கழித்துவிட, கோபமுற்ற மேலாளர் அந்தத் தொழிலாளியையே மலத்தை அப்புறப்படுத்தி இடத்தைக் கழுவிச் சுத்தப்படுத்த உத்தரவிடுகிறான். இந்த நிகழ்வைப் பற்றி 'இண்டியன் பேட்ரியாட்', 'சுதேசமித்ரன்' பத்திரிகைகளில் கட்டுரை வெளியிடச் செய்துள்ளார் செல்வபதி.

இதன் பிறகு செல்வபதி, இராமாஞ்சலு இருவரும் தொழிலாளர்களின் பிரச்சனைகளை மனு வடிவில் எழுதி ஆலை நிர்வாகத்துக்கு அனுப்பத் தொடங்கியுள்ளார்கள். மகாபாரதப் பிரசங்கம் நடத்தப்பட்ட ஒரு கூட்டத்தில்தான் பி & சி மில் தொழிலாளர்களுக்கான தொழிற்சங்கத்தை நிறுவும் பொருட்டு ஓர் ஆவணத்தை எழுதியுள்ளார்கள்! அதன்பின் பஹ்மான் (போமன்ஜி) பெஸ்டோன்ஜி வாடியா (1881-1958), திரு.வி. கல்யாணசுந்தரம், அன்னிபெசன்ட் அம்மையார் ஆகியோர் வெவ்வேறு சூழல்களில் தொழிற்சங்கம் அமைக்கும் முயற்சியில் தங்களையும் ஈடுபடுத்திக் கொள்கிறார்கள். முத்தாய்ப்பாக 1918 ஏப்ரல் 27 அன்று இந்தியாவின் முதல் தொழிற்சங்கமான மெட்ராஸ் லேபர் யூனியன் நிறுவப்பட்டுள்ளது. 1920 மார்ச் 21 அன்று மெட்ராஸில் நடந்த மாகாணத் தொழிலாளர் மாநாட்டில் அச்சகத் தொழிலாளர் சங்கம், சென்னை டிராம்வே தொழிலாளர் சங்கம், இரும்பு - உலோகத் தொழிலாளர் சங்கம், அலுமினியத் தொழிற்சாலைத் தொழிலாளர் சங்கம் சென்னை மின்சார சப்ளை கார்ப்பரேசன் தொழிற்சங்கம், எம்.எஸ்.எம் இரயில்வே ஊழியர் சங்கம், எம்.ஏ.எஸ்.எம் இரயில்வே காங்கி கூலிகள் சங்கம், தென்னிந்திய இரயில்வே ஊழியர் சங்கம், நாகப்பட்டினம் இரயில்வே பட்டறைத் தொழிலாளர் சங்கம், சென்னை மாநகராட்சி பம்பிங் ஸ்டேசன் ஊழியர் சங்கம், துப்புரவுத் தொழிலாளர்கள் சங்கம், இவை தவிர விளிம்புநிலை மக்களான நாவிதர்களின் சங்கம், ஐரோப்பிய சமூக மக்களின் வீடுகளில் வேலை செய்தவர்கள் சங்கம், கைரிக்‌ஷா இழுப்பவர்கள் சங்கம் ஆகியனவும் நிறுவப்பட்டுள்ளன.

1920 மார்ச் மாதத்தில் மண்ணெண்ணெய்க் கிடங்குத் தொழிலாளர் சங்கம் தொடங்கப்பட்டது. அரசு அலுவலர் சங்கம் (பதிவு பெறாதது), அரசுச் செயலக ஊழியர் சங்கம், செவிலியர் சங்கம், அஞ்சல் துறையில் குமாரசாமி செட்டி தலைமையில் ஒரு சங்கம், அஞ்சல்துறை ஸ்டாப் அசோசியேசன், மூக்குப்பொடித் தொழிலாளர் சங்கம் ஆகியனவும் நிறுவப்பட்டுள்ளன. பிரிட்டிஷ் அரசின் காவல்துறையில் இந்தியர்களுக்கும் ஆங்கிலேயர்களுக்கும் பல அம்சங்களிலும் பாகுபாடும் வேறுபாடும் இருந்துள்ளது. ஒரு கட்டத்தில் 1920 இல் போலீஸ் சங்கம் உருவானது. ஆனாலும் போலீசார் சங்கம் நடத்திய போராட்டங்கள், வேலைநிறுத்த

அறிவிப்பு ஆகியவற்றுக்கு மக்களின் ஆதரவு இல்லாமல் போனது வேறு கதை.

1936 இல் கள் இறக்கும் தொழிலாளர்கள் சங்கம் கம்யூனிஸ்டு மூத்த தலைவர் பி. இராமமூர்த்தி தலைமையில் நிறுவப்பட்டுள்ளது. இந்தத் தொழிலாளர்கள் வேலை நிறுத்தம் நடந்தபோது ராஜாஜிக்கும் பி. இராமமூர்த்திக்கும் நேருக்குநேர் வாக்குவாதம் வெடித்த நிலையில், "இன்று கள்ளிறக்கும் தொழிலாளர்கள் ஸ்ட்ரைக் நடக்கும், நாளை விபச்சாரிகள் ஸ்ட்ரைக் நடக்கும்" என்று ராஜாஜி அருவருப்பாகப் பேசியதாகப் பி. ராமமூர்த்தி பதிவு செய்துள்ளார். இந்த ராஜாஜிதான் 'திக்கற்ற பார்வதி' என்ற கதையை எழுதினார் என்பது விசித்திரம்.

1946 இல் துறைமுக டாக் (Dock) தொழிலாளர்கள் வேலை நிறுத்தம் செய்தனர். தொடர்ந்து மதராஸ் ஹார்பர் தொழிலாளர் சங்கம் உருவானது. பக்கிங்ஹாம் & கர்னாடிக் மில் தொழிலாளர்கள் போராட்டத்தில் 1920 டிசம்பர் 8 அன்று போலீஸ் சுட்டதில் இருவர் உயிரிழக்க, ஒன்பது பேர் காயமடைந்தனர். 1921 ஆகஸ்ட் 29 அன்று மில்லில் வேலை நிறுத்தம் நடந்தபோது தொழிலாளர்களுக்கும் கருங்காலிகளுக்கும் இடையே மோதல் வெடிக்க, போலீஸ் சுட்டதில் ஆறு பேர் உயிரிழக்க இருபத்தேழு பேர் படுகாயம் அடைந்தனர். அடுத்த நாள் இறுதி ஊர்வலத்தில் கலவரம் நடந்தபோது போலீஸ் சுட்டதில் ரயில்வே ஊழியர் ஒருவர் உயிரிழந்தார்.

பி. பி. வாடியா, திரு.வி.க., இ.எல். ஐயர், கஸ்தூரிரங்க ஐயங்கார், வ.உ. சிதம்பரம் பிள்ளை, இராஜாஜி, தண்டபாணிப் பிள்ளை, ஹரி சர்வோத்தம ராவ், வி. சக்கரைச் செட்டியார், குமாரசாமிச் செட்டி போன்றோர் பல்வேறு தொழிற் சங்கங்களில் தலைமைப் பொறுப்பில் இருந்துள்ளார்கள்.

இதே காலகட்டத்தில் நடந்த முதலாம் உலகப்போர், மாபெரும் சோவியத் புரட்சி, இந்திய விடுதலைப் போராட்டம் ஆகிய பெரும் இயக்கங்களின் தாக்கமும் தொழிலாளர் போராட்டங்களில் இருந்தது. மிகக் குறிப்பாக மாபெரும் நவம்பர் புரட்சி உலகெங்கும் ஒடுக்கப்பட்ட மக்களின், காலனிய ஆதிக்கத்தின் கீழ் அல்லலுற்ற மக்களின் நம்பிக்கையை வலுப்படுத்தியது, அவர்களின் போராட்டத்தை உற்சாகப் படுத்தியது. தமிழகத்தில்

மூத்த கம்யூனிஸ்ட் ஆன மா. சிங்காரவேலர் போன்றோரின் அரசியல் ரீதியான நடவடிக்கைகளும் பிரச்சாரமும் இதற்கு உரமிட்டன. 1920 இல் இந்திய கம்யூனிஸ்ட் கட்சியின் முதலாவது கிளை சோவியத் யூனியன் தாஷ்கன்ட்டில் நிறுவப்பட்டது. அதே வருடம் தான் ஏ.ஐ.டி.யூ.சி. சங்கம் உருவாக்கப்பட்டது. பிரிட்டிஷ் அரசு 1926 ஆம் ஆண்டு தொழிற்சங்கச் சட்டத்தை (Trade Union Act, 1926) இயற்றியது. இச்சட்டம் 1927 ஜூன் முதல் தேதியில் இருந்து செயல்படுத்தப்பட்டது.

தென்னிந்தியத் திரைப்படவுலகில் தொழிற் சங்கத்திற்கு அஸ்திவாரம் இட்டவர்கள் எம்.பி. சீனிவாசன், நிமாய் கோஷ்.

ஜெமினி ஸ்டுடியோவில் அன்றைய நாட்களில் தினந்தோறும் நடக்கும் ஒரு நிகழ்வை அம்ஷன் குமார் பதிவு செய்துள்ளார். அதைச் சொன்னவர் எம்.பி. சீனிவாசன். "ஸ்டுடியோ வாசலில் ஒரு கூட்டம் எதிர்பார்ப்புடன் காத்துக் கிடக்கிறது. இவர்கள் 'எக்ஸ்ட்ரா' நடிகர், நடிகைகள். திடீரென அந்த காண்ட்ராக்டர் வருகிறான். அன்றையப் படப்பிடிப்புக்கு எத்தனை பேர் வேண்டும் என்பது அவனுக்குத் தெரியும். அத்தனை எண்ணிக்கையில் தன் பாக்கெட்டில் இருந்து டோக்கன்களை எடுத்துக் கூட்டத்தில் வீசி எறிகிறான். மொத்தக் கூட்டமும் முண்டியடித்து ஓடி டோக்கனை எடுக்கமுயற்சி செய்யும் போது சிலருக்குக் காயங்கள் ஏற்படும். அதனால் கவலையில்லை, யார் கையில் டோக்கன் கிடைக்கிறதோ அவன் அல்லது அவளுக்கு அன்றைக்கு வேலை கிடைத்தது, அவ்வளவுதான். டோக்கன் கிடைக்காதவர்கள் வீட்டுக்குப் போகலாம்."

1960கள் வரையும் 'எக்ஸ்ட்ரா' எனப்படும் இளநிலைக் கலைஞர்களின் நிலைமை மட்டுமின்றி ஒட்டுமொத்தத் திரைப்படத் தொழிலும் படமுதலாளிகளின் கையில் இப்படித்தான் இருந்தது. அவர்கள் வைத்ததுதான் சட்டம். இப்படிப்பட்ட பல்லாயிரம் தொழிலாளர்களை ஒழுங்கமைக்கப்பட்ட ஓர் அமைப்பின் கீழ்க் கொண்டுவந்து அவர்களை ஒருமித்த திரட்சியான சக்தியாக மாற்றி, தொழிலாளி என்ற மரியாதையை அவர்களுக்குக் கிடைக்கச் செய்த பெருமை எம்.பி.எஸ்ஸையும் நிமாய் கோஷையும் மட்டுமே சாரும். திரைப்படத் தொழிலாளர்களுக்கான முதல் அமைப்பை இருவரும் தொழிற்சங்க சட்டத்தின் கீழ் சங்கமாகப்

பதிவு செய்த பின்னர்தான் நூறு வருடத் தென்னிந்தியச் சினிமா வரலாற்றில் புதியதொரு மானமும் மரியாதையும் வீரமும் மிக்க வரலாறு எழுதப்பட்டது என்பது முற்றிலும் உண்மை.

நிமாய் கோஷ் வங்கத்தைச் சேர்ந்த ஒளிப்பதிவுக் கலைஞர். சோவியத் ரஷ்யப் பயணத்திற்கு பிறகு 1952 ஆம் ஆண்டில்தான் மெட்ராஸ் வருகிறார். என்.எஸ். கிருஷ்ணன், இயக்குநர் கே. சுப்ரமண்யம் இருவரும் அவரை இங்கே வரவழைத்தார்கள். 1952 பிப்ரவரி மாதம் மெட்ராஸ் வந்தார் நிமாய். அதற்கு முன்பாக 1938இலேயே எம்.வி. மணி என்ற நடிகர் மெட்ராஸ் நடிகர் சங்கம் என்ற அமைப்பை உருவாக்கினார். அந்த அமைப்பு ஆறு மாதங்கள் மட்டுமே இயங்கியது.

கே.எஸ். கோபாலகிருஷ்ணன் என்ற நடிகர் (இயக்குநர் கே.எஸ். கோபாலகிருஷ்ணன் அல்லர்) 1946 இல் தென்னிந்திய சினிமா ஊழியர்கள் சங்கத்தை நிறுவினார்.

1943 இல் இயக்குநர் கே. ராம்நாத் சினி டெக்னிஷியன்ஸ் அசோசியேசனை நிறுவினார்.

1952 ஆம் ஆண்டு சென்னையில் நடந்த அகில இந்திய சினிமாத் தொழில்நுட்பக் கலைஞர்கள் மாநாடு, பிற்காலத்தில் முளைத்த தொழிற் சங்கங்களின் தோற்றத்துக்கு ஓர் அஸ்திவாரமாக விளங்கியது.

அப்போது சினிமாத் தொழிலாளர்களுக்கு வரையறுக்கப்பட்ட ஊதியம், சட்டம், விதி, வேலைநேரம், ஓய்வு, விடுமுறை என எந்த உரிமையும், ஏன், அடிப்படை மனிதாபிமானமோ மரியாதையோ கூட இல்லாத நிலைமைதான் நிலவியது. கதாநாயக நட்சத்திரங்கள்தாம் பணம், புகழ் உள்ளிட்ட சகல வசதிகளையும் வாழ்க்கையையும் அனுபவித்தார்கள். தமிழ் மொழி தெரியாத நிமாய் கோஷ் தொடக்கம் முதலே தொழிலாளர்கள், டெக்னீசியன்கள் எல்லாருடனும் தோழமை உணர்வுடன் பழகி வந்தார். சோவியத் ரஷ்யா சென்றுவந்த ஒளிப்பதிவாளர் என்ற தனிமரியாதை அவருக்கு இருந்தது. அன்றைய நாட்களில் மெட்ராசின் புகழ்பெற்ற வழக்குரைஞராகவும் தொழிற்சங்கவாதியாகவும் திகழ்ந்த மோகன்குமாரமங்கலம் நிமாயின் நண்பர். அவரிடம்தான் தொழிற்சங்கம் நிறுவுவதற்கான

ஆலோசனைகளை நிமாய் பெற்றார். எம்.பி.எஸ் அவரது உற்ற நண்பரானார்.

ஓர் ஒளிப்பதிவாளரும் ஓர் இசையமைப்பாளரும் தமக்கான வாய்ப்புகளைத் தேடிப் பட முதலாளிகளை அணுகாமல், தமது பொருளாதார நிலை பற்றிய கவலை ஏதும் இல்லாமல் திரைப்படத் தொழிலாளர்களின் வாழ்க்கை பற்றிப் பொழுதெல்லாம் சிந்தித்துக் கிடந்தனர் என்பது அவர்களின் தன்னலமற்ற தியாக மனப்பான்மையைக் காட்டுகிறது.

1957 ஆம் ஆண்டு சினி டெக்னிஷியன்ஸ் கில்ட் (Cine Technicians Guild) நிறுவியது முதல் 1971 வரை கில்டின் தலைவராக நிமாய் இருந்தார்.

இதன் பிறகு துறைவாரியான, அதாவது ஒப்பனையாளர்கள், இசைக் கலைஞர்கள், சண்டைக் கலைஞர்கள், ஒளிப்பதிவாளர்கள், நடனக் கலைஞர்கள் எனத் தனித்தனியான பல சங்கங்கள் நிறுவப்பட்டன.

1959 ஆம் ஆண்டு சினி டெக்னிசியன்ஸ் அசோசியேசன் ஆஃப் சவுத் இண்டியா (CTASI) என்ற அமைப்பை நிறுவி அதை தொழிற்சங்கச் சட்டத்தின் கீழ் பதிவு செய்தனர். நிமாய் செயலாளராகவும் முக்தா சீனிவாசன் துணைத் தலைவராகவும் தேர்ந்தெடுக்கப்பட்டனர். இந்த அமைப்பின் கிளையாக சினிமா இசைக் கலைஞர்கள் சங்கத்தை எம்.பி. சீனிவாசன் நிறுவினார், தொழிற்சங்கச் சட்டத்தின் கீழ்ப் பதிவு செய்தார். இதன் பின்னர்தான் பாடல் பதிவுக்கான கால்ஷீட் எட்டு மணிநேரம் என்று கறாராகப் பின்பற்றப்பட்டது. பாடல் அல்லது பின்னணி இசை சேர்ப்புப் பதிவு முடிந்தவுடன் இசைக் கலைஞர்கள் ஒலிப்பதிவுக் கூடத்தில் இருந்து வெளியேவரும் முன்பு அவர்களுக்கான ஊதியம் உறையில் வைத்துக் கையில் கொடுக்கப்பட்டது. ஸ்பாட் பேமெண்ட் என்று திரைப்படவுலகில் வரலாறு படைத்த இச்சாதனைக்கு சொந்தக்காரரர் எம்.பி. சீனிவாசன். 1976 ஆம் ஆண்டு ஆகஸ்டு 15 முதல் ஸ்பாட் பேமெண்ட் செயற்படுத்தப்பட்டது.

இதைப்பார்த்த பிற பகுதித் தொழிலாளர்களும் தத்தமது தொழிலுக்கான சங்கங்களை நிறுவ வேண்டியதன் அவசியத்தை

உணர்ந்தார்கள். மிகக் குறிப்பாகச் சொல்ல வேண்டிய ஒன்று உள்ளது. நிலப்பிரபுத்துவ, ஆணாதிக்கச் சிந்தனையில் ஊறித் திளைத்துக் கொண்டிருக்கும் இந்திய சமூகத்தில், திரைப்படத் துறையில் பெண்களின் பாடு எப்படி இருந்தது என்பதைப் பல நூல்களின் வாயிலாக அறிகிறோம். பாலியல் தொந்தரவுகளும் உழைப்புச் சுரண்டலும் பெண்கள் மீது அதிகமாகவே ஏவப்பட்டன. படங்களில் சிறு பாத்திரங்களில் வந்து செல்லும் கலைஞர்கள் இளநிலைக் கலைஞர்கள் என்றழைக்கப்படவில்லை, அவர்களை 'எக்ஸ்ட்ரா' என்று கேவலமாக அழைத்தார்கள். இந்தக் கலைஞர்கள் 1955 ஆம் ஆண்டு ஜுனியர் ஆர்ட்டிஸ்ட் யூனியன் என்ற அமைப்பின் கீழ் திரண்டார்கள். 'எக்ஸ்ட்ரா' என்ற இழிசொல் மறைந்தது. படப்பிடிப்புத் தளங்களில் இவர்களுக்கான மரியாதை தரப்பட்டது.

சண்டைக் கலைஞர்களான எஸ்.டி. நடராஜன், கே.ஏ. புலிகேசி இருவரும் படப்பிடிப்புத் தளத்திலேயே உயிரிழந்தனர். இதன் பிறகு சண்டைக் கலைஞர்கள் சங்கம் உருவானது. எம்.பி.எஸ் இச்சங்கத்தின் தலைவராக இருந்தார். விஜயா ஸ்டுடியோவுக்கு எதிராக உண்ணாவிரதப் போராட்டம் ஒன்றையும் நடத்தினார்கள். நாளொன்றுக்குப் பதினைந்து ரூபாயாக இருந்த ஊதியம் அறுபது ரூபாயாக உயர்த்தப்பட்டது. அது மிகப் பெரிய சாதனைதான்.

ஒப்பனைக் கலைஞர்கள் ஒன்றிணைந்து 1967 இல் தென்னிந்திய ஒப்பனைக் கலைஞர்களின் சங்கத்தை நிறுவினர். அக்காலத்தில் பம்பாய் திரையுலகில் பீட்டர் ஃபைரரா என்பவர் ஒப்பனைக் கலைஞர்களுக்கு என ஒரு தொழிற்சங்கத்தை நிறுவினார்.

திரையுலகில் துறைவாரியான 23 சங்கங்கள் தனித்தனியாக செயல்பட்டன; ஆனால் இவை அனைத்தையும் மையப்படுத்தும் ஒரு கூட்டமைப்பாக தென்னிந்தியத் திரைப்படத் தொழிலாளர் சம்மேளனம் (FEFSI) 1967 ஆம் ஆண்டு உருவாக்கப்பட்டது. நிமாய் அதன் தலைவராக இரண்டு ஆண்டுகள் இருந்தார். குறிப்பிடப்பட வேண்டிய விசயம், இந்தச் சம்மேளனத்துக்கு தென்னிந்தியாவின் நட்சத்திர நடிகர்கள் யாரும் ஆதரவு தரவில்லை. இதே போன்றதொரு கூட்டமைப்பு மும்பையில் இருந்ததும் அதில் சினிமா நட்சத்திரங்களும் உறுப்பினர்களாக இருந்தார்கள் என்பதும் குறிப்பிடத்தக்கது. ஆனாலும் FEFSI

உறுதியாக இயங்கியது. பத்தாயிரம் தொழிலாளர்களுக்கும் மேல் உறுப்பினர்களாக இருந்தார்கள்.

இதன்பிறகு குறைந்தபட்சக் கூலிச் சட்டம், 1948 இன் கீழ் சினிமாத் தொழிலாளர்களுக்கான குறைந்தபட்சக் கூலி சட்டப் பூர்வமாக அங்கீகரிக்கப்பட்டது என்பது பெரும் வரலாற்றுச் சாதனை ஆகும். இதன் பின்னர் சலனப்படச் சட்டம், 1952 (The Cinematograph Act, 1952) இன் கீழ் "திரைப்படம்" என்பதற்கான வரையறை உருவாக்கப்பட்டு "திரைப்படத் தொழிலாளர்" என்பதற்கான வரையறையும் தெளிவாக அதே சட்டத்தில் வரையப்பட்டது.

இதன்பின் 1981 ஆம் ஆண்டு சினிமாத் தொழிலாளர் & திரையரங்கத் தொழிலாளர் (பணிமுறைப்படுத்துதல்) சட்டம் இயற்றப்பட்டது, 1984 இல் திருத்தப்பட்டது. 1952 சட்டத்தின் மேம்படுத்தப்பட்ட வடிவமாக இச்சட்டம் உள்ளது. அதாவது தியேட்டர்ப் பணியாளர்களும் இச்சட்ட வரம்புக்குள் கொண்டு வரப்பட்டுள்ளார்கள்.

1973 ஆம் ஆண்டு பம்பாய், கல்கத்தா ஆகிய நகரங்களில் இருந்து கூட்டமைப்புகளின் பிரதிநிதிகள் கலந்து கொண்ட கூட்டத்தில் இந்தியாவெங்கும் இருந்த அனைத்துக் கூட்டமைப்புகளும் ஒரு குடையின் கீழ் ஒன்றாக இணைந்து அகில இந்தியத் திரைப்படத் தொழிலாளர் கூட்டமைப்பு (AIFEC) ஒன்றை உருவாக்கினார்கள், அதன் துணைத்தலைவராக நிமாய் தேர்ந்தெடுக்கப்பட்டார்.

திரைப்படத் தொழிலில் தொழிலாளர் இயக்கம், தொழிற்சங்க வரலாறு குறித்து சு. தியடோர் பாஸ்கரன் எழுதிய 'தென்னிந்திய சினிமாவின் தொழிற்சங்க இயக்கம்' (Trade Unionism in South Indian Film Industry) என்ற ஆய்வுக் கட்டுரை மிக முக்கியமான பதிவு.

எடிட்டர் பீ. லெனின் 'சினிமா நிஜமா' (2002) என்ற தனது நூலில் திரைப்படத் தொழிலில் பல்வேறு தளங்களில் உழைக்கின்ற மக்கள் பற்றி விரிவாக எழுதியுள்ளார். அவர் குறிப்பிடும் ஒரு நிகழ்வு அதிர்ச்சி அளிக்கக்கூடியது. ஏதோ ஒரு நாள் தனது படத்தொகுப்புப் பணியை முடித்துவிட்டு அறைக்கு வெளியே வந்த லெனினுக்கு ஓர் ஆச்சரியம் காத்திருந்தது.

யாரோ ஒருவர் அவரைப் பெயர் சொல்லி ‘லெனின்... லெனின்’ என அழைக்கிறார். கை கால்கள் இளைத்து சூம்பிப்போன, வயிறு கனத்து உப்பிப்போன ஒருவர் லெனினை அழைக்கிறார். லெனினின் பள்ளிக் காலத்து நண்பன் என லெனின் அவரை அடையாளம் கண்டுகொள்ளச் சற்று நேரமானது. அதே ஸ்டுடியோ வளாகத்தில் பிலிம் சுருள்களைக் கழுவுகிற, பிரிண்ட் போடுகின்ற வேலையைச் செய்து வருவதாகக் கூறுகிறார் அவர். அந்த மனிதர் தனது பள்ளிக் காலத்து நண்பன் என லெனின் சொல்கிறார். லேபரட்டரியில் படநெகட்டிவ்களைச் சுத்தம் செய்வதற்கு ரசாயனப்பொருள் ஒன்று உண்டு. அதனைத் தொடர்ந்து சுவாசிப்பவர்க்கு வயிறு வீங்கிக் கால்கள் சூம்பிவிடும். அதே போல் பாசிட்டிவ் பிலிம் (positive film) பெட்டிகளைத் திறக்கும்போது அதிலிருந்து எழும் நெடியைத் தொடர்ந்து சுவாசிப்பவர்களை டி.பி. எனும் எலும்புருக்கி நோய் தாக்கலாம்.

மெட்ராஸ், அண்ணாசாலையில் நள்ளிரவில் சண்டைக்காட்சி ஒன்று படமாக்கப்பட்டுக் கொண்டிருந்தது. ஒரு பெண்ணுக்குப் பதிலாக ‘டூப்’ போட்டு அந்தக் காட்சியில் நடித்துக் கொண்டிருந்தவர் சண்டைப் பயிற்சிக் கலைஞர் மதி. எதிர்பாராது விபத்தில் சிக்கி பின்தலையில் அடிபட்ட மதி சில நாட்கள் கழித்து உயிரிழந்தார். ‘டூப்’ போடாமல் நடித்த மலையாள நடிகர் ஜெயன், படப்பிடிப்பில் ஹெலிகாப்டர் விபத்தில் உயிரிழந்தார். ‘என் உயிர்த் தோழன்’ படத்தில் நடித்த பாபு ‘டூப்’ போடாமல் நடித்த போது உயரத்தில் இருந்து குதிக்க, முதுகுத்தண்டில் அடிபட்டு படுத்த படுக்கையிலேயே முப்பது வருடங்கள் இருந்து உயிரிழந்தார். இந்த விபத்துக்கள் “‘ஸ்டன்ட்’ நடிகர்களின் வாழ்க்கையில் உயிருக்கு எப்போதும் உத்தரவாதம் இல்லை” என்ற கோரமான உண்மையைச் சொல்கின்றன. மதியின் இறப்புக்குப்பின் ஸ்டன்ட் நடிகர் சங்கத்தை அணுகிய பீ. லெனின், அப்படிப்பட்ட விபத்துக்களில் உயிரை இழந்த ஸ்டன்ட் கலைஞர்களின் பட்டியலைப் பார்த்தபோது, “அப்பட்டியல் ஒரு பிணக்குவியலாக இருந்தது” என்று எழுதுகிறார். அதேபோல் உயிர் பிழைத்தவர்களில் பலர் தமது உடல் உறுப்புக்களை நிரந்தரமாக இழந்துள்ளார்கள் அல்லது ஊனம் ஏற்பட்டுத் தொழிலில் ஈடுபடமுடியாமல் வீட்டில் முடங்கிப் பிழைப்பு அற்றவர்களாக மாறிவிடுகிறார்கள்.

ஒரு கால்ஷீட் என்பது எட்டு மணிநேர வேலை என்பது நடிக்கும் நட்சத்திரங்களுக்குத்தான். உதாரணமாகப் படப்பிடிப்பு காலை எட்டு மணிக்கு எனில் காலை ஆறு மணிக்கே படப்பிடிப்புத் தளத்துக்கு வந்து ஒளி அமைப்பை ஏற்படுத்த வேண்டிய 'லைட்பாய்' தொழிலாளர்கள் படப்பிடிப்பு முடிந்தபின் இரண்டு மணிநேரம் கழித்த பின்னர்தான் வெளியேற முடியும். அறுபது அடி உயரத்தில் பரண்களில் ஏறி, மிகக்கனமான 'லைட்' எனப்படும் ஒளிவிளக்குகளைத் தேவையான அளவு தேவையான கோணங்களில் நட்சத்திரங்களின் பக்கம் பாய்ச்சும் இவர்களின் பணிதான் மிக முக்கியமானது. இவர்களின் உழைப்பும் பாடும்தான் சொல்ல முடியாத துயரமானது. 12, 14, 18 மணி நேரம் கூட இவர்களது வேலை நேரம் நீளும். காற்றும் வெளிச்சமும் இல்லாத ஆஸ்பெஸ்டாஸ் கூரைகளை ஒட்டிக்கொண்டு வெந்து போவார்கள் இவர்கள். ஒரு படப்பிடிப்பு முடிந்தபின் கடைசியாக வெளியேறுகிறவர்கள் இவர்கள்தான்.

ஆல் இண்டியா சினி ஒர்க்கர்ஸ் அசோசியேசனின் நிர்வாகிகளில் ஒருவரான சுரேஷ் ஸ்யாமள் குப்தா, "காமிராவுக்குப் பின்னால் சுமார் எழுபது விதமான தொழில்கள் இருக்கின்றன. ஆனால் மாதத்தில் சுமார் பத்து நாட்கள்தான் இவர்களுக்கு வேலை கிடைக்கும்" என்கிறார். மும்பையின் சினிமா சண்டை நடிகர்கள் சங்கத்தின் தலைவர், "சங்கத்தில் பதிவு செய்த ஸ்டன்ட் நடிகர்களிலும் 75 விழுக்காட்டினர் வறுமைக்கோட்டுக்குக் கீழே வாழ்க்கை நடத்துகிறார்கள். அதிலும் கூட 20 விழுக்காடு கலைஞர்களுக்கே தொடர்ந்து வேலை கிடைக்கக்கூடும். இளநிலைக் கலைஞர்கள் எனப்படும் ஜூனியர் ஆர்டிஸ்ட்டுகள் மட்டுமே (ஹிந்திப் படவுலகில்) பத்தாயிரம் பேருக்கு மேல் இருப்பார்கள். ஒருநாள் உழைத்தால் இவர்களுக்கு 900 - 1,000 ரூபாய் வரை ஊதியம் கிடைக்கும்" என்கிறார்.

பாடல் பதிவு, பின்னணி இசைச் சேர்ப்புப் பதிவுகளுக்கு இசைக்கருவி இசைக்க வரும் கலைஞர்கள் படத் தயாரிப்பாளரின் தயவில்தான் வாழ்ந்து வந்தார்கள். பாடல்பதிவு முடிந்தவுடன் ஊதியம் கிடைக்காது. சில, பல மாதங்கள் ஆகலாம். கிடைக்காமலும் போகலாம். சினி மியூசிசியன்ஸ் சங்கத்தை எம்.பி. சீனிவாசன் நிறுவிய பின்னர்தான் இவர்கள் வாழ்வில் ஒளி ஏற்றப்பட்டது. பாடல் பதிவு, பின்னணி இசைச் சேர்ப்பு

கால்ஷீட் ஆன எட்டு மணிநேரம் முடிந்தவுடன் ஒலிப்பதிவுக் கூடத்தைவிட்டு அவர்கள் வெளியே வரும்போது கையில் பணம் அதாவது அன்றைய ஊதியம் வழங்கப்படும் ஸ்பாட் - பேமெண்ட் (spot payment) முறையைக் கொண்டு வந்த எம்.பி. சீனிவாசன் இன்றளவும் இசைக் கலைஞர்களால் போற்றப்படுகின்றார். ஜெயா டிவி நடத்திய 'என்னோடு பாட்டுப் பாடுங்கள்' நிகழ்ச்சியில் நடுவராகக் கலந்து கொண்ட எஸ்.பி. பாலசுப்ரமணியம், "நாங்கள் கௌரவமான வாழ்க்கை நடத்துகிறோம், அடுத்த நாள் பொழுது நல்லபடியாக விடியும் என்ற நம்பிக்கையுடன் தூங்கப் போகிறோம் என்றால் அதற்குக் காரணம் எம்.பி. சீனிவாசன்தான்" என்று மனந்திறந்து நன்றியுடன் நினைவு கூர்ந்தார்.

ஒரு படத்தயாரிப்பின் இறுதிக் கட்ட வேலை என்பது படச்சுருளை பாசிடிவ் பிரிண்ட் போட்டு வெளியே கொண்டு வரும் லேபரட்டரி வேலைதான். எந்த ஒரு படத்தயாரிப்பாளரும் எந்த ஒரு தொழிலாளிக்கும் அல்லது கலைஞருக்கும் ஊதியம் கொடுக்காமல் இழுத்தடித்து ஏமாற்ற நினைத்தால் சம்மேளனத்தில் இருந்து லேபரட்டரிக்கு கடிதம் கொடுக்கப்படும். சம்பள நிலுவையை சரிக்கட்டாமல் படம் லேபரட்டரியில் இருந்து வெளியில் வராது என்ற கறாரான நிலைமையைக் கொண்டு வந்தவர்கள் நிமாயும் எம்.பி.எஸ்ஸும் தான். இப்போதும் இந்தக் கட்டுப்பாடு உள்ளது.

தென்னிந்தியத் திரைப்படத் தொழிலாளர் சம்மேளனத்தில் (FEFSI) 23 உறுப்பினர் சங்கங்கள் இணைக்கப்பட்டுள்ளன. ஒட்டு மொத்த உறுப்பினர் எண்ணிக்கை (2020 இல்) சுமார் 25,000 ஆகும்.

ஒன்றியத் தொழிலாளர் நலத்துறை அமைச்சகத்தின் புள்ளி விவரப்படி 2017 இல் மட்டும் இந்தியாவின் சினிமாத் தொழிலில் நேரடியாகவும் மறைமுகமாகவும் ஐம்பது லட்சம் தொழிலாளர்கள் வேலை வாய்ப்புப் பெற்றதாகத் தெரிகிறது. இதன் பொருள் ஐம்பது லட்சம் குடும்பங்கள் பிழைத்துள்ளன என்பதாகும். பெரிய அளவுக்குப் பிரபலம் இல்லாத ஒரிய மொழி சினிமாத் தொழிலில் கூட 75,000 தொழிலாளர்கள் பணியாற்றுவதாகத் தெரிகிறது.

தத்தமது தொழிலில் மிகச்சிறந்த கலைஞர்களான எம்.பி. சீனிவாசனும் நிமாய் கோஷும் தமது சொந்த நலன்களையும் பொருளாதாரக் கவலைகளையும் புறந்தள்ளி வைத்துவிட்டு, பல ஆயிரம் தொழிலாளர்களின் எதிர்காலம் பற்றி மட்டுமே கவனத்தில் கொண்டு உழைத்தார்கள். எம்.பி.எஸ் இந்தியக் கம்யூனிஸ்ட் கட்சியின் உறுப்பினர். கலையின் அரசியலையும் மனித உழைப்பின் மாண்பையும் அறிந்தவர். இரண்டும் சந்திக்கிற புள்ளியை மிகச் சரியாகப் புரிந்து கொண்டு இயங்குகிற தத்துவப் பாடத்தை மார்க்சிய அரசியல் அவருக்குச் சரியாகக் கற்றுக் கொடுத்து இருந்தது. நிமாய் கம்யூனிஸ்ட் கட்சியின் உறுப்பினர் இல்லை. ஆனால் எம்.பி.எஸ்ஸுடன் எல்லா முயற்சிகளிலும் தோளோடு தோள் நின்றார்.

இதனால்தான் தமிழ்ப் படவுலகின் பெருமுதலைகளால் இருவரும் வெறுக்கப்பட்டார்கள். அவர்களுக்கான பட வாய்ப்புக்களைத் திட்டமிட்டு ஒன்றுமில்லாமல் செய்தார்கள் இந்த முதலாளிகள். ஆனால் அது பற்றி இருவரும் ஒருபோதும் கவலைப்பட்டது இல்லை.

“விளம்பரப் படங்களுக்கு அல்லது வானொலி விளம்பரங்களுக்கு இசையமைத்து (jingles) எனது வயிற்றுக்கான கஞ்சியைத் தேடிக் கொள்வேனே தவிர படமுதலாளிகளிடம் போய் வாய்ப்புக்காக நிற்க மாட்டேன்” என்று ஆணித்தரமாக அறிவித்து அதன்படியே வாழ்ந்தும் காட்டினார் எம்.பி.எஸ்.

அதற்கெல்லாம் பரிசாக அவருக்குத் தமிழ்த் திரைப்படவுலகம் தந்தது என்ன? 1960 இல் ‘பாதை தெரியுது பார்’ படத்திற்கு இசையமைத்தபின் மீண்டும் அவர் தமிழில் ஒரு படத்துக்கு இசையமைக்கப் பதினைந்து ஆண்டுகள் ஆகியுள்ளது. தமிழில் மொத்தமாக அவர் இசையமைத்தது எட்டே படங்கள்தான். அவரை அரவணைத்துக் கொண்டு கொண்டாடியவர்கள் மலையாளிகளும் கேரளத் திரைப்பட உலகமும்தான். அதைப் பின்னால் பார்ப்போம்.

நிமாய் கோஷ்? 1953 ஆம் ஆண்டு ‘இன்ஸ்பெக்டர்’ என்ற படத்துக்கு ஒளிப்பதிவு செய்து தமிழில் தன் திரை வாழ்க்கையைத் தொடங்கிய அவர் ‘பாதை தெரியுது பார்’, ‘சூறாவளி’ ஆகிய இரண்டு படங்களையும் இயக்கி, ஒளிப்பதிவும் செய்தார்.

மொத்தமாக இருபது தமிழ்ப்படங்களுக்கு ஒளிப்பதிவு செய்துள்ளார். கே. பாலச்சந்தரின் முதல் படமான 'நீர்க்குமிழி' (1965) அவரது ஒளிப்பதிவுதான். ஐந்து கன்னடப் படங்களுக்கு ஒளிப்பதிவாளராகப் பணிசெய்தார். அவர் ஒளிப்பதிவில் உருவான கன்னடப் படமான 'ஹம்சகீதே' (1975) சிறந்த கன்னட திரைப்படம் உள்ளிட்ட பல விருதுகளை வென்றது. அதே படத்திற்கான சிறந்த ஒளிப்பதிவாளர் விருதை நிமாய் வென்றார்.

எம்.பி.எஸ் இசையமைத்த 'தாகம்' திரைப்படத்தில் எஸ்.ஜானகி பாடும் பூவை செங்குட்டுவனின் பாடல் ஒன்று இப்படித் தொடங்கும்: "உருகிடும் வேளையிலும் நல்ல ஒளித்தரும் மெழுகுத்திரி... ஒளிதரும் வேளையிலும் தியாக உணர்வினைத் தூண்டிவிடும்..."

இந்தப் பாடல் எம்.பி.எஸ்ஸுக்கும் நிமாய்க்கும் என்றே எழுதப்பட்டதாகத் தெரிகிறதா?

◉

நிமாய் கோஷ்

(17.5.1914 - 29.01.1988)

1950 ஆம் ஆண்டு சோவியத் யூனியனின் புகழ்பெற்ற திரைப்பட இயக்குநர் விசேவோலோட் புடோவ்கின் *(Vsevolod Pudovkin)*, நடிகர் செர்காசோவ் *(Cherkasov)* இருவரும் கல்கத்தாவுக்கு வந்தார்கள். இந்திய சோவியத் கலாச்சாரப் பரிவர்த்தனைத் திட்டத்தின் கீழ் இந்தியாவுக்கு வந்த குழுவில் இருவரும் உறுப்பினர்கள். சோவியத் யூனியனில் திரையிடப்படுவதற்காக இந்தியாவில் தயாரிக்கப்பட்ட சில படங்களைத் தேர்வு செய்யும் நோக்கில் வந்த அவர்களுக்கு இந்திய அதிகாரிகள் திரையிட்டுக் காட்டிய படங்கள் யாவும் பழைய பஞ்சாங்கப் புராணம், ராஜாராணி, மந்திர ஜாலங்கள், பத்தாம்பசலித்தனமான படங்களாக இருந்துள்ளன.

போர்க்கப்பல் பொடம்கின் (1925), மேன் வித் எ மூவி கேமரா (1929), அக்டோபர் (1928) போன்ற உலகப்புகழ்பெற்ற திரைப்படங்களைப் கொடுத்த நாட்டில் இருந்து வந்தவர் புடோவ்கின். *அன்னை (1926), தந்தையர் நாட்டின் பேரால் (In the name of Fatherland, 1943) சென்ட் பீட்டர்ஸ் பர்க்கின் முடிவு (End of St.Petersburg, 1927), The Storm over Asia (1928), Deserter (1933)* போன்ற புகழ்பெற்ற திரைப்படங்களை இயக்கியவர். அதிர்ச்சியும் அதிருப்தியும் மேலிட அவர் சோர்வுற்று இருந்தபோது, “இன்னும் ஒரே ஒரு படம் உள்ளது, அதை மட்டும் பார்த்துவிட்டுச் செல்லுங்கள்” என்று அவர்களை வேண்டினார் சாரு பிரகாஷ் கோஷ். 1952 ஆம் ஆண்டு அமெரிக்க உளவுத்துறை நிறுவனம் ஆன சி.ஐ.ஏ.யின் பதிவுகளின்படி

சி.ஐ.ஏ.வின் கண்காணிப்பில் இருந்தவர்களில் சாருவும் ஒருவர். இந்திய கம்யூனிஸ்ட் கட்சிக்கும் சோவியத் யூனியனின் எழுத்தாளர்கள், கலைஞர்களுக்கும் இடையே நிலவிய நட்பு, கலாச்சார பரிவர்த்தனைகள் அனைத்தையும் சி.ஐ.ஏ. தொடர்ந்து கண்காணித்து வந்துள்ளது. சி.ஐ.ஏ. குறிப்பின்படி, சோவியத் வர்த்தக முகமையின் (*Soviet Trading Agency*) கிழக்குப் பகுதி இந்தியாவுக்கான சோவியத் திரைப்பட ஏஜெண்டாக கோஷ் இருந்துள்ளார். இந்திய கம்யூனிஸ்ட் கட்சியின் உறுப்பினராக இல்லை என்றாலும் கட்சிக்கு நிதி அளிப்பவர்களில் ஒருவராக கோஷ் இருந்துள்ளார். சோவியத் யூனியனில் இருந்து கல்கத்தாவுக்கு வரும் பிரதிநிதிகளை வரவேற்று மகிழ்வதை அவர் வழக்கமாகக் கொண்டிருந்தார். 1951 ஆம் ஆண்டு ஜூன் 18 அன்று "கோபால் கிருஷ்ணதிரைப்பட விநியோகஸ்தர்" என்ற கம்பெனியை அவர் நிறுவி உள்ளார். மாஸ்கோவில் நடந்த மாஸ்கோ சர்வதேசப் பொருளாதார மாநாட்டிற்குச் செல்லும் பிரதிநிதியாக அவர் தேர்வு செய்யப்பட்டார் எனினும் இந்திய அரசு அவருக்கு பாஸ்போர்ட்டை வழங்கவில்லை என்பது குறிப்பிடத்தக்கது.

பிரகாஷ் கோஷ் புடோவ்கின்னுக்குத் திரையிட்டுக் காட்டிய படம் '*சின்னமுல்*' (1950). அது நிமாய் கோஷ் இயக்கியபடம். 'வேருடன் பிடுங்கி எறியப்பட்டவர்கள்' என்ற பொருள்படும் அப்படத்தை லைட் ஹவுசில் இருந்த தியேட்டரில் திரையிட்டார். படத்தைப் பார்த்த பின்னால், "இந்தப் படத்தில்தான் நான் உங்கள் மக்களைப் பார்க்கின்றேன். உங்கள் நாட்டைப் பார்க்கிறேன்" என்று துள்ளிக் குதித்துக் குதூகலித்திருக்கிறார் புடோவ்கின்.

'*சின்னமுல்*' படத்தின் மூலக்கதையை எழுதியவர் ஸ்வர்ணகமல் பட்டாச்சார்யா. 1947 இல் இந்திய தேசம் பிரிக்கப்பட்டது. மேற்கில் மட்டும் இன்றி கிழக்கிலும் பிரிக்கப்பட்டது. அதாவது வங்கம் பிரிக்கப்பட்டது. பிரிக்கப்படும் முன் கிழக்கு வங்கத்தில் இஸ்லாமியர்களும் இந்துக்களும் சமாதானமாக வாழ்ந்து வந்தனர். பிரிக்கப்பட்ட பின்னர் பல்லாயிரக்கணக்கான இந்துக்கள் மேற்கு வங்கம் நோக்கி, அதாவது இந்தியாவை நோக்கி வந்து எல்லையைத் தாண்டுகின்றனர். ஸ்ரீகந்தாவும் கர்ப்பவதியான அவன் மனைவி படாஷியும் இவர்களில் அடக்கம், கல்கத்தாவுக்கு பெருங்கனவுகளுடன் வந்தவர்கள் பார்த்தது நரகத்திலும் கேடு.

சோவியத் ஒன்றியம் சென்ற இந்தியக் கலாச்சாரக் குழு உறுப்பினராக நிமாய் கோஷ்.

குடியிருக்க இடம் இன்றி ரயில்நிலைய பிளாட்பாரங்களிலும் சாலை ஓரங்களிலும் அகதி முகாம் எனப்படும் கொட்டகைகளிலும் வசித்தார்கள் இந்த மக்கள். வறுமை, கொள்ளை, கொலை, பாலியல் வன்முறை, ரவுடித்தனம் என அத்தனை சீரழிவுகளும் அங்கே நடந்தேறுகின்றன. இருவரின் கனவுகளும் சிதறுகின்றன.

இப்படத்தில் நடித்தவர்கள் தொழில்முறை நடிகர்கள் அல்லர். இப்டா இயக்கத்தில் பணியாற்றிய பல கலைஞர்களை நிமாய் படத்தில் நடிக்கவைத்தார். நிமாய் மிகக்கனமான கேமராவைத் தூக்கிக் கொண்டு கல்கத்தாவின் தெருக்கள், பிளாட்பாரங்கள், அகதிகள் தங்கியிருந்த இடங்கள், சியால்தா ரயில் நிலையம் எனப் பல இடங்களிலும் மக்களுடன் மக்களாக மறைந்து படம் பிடிக்க வேண்டியிருந்தது. அகதிகளின் கூடாரங்களில் இருந்து அவர்களையே தேர்வு செய்து நடிக்கத் கற்றுக் கொடுத்தார். ஓடும் ரயிலில் தொங்கியவாறு ஒளிப்பதிவாளர் பிஸ்வநாத் கங்கூலி படம் எடுத்தார். ரயிலிலும் ரயில் நிலையத்திலும் படம் எடுப்பதை ரயில்வே அதிகாரிகள் ஆட்சேபித்ததால் பல சிக்கல்களை எதிர்கொண்டனர்.

எனவே கேமராவை மறைத்துவைத்தும் படம் எடுத்தார். அகதி முகாம்களிலும் கேமராவை மறைத்துவைத்தும் காரின் முன்னால் பானட்டில் துணிகளுக்குள் ஒளித்துவைத்தும் படம் பிடித்தார். ஸ்டுடியோவுக்கு உள்ளேயும் சில காட்சிகளை எடுத்தார்.

சமூக அவலங்களைக் கழிவிரக்கமோ உச்சகட்டப் பரிதாபமோ இன்றி கலையழகுடன் கதையை முதிர்ச்சியான பார்வையில் திரையில் சொன்னார் நிமாய். வங்காளத்தின் முதல் யதார்த்தவாதப் படம் 'சின்னமுல்' தான். சத்தியஜித் ரேயுடன் இந்தப் படத்தின் கதை பற்றிப் பேசியிருக்கிறார் நிமாய். 'பதேர் பாஞ்சாலி'க்கு முந்தைய படம் இது. வங்கத்தில் இருந்து இடம் பெயர்ந்த அகதி ஒருவரும் இப்படத்தில் நடித்தார். படத்தின் துணை இயக்குநராகவும் வேலை செய்தார். பிற்கால இந்தியத் திரைப்பட வரலாற்றில் அவரது பெயர் எப்போதும் பேசப்பட்டது. அவரது பெயர் ரித்விக் கட்டக். படத்தைப் பார்த்த புடோவ்கின், படத்தின் பிரதியை சோவியத் நாட்டுக்கு எடுத்துச் சென்றார். சோவியத் முழுக்க 181 தியேட்டர்களில் ஒன்றியத்தின் பல்வேறு பிராந்திய மொழிகளில் மாற்றம் செய்து படத்தின் வசனத்தைப் பதிவு செய்து திரையிட்டார் என்பது வேறு எந்த இந்தியப் படத்துக்கும் கிடைக்காத பெருமை ஆகும்.

> "பிரிவினையின் கொடுமைகளையும் இடம் பெயர்ந்த மக்களின் துயரத்தையும் பிரிவினைக்குப் பின்னால் இருந்த அரசியல்வாதிகளின் சுயநல நோக்கங்களையும் அம்பலப்படுத்த எண்ணினேன். இப்டாவில் நான் பங்கேற்ற பின்னரே என்னைச் சுற்றியுள்ள மனிதர்களைப் புரிந்து கொள்ளத் தொடங்கினேன். அதன் பாதிப்புத்தான் என்னைத் திரைப்படத்திற்குள் தள்ளியது. 'சின்னமுல்' அரசியல் பேசுகின்ற படம் என்றால் உண்மையில் அரசியலை நான் வலிந்து இப்படத்தில் புகுத்தவில்லை. ஆனால் அரசியலை இப்படத்தில் இருந்து பிரிக்க முடியாது என்பது உண்மைதான்"

என்று நிமாய் நினைவு கூர்கிறார்.

சோவியத்தில் 'சின்னமுல்' திரையிடப்படும்போது நிமாய் அங்கிருக்க வேண்டும் என்று சோவியத் அரசு அழைத்தபோது இந்திய உள்துறை அமைச்சகம் அவர் மேல் சந்தேகப்பட்டது, பாஸ்போர்ட் வழங்கவில்லை. 1951 ஆம் ஆண்டு சோவியத்துக்குச் சென்ற இரண்டாவது கலாச்சாரத் தூதுக் குழுவில்தான் இடம்பெற்றார். இதே குழுவில் தமிழின் திரைப்பட இயக்குநர் கே. சுப்ரமணியம், என்.எஸ். கிருஷ்ணன், டி.ஏ. மதுரம் ஆகியோர் இடம்பெற்றிருந்தனர். இந்தி நடிகர் அசோக் குமாரும்

சோவியத் ஒன்றியம் சென்ற இந்தியக் கலாச்சாரக் குழு உறுப்பினராக நிமாய் கோஷ்.

அக்குழுவில் இருந்தார். உண்மையில் நிமாய் என்பவர் யார் என்பதை சோவியத்தில் அவருக்கு அளிக்கப்பட்ட மரியாதையைக் கண்டபின்னர்தான் மூவரும் தெரிந்து கொண்டனர்! அதன் பின் நிமாயை இந்திப் படங்களிலும் தமிழ்ப் படங்களிலும் பணியாற்ற வருமாறு இவர்கள் அழைப்புவிடுத்தனர்.

உலக சமாதானக் கமிட்டி அமைக்கப்பட்டதன் தொடர்ச்சியாக சோவியத்துக்கு இந்திய கலாச்சாரக் குழு சென்று திரும்பிய பிறகு அறுபது பேர் கொண்ட சோவியத் கலாச்சாரக் குழு இந்தியாவில் முதல் முறையாகச் சுற்றுப் பயணம் செய்ய வந்தது. அப்போது அரசு நிர்வாகங்கள் கலைக் குழுக்களைப் பரிமாறிக் கொள்ளும் நடைமுறை பழக்கத்துக்கு வரவில்லை. எனவே சோவியத்துக்கு சென்றிருந்த இந்தியக் கலைக் குழுக்களின் சுற்றுப்பயணச் செலவு முழுவதையும் சோவியத் கலைஞர்களே ஏற்றதுபோல், இந்தியா வந்த சோவியத் குழுவின் தென்னகச் சுற்றுப் பயணத்துக்கான ஏற்பாடு அனைத்தையும் செய்யும் பொறுப்பு என்.எஸ். கிருஷ்ணனிடம் ஒப்படைக்கப்பட்டது. அவர் சமாதானக் கமிட்டியுடன் தொடர்பு கொண்டு வேண்டிக் கொண்டதற்கு இணங்க சோவியத் கலைஞர்களுக்கு மதுரை திலகர் திடலில் வரலாறு காணாத வரவேற்பு அளிக்கப்பட்டது. முதல் முதலாக ரஷ்ய மக்களைப் பார்த்த மதுரை மக்கள் உணர்ச்சிப் பிழம்பாகக் காட்சியளித்தார்கள் என்று எழுதுகிறார் மாஜினி ரா. ரங்கசாமி.

சோவியத்தில் இருந்து திரும்பிய நிமாய், வங்காளப் பட உலகம் தனக்கு வாய்ப்புகளைத் திறக்கும் என்று நம்பியிருந்தார். ஆனால் அவர் ஒரு கம்யூனிஸ்ட் என்று முத்திரை குத்தப்பட்டு ஒதுக்கப்பட்டார்.

அவருக்கு வாய்த்த நல்ல ஒரு திறப்பாக கல்கத்தாவில் நடந்த முதலாவது உலகத் திரைப்பட விழா அமைந்தது. விழாவுக்குச் சென்றிருந்த என்.எஸ். கிருஷ்ணன் நிமாயின் வீட்டுக்கே சென்று அவரைத் தமிழகத்துக்கு வருமாறு அழைத்தார்.

சோவியத் அரசு அவருக்குப் பரிசாகக் கொடுத்த கீவ் கேமராவை விற்றுத்தான் மூன்றாம் வகுப்பு ரயில் டிக்கெட் எடுத்து 1952 பிப்ரவரி 29 அன்று மெட்ராஸுக்கு வந்து சேர்ந்தார். *'I came to Madras from Calcutta via Moscow'* ('நான் கல்கத்தாவில் இருந்து மாஸ்கோ வழியாக மெட்ராஸ் வந்தேன்') என்று நகைச்சுவையுடன் குறிப்பிடுவார் நிமாய்.

'சின்னமுல்' படத்தின் கதாநாயகியாக நடித்தவர் சோவாசென். 150 வங்கப் படங்களில் நடித்தவர். நிமாய் பற்றி பின்னாட்களில் அவர் இப்படிக் கூறினார்: "நிமாய் கோஷ் சந்தேகத்துக்கு இடமின்றி இந்தியச் சினிமாவின் யதார்த்த முன்னோடி. அவர் மதராஸுக்கு வேலை தேடிச் சென்றது எனக்கு மிகவும் வருத்தத்தினை ஏற்படுத்தியது. மேற்கு வங்காளம் அவரைக் கைவிட்டது. ஆனால் மதராஸ் அவருக்குக் கை கொடுத்தது!" இதுதான் யதார்த்த வாழ்வின் விசித்திரம் என்பது! வங்கம் நிமாயை மதராஸிற்குத் துரத்தியது, மதராஸ் எம்.பி.எஸ்ஸை கேரளாவுக்குத் துரத்தியது!

உண்மையில் சத்யஜித்ரே தனது முதல் படமான *'பதேர் பாஞ்சாலி'*க்கு ஒளிப்பதிவு செய்ய நிமாயைத்தான் நம்பியிருந்தார். நிமாய் தமிழ்நாடு புறப்பட்டதை அறிந்து அவர் அதிர்ச்சியடைந்து அவரிடமே அது பற்றிக் கேட்டார்.

தற்செயலாக அமைந்த இன்னொரு விசயம், ரேயின் நிழற்படக் கலைஞர் பெயரும் நிமாய் கோஷ் என்பதுதான். வருத்தப்படத்தக்க விசயம் ஒன்று இப்போதும் தொடர்வது எது எனில் *'சின்னமுல்'* இயக்குநர் நிமாய் கோஷ் பற்றி நீங்கள் இணையத்தில் தேடினால், நேராக நிழற்படக் கலைஞர் நிமாய் கோஷ் குறித்த விவரங்களில்

அல்லது அவரது புகைப்படத்தில் சென்று நிற்கும். இந்த நூல் எழுதும் வரை அப்படித்தான் உள்ளது. தவறை யாரும் திருத்திக் கொள்வதாகத் தெரியவில்லை.

மெட்ராஸிற்கு வந்த நிமாய் 'பொன்வயல்' என்ற படத்தில் முதல் முதலாக ஒளிப்பதிவாளராகப் பணி செய்தார். 'சின்னமுலு'க்கு முன்பே வங்க மொழியில் மூன்று படங்களுக்கு நிமாய் ஒளிப்பதிவாளராகப் பணி செய்துள்ளார் என்பதும் குறிப்பிடத்தக்கது. கர்நாடகத்தில் அவர் ஒளிப்பதிவு செய்த 'ஹம்சகீதே' கர்நாடக அரசின் விருது, குடியரசுத் தலைவர் விருது இரண்டையும் வென்றது.

நிமாய்க்கும் எம்.பி.எஸ்ஸுக்கும் இடையில் இருந்த நட்பு மிகுந்த மரியாதைக்கு உரிய ஒன்று. மெட்ராஸில் தனது மனைவி, இரண்டு மகள்கள் (இரட்டைக் குழந்தைகள்) ஆகியோருடன் குடியேறிய நிமாய், அவ்வளவு பெரிய வீட்டில் குடியிருக்க வருமாறு எம்.பி.எஸ்ஸை அழைத்தார். ஒரே வீட்டில் இரண்டு குடும்பங்களும் அன்பும் பாசமும் நிரம்பி வழிய வாழ்க்கை நடத்தியுள்ளார்கள்.

மிகக் குறிப்பாக, திரைப்படத் தொழிலாளர்கள் வாழ்க்கையில் அவர்களது உரிமைகளை மீட்டு எடுத்த தொழிற்சங்க வாழ்க்கை ஆனது இருவரது வாழ்க்கையில் மட்டுமின்றி இந்தியத் திரைப்படத் தொழிலாளர்களின் வரலாற்றிலும் என்றென்றும் அழியாப் புகழுடன் நிலைத்து நிற்கிறது.

29.01.1988 அன்று சென்னை சோவியத் ரஷ்யக் கலாச்சார அரங்கில் புடோவ்கின் ஃபிலிம் சங்கத் தொடக்க விழாவில் உரையாற்றிக் கொண்டிருந்த நிமாய், திடீரென்று மயங்கிச்சரிய, அருகில் இருந்த எம்.பி.எஸ் அவரை மடியில் தாங்க நிமாய் தன் இறுதி மூச்சைச் சுவாசித்தார்.

⊙

இயக்கமாகப் பரிமளித்த இல்லற வாழ்க்கை

ஜாலியன் வாலாபாக் படுகொலை 1919 ஏப்ரல் 13 அன்று அன்றைய பிரிட்டிஷ் ராணுவ அதிகாரி ரெஜினால்ட் டயரால் நடத்தப்பட்ட மிகக் கொடூரமான நிகழ்வு. 379 பஞ்சாப் மக்கள் சுட்டுக் கொல்லப்பட்டார்கள் என்று சொல்லப்பட்டாலும் உண்மையில் 1,500 பேருக்குமேல் கொல்லப்பட்டிருப்பார்கள் என்றுதான் வரலாறு சொல்கிறது.

இப்படுகொலைக்கு முன்னதாக ஏப்ரல் 10 ஆம் தேதி அன்று காங்கிரஸ் பேரியக்கத் தலைவர்கள் ஆன சத்யபால், சைஃபுதீன் கிச்லூ இருவரையும் கைது செய்து இமயமலை அடிவாரத்தில் தர்மசாலாவில் வீட்டுச் சிறையில் அடைத்தது பிரிட்டிஷ் அரசு. ஏப்ரல் 13 படுகொலைக்குப்பின், சைஃபுதீன் கிச்லு பஞ்சாப்பை விட்டு நிரந்தரமாக வெளியேற வேண்டும் என்று தண்டனையும் விதித்தது. இந்தியாவிலும் ஐரோப்பிய நாடுகளிலும் கூட இந்தத் தண்டனைக்கு பலத்த எதிர்ப்புத் தெரிவிக்கப்பட்டதைத் தொடர்ந்து நடந்த போராட்டங்களுக்குப் பிறகு, 1919 டிசம்பரில் கிச்லூவை பிரிட்டிஷ் அரசு விடுதலை செய்தது.

கிச்லூவின் முன்னோர் காஷ்மீரில் முகலாயர் ஆட்சிக் காலத்திலேயே பாஸ்மினா ரகக் கம்பளி ஆடைகளை நெய்து விற்பனை செய்யும் வணிகர்களாக இருந்தார்கள். பதினெட்டாம் நூற்றாண்டு மத்தியில் வடமேற்கு இந்தியாவில் உயர்தர காஷ்மீரி பூ வேலைப்பாடு அமைந்த சால்வை வணிகத்தில் புகழ்பெற்று விளங்கினார் காஜா அசீசுதீன் கிச்லூ. அவரது ஐந்தாவது

குழந்தையும் ஐந்தாவது ஆண்மகவும் ஆன சைஃபுதீன் 1888 ஜனவரி 5 அன்று பிறந்தார்.

இங்கிலாந்திலும் ஜெர்மனியிலும் பலதுறைகளில் பட்டம் பெற்ற அவர் 1911 ஆம் வருடம் பார்-அட்-லா தகுதியும் பெற்றார்.

அமிர்தசரஸின் புகழ்பெற்ற வழக்கறிஞர் கான் பகதூர் மியான் முஹம்மத் ஹஃபீஸ் உல்லா. இவரது மகள் சாதத்பானு 1893 ஆம் ஆண்டு பிறந்தார். வீட்டில் இருந்தபடியே உருது, பாரசீகம், ஆங்கிலம் ஆகிய மொழிகளைக் கற்றுக் கொண்டார். இருபதாம் நூற்றாண்டின் தொடக்க காலத்தில் வெளிவந்து கொண்டிருந்த டெக்கான் ரிவ்யூ, தெஹ்சீப்-ஈ-நிஸ்வான், காதூன் ஆகிய புகழ்பெற்ற பத்திரிகைகளில் தனது இளம் வயதிலேயே எழுதியவர் அவர். தனது பதினாறாவது வயதிலேயே ஹுரியத் -ஈ-நிஸ்வான் (பெண் விடுதலை) என்ற தொடரை தெஹ்சீப்-ஈ-நிஸ்வான் இதழில் எழுதியவர். பெண்களின் பிரச்சனைகளை மட்டுமின்றி, சர் சையத் அஹமத்கான் முன்வைத்த கல்விச் சீர்திருத்தங்கள், மவுலானா அபுல்கலாம் ஆசாத்தின் அரசியல் ஆகியன குறித்தும் புதியபாணி ஆடை அணிகலன் வடிவமைப்பது உள்ளிட்ட பல துறைகளில் ஆர்வம் கொண்டும் எழுதிவந்தார்.

சைஃபுதீன், சாதத் இருவருக்கும் 1915 இல் திருமணம் நடைபெற்றது. திருமணத்துக்குப் பின்பும் தொடர்ந்து பத்திரிகைகளில் எழுதிக் கொண்டுதான் இருந்தார் சாதத். நீண்டகாலம் வெளிநாட்டில் இருந்துவிட்டு இந்தியாவுக்குத் திரும்பிய லாலா லஜபதிராய் பஞ்சாபுக்கு வந்த போது, "ஆயிரக் கணக்கானோர் தாம் பிறந்த தேசத்துக்கு ஆற்ற வேண்டிய கடமையைச் செய்யவும் மறந்தவர்களாக இருக்கின்றார்கள், ஆனால் லஜ்பத்தோ தேசத்தின் மரியாதையை உயர்த்திப் பிடிக்கின்றார்" என்று எழுதினார் சாதத்.

ஜாலியன் வாலாபாக் படுகொலை நடந்த பின் அங்கே சாதத் சொற்பொழிவாற்றத் திட்டம் இட்டிருந்தார். ஆனால் குறிப்பிட்ட நேரத்துக்கு அங்கே செல்ல இயலாமற் போனது. சைஃபுதீனை பிரிட்டிஷ் அரசு சிறையில் அடைத்தபின் சாதத் சோர்ந்து முடங்கிவிடவில்லை. தொடர்ந்து பொதுக்கூட்டங்களிலும் கலந்து கொண்டார், பேசினார், பத்திரிகைகளில் எழுதினார். அகில இந்திய மகளிர் மாநாட்டைக் கூட்டும் பணியில் பங்கேற்றார்.

ஆனால் சைஃபுதீன் அவர்களைப் பற்றிப் பொதுவெளியில் அறியப்பட்ட, எழுதப்பட்ட அளவுக்கு சாதத் பற்றி எழுதப் படவில்லை என்பதுதான் உண்மை.

சைஃபுதீன், சாதத்பானு இருவருக்கும் பத்துக் குழந்தைகள் பிறந்தனர். ஒன்பதாவது குழந்தையின் பெயர் ஜஹிதா.

“சிறையில் அடைக்கப்பட்டிருந்த அப்பாவைப் பார்க்கச் செல்வோம். அப்போது எனக்கு ஐந்து அல்லது ஆறு வயது இருக்கும். அப்படித்தான் ஒருமுறை சிறைக்குச் சென்ற என்னை அப்பா தனது தலைக்குமேல் தூக்கி உயரத்தில் இருந்த சிறிய ஜன்னலைக் காட்டினார். ‘ஜன்னல் வழியாக வெளியுலகம் தெரிகிறதா? பார்! நான் தினமும் இதன் வழியாகத்தான் வெளி உலகத்தைப் பார்ப்பேன்’ என்று கூறியது இப்போதும் (1993) நினைவில் உள்ளதாகத் தன்னைச் சந்தித்த தஞ்சாவூர் கோபாலி அவர்களிடம் ஜாஹிதா தெரிவித்துள்ளார்.

“பரம்பரைச் சொத்துக்கள், நகைகள், உடைமைகள் எல்லாவற்றையும் அப்படியே தேசத்துக்காக வாரிக் கொடுத்துவிட்டார் அப்பா. டெல்லி மருத்துவமனையில் சிகிச்சை பெற்றுவந்த அவர் பரமதரித்திரராகத்தான் காலமானார். ‘ஆங்கிலேயரிடமிருந்து நாடு விடுதலை பெற்றது பெரிதில்லை, நமது மக்களுக்கு ஏழ்மையில் இருந்து எப்போது விடுதலை கிடைக்கிறதோ அப்போதுதான் நிஜமான விடுதலை பெற்றதாக ஆகும். இதற்காகப் பாடுபடு’ என்று மருத்துவமனையில் இருந்து எனக்குக் கடிதம் எழுதினார். கம்யூனிஸ்ட் மாணவர் இயக்கத்தில் நான் தீவிரமாக ஈடுபட அப்பாவின் கடிதமே தூண்டு கோலானது” என்கிறார் ஜஹிதா.

டெல்லியில் கட்சிப் பணிக்காகச் சென்றிருந்த எம்.பி.எஸ்ஸுக்கு, இப்டா இயக்கக் கலைஞர்களுடனும் இடதுசாரி மாணவர் இயக்கத்துடனும் தொடர்பு ஏற்படுகிறது. 1947 தேசப் பிரிவினைக்குப் பிறகு லாஹூரில் இருந்து கிச்லூவின் குடும்பம் (இந்தியாவுக்கு) டெல்லிக்கு இடம்பெயர்ந்தது. டெல்லி ஆர்ட் தியேட்டரில் பாட்டு, நடனம் எனப்பல நிகழ்ச்சிகளில் ஜஹிதா பங்கு பெற்றார். இந்த இயக்கங்களின் போதுதான் எம்.பி.எஸ்ஸும் ஜஹிதாவும் சந்திக்கின்ற வாய்ப்பு ஏற்பட்டுள்ளது. “பாரதியாரின் பாடல்களை அவர் மிகவும் உணர்ச்சி வசப்பட்டுப் பாடுவதைக்

ஜஹிதா.

ஜஹிதா, எம்.பி.எஸ்.

கேட்கப் பரவசமாக இருக்கும். 'கலை கலைக்காக அல்ல, அதற்கு ஒரு குறிக்கோள் இருக்க வேண்டும்' என்பதே எங்களின் ஒருமித்த கருத்தாக இருந்தது. இதனையே எங்களின் வாழ்க்கைப் பணியாக வரித்துக் கொள்ளவும் நாங்கள் தீர்மானித்தோம். நான் அவரை விரும்புவதற்கு எதுவுமே தடையாக இருக்கவில்லை. அவர் எந்த மதம், என்ன சாதி, அப்போது எனக்கு எதுவும் தெரியாது. தெரிந்து கொள்ளவும் விரும்பவில்லை. திருமணத்துக்குப் பின் எங்கள் குடும்ப வாழ்க்கையில் மதத்தைக் காட்டிலும் மனித நேயமே முக்கியமானதாக இருந்தது. ஈத் பெருநாளையும் தீபாவளியையும் கொண்டாடுவோம். குடும்பத்தோடு சர்ச்சுக்குப் போவது அவருக்குப் பிடித்தமான ஒன்று. திருமணத்துக்குப் பின் என் பெற்றோரால் பெரிதும் நேசிக்கப்படும் மருமகன் ஆகிவிட்டார் எம்.பி.எஸ் என் அம்மா கடைசிக் காலத்தில் மரணப் படுக்கையில் இருந்தபோது எம்.பி.எஸ்ஸின் கைகளைப் பற்றிக் கொண்டு 'என் மகளைப் பற்றி எனக்குக் கவலை இல்லை. அவளைப் பத்திரமான கைகளில்தான் ஒப்படைத்துவிட்டுப் போகிறேன், எனக்குத் தெரியும், நீங்கள் அவளை நன்றாகப் பார்த்துக்கொள்வீர்கள்' என்று சொல்லியபடி நிம்மதியாக உயிர் நீத்தார்."

எம்.பி.எஸ், ஜஹிதா தம்பதியினரின் குடும்ப வாழ்க்கை, பாரம்பரியச் சடங்கு சம்பிரதாயங்களுக்கு வெகு தொலைவில்

பெண்கள் இடமிருந்து: ஜஹிதாவின் இரு சகோதரிகள், ஜஹிதா, விசாலாட்சி; ஆண்கள் இடமிருந்து: கோவிந்த் நாடமங்கலம், எம்.ஆர். பாலகிருஷ்ணன், எம்.பி.எஸ், ஜஹிதாவின் சகோதரர் தௌபீக் கிச்லூ. படம் உதவி: ஜெயந்தி ரமேஷ்..

இருந்த, கொள்கை வழிப்பட்ட இலட்சியங்களுடன் முன்னேறிய வாழ்க்கையாகும். பொதுவுடைமை இயக்கத்தை வீட்டுக்கு வெளியேயும் கட்டுப் பெட்டியான குடும்ப வாழ்க்கையை வீட்டுக்கு உள்ளேயும் வைத்து இரட்டை வாழ்க்கை வாழவில்லை அவர்கள். எம்.பி.எஸ்ஸின் கனவான சேர்ந்திசை, சேர்ந்திசைக் குழுவை நிறுவுவது என்ற பயணத்தின் நெடுகிலும் ஜஹிதா அவருக்கு உற்ற துணையாக இருந்தார். "இந்தத் தேசத்தின் குழந்தைகளை இசையால் ஒன்றுபடுத்த எம்.பி.எஸ் கனவு கண்டார். குழந்தைகளிடம் மறைந்து கிடக்கும் கலைத் திறமைகளை வெளிக்கொணர இசையால் மட்டுமே முடியும்; சேர்ந்திசை தான் நாட்டின் ஒருமைப்பாட்டுக்கு ஆதாரம் என்பது எம்.பி.எஸ்ஸின் அசைக்க முடியாத நம்பிக்கை. மெட்ராஸ் சேர்ந்திசைக் குழுவில் டாக்டர் வசந்தி தேவி நிறுவக உறுப்பினர். கேரளப் பல்கலைக்கழக மாணவர்களை ஒன்று சேர்த்து எம்.டி. வாசுதேவன் நாயர், அடூர் கோபாலகிருஷ்ணன், சுப்ரமண்ய சர்மாஜி ஆகியோர் முயற்சியில் 1988 இல் 'எம்.பி.எஸ் இளைஞர் சேர்ந்திசைக் குழு' தொடங்கப்பட்ட போது நான் திருவனந்தபுரத்துக்குச் சென்று குத்துவிளக்கேற்றித் தொடங்கி வைத்தேன்" என்கிறார் ஜஹிதா.

சென்னை இளைஞர் இசைக் குழுவுக்காக ஜஹிதா எழுதிய இரண்டு ஹிந்தி மொழிப் பாடல்கள் மிகச் சிறப்பானவை. "*கா(ga)யேஜா ஜிந்தகி காயே*" என்ற ஹிந்தி மொழிப் பாடல், "வாழ்க்கை நம்முடையது, வாழ்வதற்கான அதிகாரம் நம்முடையது, வாழ்ந்து காட்டுவோம்; நேற்றும் இன்றும் நாளையும் நம்முடையது; இனிய கீதத்தையும் வண்ணப் பூக்களின் அழகையும் போல வாழ்வோம்" என அனைவரையும் அழைக்கிறது. "*சுனோ சுனோரே*" என்ற ஹிந்தி மொழிப் பாடல், "சாதி, மதம், மொழி, இனம், பிரதேசம், கலாச்சாரம் ஆகிய வேறுபாடுகளை, எல்லைகளைக் கடந்து நாம் அனைவரும் ஒன்று என்ற புள்ளியில் இணைய வேண்டும். இந்த ஒற்றுமையை உயர்த்திப் பிடித்தால் நம்மை எதிர் கொண்டு வரும் எத்தகைய இன்னல்களையும் சூழல்களையும் வெல்ல முடியும், கேளுங்கள் இளைஞர்களே!" என்று அறை கூவி அழைக்கிறது.

"அமிர்தசரஸில் மதக் கலவரங்கள் நிகழ்ந்தபோது எங்கள் குடும்பத்தைக் காப்பாற்றியவர்கள் இந்துக்கள்தாம். என் சகோதரி திருமணமே செய்து கொள்ளாமல் பஞ்சாபில் தனியே வசிக்கப் பயந்தபோது அவள் வசிக்க நெடுங்காலம் நிழல் தந்தவர்கள்

கோயம்புத்தூரில் நடைபெற்ற எம்.பி.எஸ்ஸின் திருமண வரவேற்பு நிகழ்ச்சி (1954). மாலையுடன் இருப்பவர்கள் எம்.பி.எஸ், ஜஹிதா, எம்.பி.எஸ்ஸின் பின்னால் எம்.ஆர். பாலகிருஷ்ணன், ஜஹிதாவின் பின்னால் கோவிந்த் நாடமங்கலம், அமர்ந்திருப்பவர்களில் இடமிருந்து இரண்டாவது விசாலாட்சி, நிற்பவர்களில் வலமிருந்து மூன்றாவது ஜஹிதாவின் சகோதரர் தௌபீக் கிச்லூ. படம் உதவி: ஜெயந்தி ரமேஷ்..

மக்களிசை மேதை எம்.பி. சீனிவாசன் | 109

எம்.பி.எஸ்., ஜஹிதா, கபீர். படம் உதவி: ஜெயந்தி ரமேஷ்..

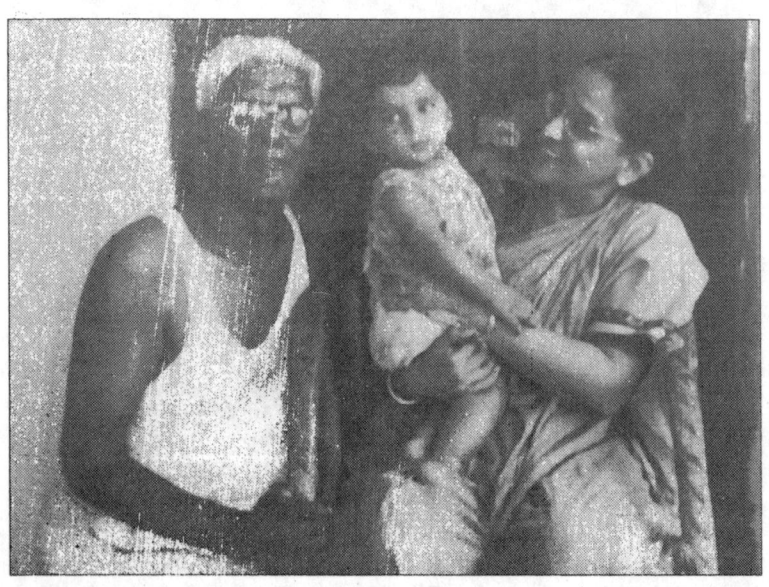

எம்.ஆர். பாலகிருஷ்ணன், விசாலாட்சி, எம்.பி.எஸ்ஸின் மகன் கபீர். படம் உதவி: ஜெயந்தி ரமேஷ்..

எம்.பி.எஸ். தனது சேர்ந்திசைக் குழுக் கலைஞர்களுடன். எம்.பி.எஸ்ஸின் தோள்களில் கையை வைத்திருப்பவர் மகன் கபீர். படம் உதவி: ஜெயந்தி ரமேஷ்..

ஓர் இந்துக் குடும்பத்தினரே! இந்து முஸ்லிம் ஒற்றுமை என்பது என்னைப் பொறுத்தவரை வெறும் உதட்டளவில் ஆன உச்சரிப்பு அல்ல! என் உள்ளத்திலிருந்து வருகிறது" என்கிறார் ஜஹிதா.

எம்.பி.எஸ்ஸைப் பற்றிச் சொல்லும் போது, "அவர் ஒரு பெர்பெக்சனிஸ்ட் (perfectionist), எதைச் செய்தாலும் ஒழுங்காகச் செய்வார். தன்னுடைய இசைக் குறிப்புக்களை உரியமுறையில் அவரே ஒழுங்காகத் தொகுத்து வைத்துவிட்டுத்தான் சென்றிருக்கிறார். கலை, இலக்கியம், அரசியல் தொடர்பான கட்டுரைகள், இசைக் குறிப்புக்கள் என்றில்லாமல் அவர் மேற்கொண்ட எல்லா வேலைகளிலும் ஓர் ஒழுங்கு துலங்கும்" என்று பெருமைப்படுகின்றார்.

இந்தியாவெங்கும் உயரத்தில் வைத்துக் கொண்டாடப்பட்ட இசைக்கலைஞரான எம்.பி.எஸ்ஸின் தனிப்பட்ட வாழ்க்கை துயரமிக்கது என்பதை நம்புவது கடினமாக இருக்கும், ஆனால் அதுதான் உண்மை. ஒரே மகன் ஆன கபீர் அடையார் திரைப்படப் பயிற்சிக் கல்லூரியில் பயின்றவர்; தந்தையைப் போலவே இசையிலும் ஆங்கில மொழியிலும் வல்லமை பெற்ற அறிவாளியாக இருந்தார். ஆனால் தீய நண்பர்களின்

ஜஹிதா, கபீர். படம் உதவி: ஜெயந்தி ரமேஷ்..

சகவாசத்தால் கபீர் மனச்சிதைவு நோய்க்கு ஆளானார். புகழ்மிக்க ஆளுமைகளாக இருந்த எம்.பி.எஸ், ஜஹிதா இருவரையும் பாதித்த பெருந்துயரம் கபீரின் வீழ்ச்சிதான்.

1988 ஆம் ஆண்டு எம்.பி.எஸ் லட்சத் தீவில் மரணமடைந்தார்; ஜஹிதா 2002 அக்டோபர் 23 அன்று காலமானார். பெற்றெடுத்த தாயும் தந்தையும் இல்லாத நிலையில் மனச்சிதைவு நோயால் பாதிக்கப்பட்டிருந்த கபீரின் உடல்நிலையைப் பேணும் பெரும் பொறுப்பை டி. ராமச்சந்திரன் தயக்கமின்றி ஏற்றுக் கொண்டார். சற்றே நலம் பெற்று வந்த கபீர், துயர் மிக்க விதத்தில் 2009 ஏப்ரல் 4 ஆம் தேதி மரணமடைந்தார். எம்.பி.எஸ்ஸின் மாணவரும் எம்.ஒய்.சி.யின் தொடக்கக் காலக் குழுவில் மூத்தவருமான டி. ராமச்சந்திரனும் எம்.ஒய்.சி. உறுப்பினர்களும் கபீருக்கான இறுதிச் சடங்கைத் தக்க மரியாதையுடன் நிறைவேற்றினார்கள்.

சென்னை இளைஞர் இசைக் குழு

அது 1970களின் தொடக்ககாலம் சென்னை வானொலியில் (ஆல் இண்டியா ரேடியோ) 'இளையபாரதம்' என்ற ஒரு மணிநேர நிகழ்ச்சி நடத்தப்படும். இளைஞர்களை மனதில் வைத்து உருவாக்கப்பட்ட வானொலி நிகழ்ச்சி அது. ஒவ்வொரு தனித்தனி நிகழ்ச்சித் தயாரிப்பும் அன்றைய நாளில் புகழ்பெற்ற ஒருவரிடம் ஒப்படைக்கப்படும். அவரது விருப்பம் போல் அந்த நிகழ்ச்சி அமையும். இந்த வரிசையில் (டாக்டர்) வசந்தி தேவி அவர்களிடம் ஒரு நிகழ்ச்சியை நடத்தும் பொறுப்பு வந்தது. அவர் அப்போது சென்னை ராணி மேரிக் கல்லூரியில் வரலாற்றுத் துறைத் தலைவராக இருந்தார். பின்னாளில் அவர் மனோன்மணியம் சுந்தரனார் பல்கலைக்கழகத்தின் துணை வேந்தராகப் பணி செய்தார். இனி அவரே சொல்வதைக் கேட்போம்: "அந்த நிகழ்ச்சியை 'Man, the exploited' என்ற கருப்பொருளில் உருவாக்கத் திட்டமிட்டேன். சுரண்டலின் எட்டு வடிவங்களை நான் எடுத்துக் கொண்டேன். இந்திய விவசாயி, பெண், குடிசைவாசி, தீண்டப்படாதவர், (கறுப்பின மக்களுக்கு எதிரான) இனப்பிரச்சனை, தென் ஆப்பிரிக்க அரசின் நிறவெறிக் கொள்கை, வியட்நாம் போர் ஆகியன அவை.

இப்படியான எட்டுக் கருப்பொருள் ஒவ்வொன்றுக்கும் தனித்தனி இசை வேண்டும் என்று எண்ணினேன். அப்போது எம்.பி. சீனிவாசன் எனது நண்பராக இருந்தார். அவரிடம் எனது திட்டத்தைக் கூறினேன். "இந்த மையக் கருத்து எனக்கு ரொம்பவும் பிடித்துள்ளது, என்னால் அதற்கொப்ப பாடலுடன் இசையமைத்துத் தரமுடியும்" என்றார். ஆனால் அவர் இரண்டு நிபந்தனைகள் விதித்தார். "குழுவாகப் பாடவேண்டும்,

இந்தியாவில் இளைஞர் சேர்ந்திசைக் குழு ஒன்றை நிறுவ வேண்டும். அது என் நீண்டகாலக் கனவு. இதற்கு நீங்கள் உதவ வேண்டும்" என்றார். பிற்காலத்தில் அவர்தான் எனக்கு நெருங்கிய நண்பர் ஆனார்.

குழுவாகப் பாடவேண்டும் எனில் ஆண்களும் வேண்டும். நானோ பெண்கள் கல்லூரியில் பணிசெய்கிறேன். 'பெண்கள் ஆண்கள் என எவ்வளவு பேரைக் கொண்டு வந்தாலும் சரிதான், நன்றாகச் செய்ய முடியும்' என்றார் எம்.பி.எஸ்

அன்றைய நிலையில் தமிழகத்தில் இசைத்துறை என்று தனியே வைத்திருந்த கல்லூரிகள் மிகமிக அரிது. எனது கல்லூரியில் இசைத்துறை இருந்தது. அந்தத் துறையில் இருந்த சில மாணவிகளை இதற்கென நான் தேர்வு செய்தேன். ஒரு நாள் கலா வந்து பாடினார். அவருடைய குரல் கவர்ச்சிகரமாக இருந்தது. மெட்ராஸ் இளைஞர் சேர்ந்திசைக் குழுவின் நிறுவன உறுப்பினர்களில் ஒருவர் என்று அவரைச் சொல்ல முடியும். இதேபோல விவேகாநந்தா கல்லூரி, லயோலா கல்லூரி ஆகியவற்றின் சில ஆசிரியர்களைத் தொடர்பு கொண்டு சில மாணவர்களைத் தேர்வு செய்தோம். இப்படித்தான் ஒரு குழுவை நிறுவினோம்.

சுதா ரகுநாதன், ஏ.வி. ரமணன் ஆகியோருடன் நானும் பாடுவேன். தஞ்சாவூர் விவசாயிகளைப் பற்றி ஜெயகாந்தன் எழுதிய 'பொன்னிவள நாடே பொன்னிவளநாடே', பாரதியாரின் 'கும்மியடி பெண்ணே கும்மியடி' ஆகிய பாடல்கள் நினைவில் உள்ளன."

எம்.பி.எஸ்ஸின் மாணவியும் வங்கி ஊழியர்கள் கலைக் குழுவின் (BEAT) ஆசிரியரும் நெறியாளரும் ஆன ராஜராஜேஸ்வரியின் அனுபவம் என்ன?

"நான் அப்போது ராணி மேரிக்கல்லூரியில் படித்துக் கொண்டு இருந்தேன். 1971 ஆம் ஆண்டு சென்னைப் பல்கலைக்கழக அரங்கில் நான் பாடியதைக் கேட்ட திருமதி வசந்தி தேவி, "நீ வானொலி நிகழ்ச்சியில் பாட வருகிறாயா? Man, the exploited என்று நிகழ்ச்சிக்குப் பெயர், எம்.பி.எஸ் அவர்களிடம் பயிற்சி பெற வேண்டும்" என்றார். இசை என்றவுடன் நான் மிகவும்

இயக்குநர் சத்யஜித் ரே அவர்களுடன் எம்.ஒய்.சி. குழுவினர்.

மகிழ்ச்சியடைந்து ஒத்துக் கொண்டேன். அன்று பிற்பகலே எம்.பி.எஸ்ஸிடம் என்னைக் கொண்டு போய்ச் சேர்த்தார்கள். *'விடுதலைப் போரினில் வீழ்ந்த மலரே'* பாடினேன். அப்பாடலில் வரும் ஹம்மிங் ஒன்றை ஸ்வரமாகச் சொல்லித்தந்தார். அந்த ஸ்வரத்தைக் கேட்டவுடனேயே மிகுந்த மகிழ்ச்சி அடைந்தேன்."

"ஆஹா, இது நமக்கு உகந்த இசையாக இருக்கிறதே!" என்று மகிழ்ச்சி அடைந்தேன். அதன்பின் இதை நிரந்தரமாக இசைக் குழுவில் பாட நானும் என் தோழியும் முடிவு செய்தோம். எங்கள் முடிவை எங்கள் கல்லூரியின் இசைத்துறைப் பொறுப்பாளர்களிடம் தெரிவித்தோம். ஆனால் அவர்கள் இதற்கு ஒத்துக் கொள்ளவில்லை. 'கர்நாடக சங்கீதம் படிக்கிறீர்கள், மெல்லிசையெல்லாம் பாடக் கூடாது' என்றார்கள். அவர்களுக்குத் தெரியாமல் நாங்கள் எம்.பி.எஸ் சாரைப் பார்த்தோம், எங்கள் விருப்பத்தைத் தெரிவித்தோம். குழுவில் இணைய வேண்டும் என்று சொன்னோம், அவர் ஒப்புக்கொண்டு எங்களை இணைத்துக் கொண்டார்."

"இசை ரசிகர்களுக்குச் சேர்ந்திசையின் உன்னதத்தை உணர்த்தியவர் இசைமேதை எம்.பி. சீனிவாசன். என்னைப் போன்ற சிலர் இன்னமும் சேர்ந்திசையில் தொடர்ந்து படைப்புகளைத் தர உந்து சக்தியாக இருந்தவர் அவர். அனைத்துத் திசைகளின் சங்கமக் கடலில் திளைக்க வைத்த இசை அவருடையது."

எம்.ஒய்.சி.யின் தொடக்ககால உறுப்பினர்களில் ஒருவான பிரேமா வெங்கடேஷ், “1970 ஆம் ஆண்டு நான் ராணி மேரிக் கல்லூரியில் இளங்கலை இசைப் பட்டப்படிப்பு படித்துக் கொண்டிருந்தபோது எங்கள் வரலாற்றுத் துறைப் பேராசிரியர் வசந்தி தேவி சுப்ரமண்யன் வானொலிக்காகத் தயாரித்த நிகழ்ச்சிக்குப்பின் இக்குழுவை நிரந்தரமாகவே அமைத்தால் என்ன என்று எம்.பி.எஸ் அவர்களுக்குத் தோன்றியது. எங்கள் முழு விருப்பத்தின் பேரில்தான் மெட்ராஸ் யூத் காயர் (Madras Youth Choir) நிறுவப்பட்டது. அப்பப்பா! முதலில் எத்தனை எதிர்ப்பு இந்தப் பாடல்களுக்கு? இவையெல்லாம் பாடலா? இதெல்லாம் இசையா? இப்படிப் பலரும் கேலி செய்தார்கள். ஆனால் மனம் தளராது இதை நடத்திச் சென்றார் எம்.பி.எஸ்”

அகில இந்திய வானொலியில் முதல் சேர்ந்திசை நிகழ்ச்சி எனில் வசந்தி தேவி, எம்.பி.எஸ் முன்முயற்சி எடுத்து சுமார் இருபது கல்லூரி மாணவர், மாணவியரைக் குழுவாகப் பாடச் செய்த நிகழ்ச்சிதான், அது நடந்தது 1970 ஆகஸ்ட் 19 அன்று. *பாருக்குள்ளே நல்ல நாடு, பில்லலல்லாரா பாப்பல்லாரா* (தெலுங்குப்பாடல்), *ஈ மண்ணு நம்மது* (கன்னடம்) ஆகிய பாடல்களைப் பாடினார்கள். இதன் தொடர்ச்சியாக அக்குழுவை நிரந்தரமாக்கும் முயற்சியில் டாக்டர் கே.எஸ். சுப்ரமண்யன் (வசந்தி தேவியின் கணவர்), எம்.பி.எஸ்ஸின் மனைவி ஜஹிதா ஆகியோர் பெருந்துணையாக இருந்தார்கள்.

எம்.பி.எஸ் இது பற்றிக் கூறியதைப் பார்ப்போம்.

> “கே.சி.எஸ். அருணாச்சலம், ஜெயகாந்தன், நவபாரதி, மலையாளக் கவிஞர் வயலார் ராமவர்மா போன்றோரின் பாடல்களுக்குப் புதிய மெட்டமைத்து எனது குழுவினருக்குக் கற்றுக் கொடுத்தேன். என்னுடன் சுமார் இருபது இளைஞர்கள் பாடினார்கள். ஒவ்வொரு ஞாயிற்றுக் கிழமையும் எல்லா வேலைகளையும் ஒதுக்கித் தள்ளிவைத்துவிட்டு நாங்கள் சேர்ந்திசைப் பாடல் ஒத்திகை நடத்தினோம். தொடக்கத்தில் எங்கள் நிகழ்ச்சிகளைக் கேட்டு பலர் புரியாமல் திகைத்தனர். பலர் கிண்டல் செய்தனர். ஒரு சிலர் கடுமையாக விமர்சனம் செய்தனர். சிலர் வரவேற்றனர். எங்கள் குழுவினரோ இந்த

எதிர்ப்பைக் கண்டு நல்லவேளை அஞ்சவில்லை. ஆனால் இந்த நிகழ்ச்சிகளில் இருந்து நாங்கள் கற்றுக்கொள்ள வேண்டிய படிப்பினைகளை மட்டும் ஏற்றுக்கொள்ளவும் நாங்கள் தயங்கவில்லை.

ஆனால் நிகழ்ச்சிகள் தொடர்ந்து பெருகும்போது பலரும் எங்களது முயற்சியைப் பாராட்டத் தொடங்கினார்கள்.

ஆக இவ்வாறு கூட்டாகப் பாடும் முறைக்கு வானொலியின் மூலம் புத்துயிர் கிடைத்தது. டெல்லி, பம்பாய், கல்கத்தா, மெட்ராஸ் ஆகிய நான்கு நகரங்களிலும் வானொலியின் சேர்ந்திசைக் குழுக்களைத் (choral groups) தொடங்கி அதன் மூலம் ஒருமைப்பாட்டு உணர்வையும் சமுதாய விழிப்புணர்வையும் மக்களிடையே பரவச் செய்ய வேண்டும் என்று இந்திய அரசு முடிவு செய்தது. அதன் தொடர்ச்சியாக சென்னை வானொலியில் "பள்ளுப் பாடுவோமே" நிகழ்ச்சியின் மூலமாக சேர்ந்திசை நிகழ்ச்சி மக்களைச் சென்று சேர்ந்தது. சென்னை வானொலியின் மூலம் இப்பாடல்களைக் கேட்டு ரசித்த மக்கள் எம்.ஒய்.சி நிகழ்ச்சிகளையும் வெகுவாக ரசிக்கத் தொடங்கினார்கள். சினிமாப் பாடல்களே இல்லாமல் இரண்டு மணி நேரத்துக்கு சேர்ந்திசை நிகழ்ச்சி நடத்த முடியும் என்று நேரிடையாகவே உணர்ந்து மக்கள் வரவேற்றார்கள்."

இப்டாவின் செயற்பாடுகள் நின்ற பிறகு, இசைமேதை சலீல் சவுத்ரி 'பாம்பே யூத் காயர்' என்ற சேர்ந்திசைக் குழுவை பம்பாயில் தொடங்கினார். கல்கத்தாவில் திருமதி ரூமா குஹா தாகூர்த்தா 'கல்கத்தா யூத் காயர்' குழுவைத் தொடங்கினார். சென்னையில் எம்.பி.எஸ், எம்.ஒய்.சி.யைத் தொடங்கினார்.

எம்.ஒய்.சி.யின் தொடக்ககால உறுப்பினர் பிரேமா வெங்கடேஷ், "எத்தனையோ மொழிப் பாடல்களைக் கற்றுக் கொண்டோம். ஒவ்வொரு மொழியில் பாடும் போதும் அந்தந்த மொழியை எப்படி உச்சரித்துப் பாடவேண்டும் என்று கற்றுத் தருவார். ஒவ்வொரு மொழிப் பாடலைக் கற்பிக்கும்போதும் அதன் ஒவ்வொரு சொல்லுக்கும் பொருள் கூறுவார்; எப்படிக் குரல் ஏற்ற இறக்கத்துடன், பாவத்துடன், உணர்ச்சிப் பூர்வமாகப் பாடவேண்டும் என்று விளக்குவார். பன்மொழி

வித்தகர் அவர். சினிமாவில் இசையமைப்பாளராகப் பணி புரிந்தாலுமே ஆத்மதிருப்தி தருவது இந்தக் கூட்டுச் சேர்ந்து பாடும் சேர்ந்திசைதான், இந்தப் பாடல்கள்தான், இதற்கு இசையமைப்பதுதான் என்று பலமுறை அவர் கூறியுள்ளார். ஒவ்வொரு பாடலையும் அவர் இசையமைக்கும் போது எத்தனை ஆழ்ந்த ஈடுபாட்டுடன் கவனமாக அழகாக இசை அமைக்கிறார் என்பதை நேரில் கண்டு வியந்திருக்கிறோம்... மனிதாபிமானம், எல்லா உயிர்களிடத்தும் அன்பு செலுத்துதல், பேதமின்றி அனைவரையும் ஒன்றாகப் பாவித்தல், சகோதரத்துவம் ஆகிய அனைத்தையும் கூடக் கற்றோம்" என்கிறார்.

ராஜராஜேஸ்வரி கூறுகிறார்: "களை எடுக்கும் போதும், நாற்று நடும் போதும், இழப்பிலும் பூரிதத்திலும் கூட்டாகப் பாடப்பட்டது சேர்ந்திசை. ஆனால் காலப்போக்கில் அது மெல்ல மறையத் தொடங்கியது. இசை என்பது தனிமனிதனின் (அதாவது பாணர்கள், பாணினிகள்) தனிச் சொத்தாக மாறியது. எம்.பி.எஸ்ஸின் பெரிய சாதனை என்னவெனில் இப்படித் தனிச்சொத்தாக மாறிய இந்த இசையைப் பொதுச் சொத்தாக மாற்றி, மக்களிடமே, அதன் பிறப்பிடத்துக்கே கொண்டு போய்ச் சேர்த்ததுதான். இசைக்குச் சந்தமா சந்தத்துக்கு இசையா என்ற விவாதத்துக்கு அப்பாற்பட்டுத் தானும் இசையமைத்து எங்களுக்கும் அது எவ்விதம் என்று வழிகாட்டினார். உதாரணமாக பாரதியாரின் மழை, பாம்புப்பிடாரன் போன்ற பாடல்களைச் சொல்லலாம்.

"கர்நாடக இசையின் நுணுக்கங்களை மெல்லிசையில் எவ்வாறு சேர்த்துக் கொடுக்கலாம் என்பதையும் எங்களுக்கு இசையமைத்துக் காட்டியவர் அவர். சேர்ந்திசைக்கு இசை அமைப்பது உண்மையில் அவ்வளவு எளிதல்ல. பாடுபவர்களே எல்லாமாக மாறிவிடுதல் வேண்டும். ஹார்மோனியமும் தபேலாவும் தான் பக்க வாத்தியங்கள். சேர்ந்திசை இசையமைப்பு, பாடுபவர்களுக்கும் கேட்பவர்களுக்கும் பரவசத்தை அளித்து நெஞ்சைக் கொள்ளை கொள்ளும் விதத்தில் அமைய வேண்டும். கர்நாடக, மேற்கத்திய, இந்துஸ்தானி, நாடோடி என அத்தனை இசை வடிவங்களையும் பாடல் வரிகளுக்கு ஏற்ப இணைத்து சேர்ந்திசை அமைப்பது என்பது சவால்கள் நிறைந்தது. அதில் முத்திரை படைத்தார் எம்.பி.எஸ்.

சேர்ந்திசை நிகழ்ச்சி ஒன்றில் எம்.பி.எஸ்.

"பாடத் தெரிந்த அனைவருக்குமான மேடை என்பதால் அதனைக் கற்றுக் கொடுத்தலும் ஸ்வரப்படுத்தி எழுதுதலும் அவசியமானவை. இசையை நன்கு அறிந்தவர்களுக்கே இது சாத்தியம். தனிப்பாடல் மிக எளிது. குரல்கள் அனைத்தும் ஒருங்கிணைந்து, சுருதி, தாளம் பிசகாமல் உணர்ச்சி பொங்கப் பாடும்போதுதான் இவ்விசையின் பரிமாணத்தையும் பிரம்மாண்டத்தையும் உணரமுடியும். வழி நடத்துதலும் மிக முக்கியமானது, வழிநடத்துபவரும் பாடலுடன் ஐக்கியமாக வேண்டும். இதை எம்.பி.எஸ்ஸிடம் பார்த்து உணர்ந்திருக்கிறேன், நானும் பல மேடைகளில் அனுபவித்து இருக்கிறேன்.

"'பாதை தெரியுது பார்' படத்தில் இடம்பெற்ற 'தென்னங்கீற்று ஊஞ்சலிலே' பாடல் ஒலிக்கும் போதெல்லாம் அவரது இசையின் மேன்மையைச் சிலாகித்துக் கொண்டாடும் ரசிகர்கள் மனதில் அவர் என்றும் நிலைத்து இருக்கிறார்."

○○○

எம்.ஒய்.சி.க்காகவென்றே தனிப்பட்ட ஒரு சிறப்பான பாடலை கே.சி.எஸ். அருணாசலம் எழுதிக்கொடுத்தார். புலர்காலைப் பொழுதின் புத்தம் புதிய காட்சியைத் தன் சொற்களில் அவர் சித்திரமாக வரைய, அந்தக் காலைப் பொழுதின் குளிர்ச்சியைக்

கேட்போர் உணரும் வண்ணம் தன் இசையால் எம்.பி.எஸ் அமைக்க, தமது தேர்ந்த குரல்களால் எம்.ஒய்.சி கலைஞர்கள் பாடிய அந்தப் பாடல் சேர்ந்திசைப் பாடல்களில் சர்வதேசத் தரத்துக்கு உயர்ந்த பாடலாகும். அந்த பாடல் இதுதான்:

பாடும் பறவைகளே!
பறந்தென் தோளில் அமர்ந்திடுங்கள்
பாடும் பறவைகளே!
பனியெனும் தரளம் அணைந்திட விரியும்
வைகறை இளமலர்காள்!
என் கைகளில் விழுந்திடுங்கள்!
மார்கழி வானத்து வாசலில் எவளோ
வண்ணக்கோலம் வரைகின்றாள்
பாருலகின்னும் பாதி உறக்கம்
சில்லெனும் குளிர்தரும் மயக்கம்
பாடும்... பாடும்... பாடும்... பாடும் பறவைகளே
பறவைகளே பறவைகளே!

ஊமைக்குயில் போல்
கூண்டின் நிழலில்
ஒளிந்து கிடந்தேன் இதுவரையில்
உள்ளம் விழித்திசை தாகம் எழுந்தது
ஓடிவந்தேன் உம்மிடையில்
கண்ணீரில் களித்துநம் செந்நீரில் குளித்த
கலியுகம் சாய்ந்திடும் வேளை
இது கலியுகம் சாய்ந்திடும் வேளை
விண்மீதில் இதுவரை காணாத மங்கல
வெளிச்சம் பிறந்திடும் காலை
விதிதனை மிதித்து புதுநெறி வகுத்து
வெற்றி மணிக்கொடி பறந்திடும்
அந்தப் புதிய தரிசனம் கண்டு மகிழ்ந்திடும்
பொன்னான நேரம் விரைந்திடும்!
பாடும் பறவைகளே...
என்னுடன் பாடிட வாருங்கள்
நம் ராகங்கள் புதிது
பாடல்கள் புதிது
லயங்களும் நயங்களும் புதிது புதிது புதிது

பாடும் பறவைகளே
பறந்தென் தோளில் அமர்ந்திடுங்கள்!
பாடும் பாடும் பாடும் பறவைகளே
பறவைகளே பறவைகளே!

○○○

எம்.பி.எஸ்ஸின் இசையமைப்பில் உருவான பாரதியாரின் பாடல்களான *'வந்தே மாதரம்'*, *'பாரத சமுதாயம் வாழ்கவே'*, *'பாரத தேசம் என்று பெயர் சொல்லுவார்'*, *'ஜெயபேரிகை கொட்டடா!'*, *'நல்லகாலம் வருகுது'*, *'பாம்புப் பிடாரன்'* ஆகியவை காலத்தை வென்று இன்றும் புத்தம் புதிதாய் ஜொலிப்பவை, பாடப்படுபவை. கே.சி.எஸ். அருணாச்சலம் எழுதிய *'பளிங்கு மாளிகை வாசலிலே'* என்ற பாடல் ஜவஹர்லால் நேருவின் நினைவைப் போற்றும் உணர்ச்சி மிக்க பாடலாகும். தேசபக்தி, மக்கள் ஒற்றுமை, விடுதலைப் போராட்டம், தியாகம் ஆகிய விழுமியங்களை மையமாகக் கொண்ட பாடல்களைக் கொடுத்த எம்.பி.எஸ், குழந்தைகளுக்காக வென்றே தனிக் கவனத்துடனும் அழகுடனும் எளிமையாக இசை அமைத்துள்ள பல பாடல்களும் இன்றும் பாடப்பட்டு வருகின்றன.

தமிழ்மொழியின் சிறப்பான உயிரெழுத்து அகர வரிசையைச் சொல்லும் *'அழாமல் இருக்கணும் சின்னப் பாப்பா'*, தமிழ்ச் சொற்களின் உச்சரிப்பைத் திருத்தி வளப்படுத்தும் 'கள்ளன்

டெல்லியில் பிரதமர் இந்திரா காந்தியுடன் எம்.பி.எஸ்ஸும் எம்.ஒய்.சி. கலைஞர்களும்.

மக்களிசை மேதை எம்.பி. சீனிவாசன் | 121

பிரதமர் இந்திரா காந்தியுடன் எம்.ஒய்.சி. குழுவினர்.

குள்ளனைப் பள்ளத்தில் தள்ளிவிட்டான்', உடல் நலனைப் பேண வேண்டும் என வலியுறுத்தும் *'வானவில்லின் ஏழுவண்ணம் காணக்காண இன்பமே'*, *'பூ வேணுமா'* ஆகிய பாடல்களைக் கேட்கும் ஒருவரால், எம்.பி.எஸ் குழந்தைகள் மீது எத்தனை தனிக்கவனம் செலுத்தியிருக்கிறார் என்று புரிந்து கொள்ள முடியும்.

மலையாளம், தெலுங்கு, கன்னடம், ஹிந்தி ஆகிய மொழிகளிலும் அவர் தந்துள்ள சேர்ந்திசைப் பாடல்கள் இன்றும் பாடப்படுகின்றன. நீலகிரி மலையில் வாழும் பழங்குடி மக்களான படகர்களின் மொழியில் ஒரு பாடலுக்கு அவர் இசையமைத்துள்ளார் என்பது குறிப்பிடத்தக்கது.

⊙

திருவனந்தபுரம் எம்.பி.எஸ் இளைஞர் சேர்ந்திசைக் குழு

எம்.பி.எஸ் அவர்களின் தோழர் சுப்ரமணிய சர்மாவால் திருவனந்தபுரத்தில் வழூத்தக்காட்டில் தொடங்கப்பட்டதுதான் லெனின் பாலவாடி. ஆகஸ்ட் 7, 1988 இல் அங்கே நிறுவப்பட்ட எம்.பி.எஸ் இளைஞர் சேர்ந்திசைக் குழு பற்றி சர்மாவின் மகள் அனிதா கூறுகிறார்: “இங்கு மதச்சார்பின்மை நிலவுகிறது. இங்கே பாடுபவர்கள் சமூகத்தின் பல்வேறு தளங்களில் இருந்தும் வந்தவர்கள். என்ன சாதி, என்ன மதம் என்றெல்லாம் நாங்கள் அறியமாட்டோம். தேசப்பற்று, மதச்சார்பின்மை ஆகிய விழுமியங்களை நாங்கள் இசை என்னும் மாயாஜால வித்தை மூலமே பேசிக் கொள்கிறோம்.”

சர்மாவின் மகன் அசோக் சர்மா: அப்பா மரணம் அடையும் தருவாயில் மருத்துவமனையில் இருந்தபோதும் கூட இசைப் பயிற்சியாளர் மாத்யூ டி இட்டிக்கு ஒரு கடிதம் எழுதினார். “மாத்யூ, நான் உங்களுடன் உயிராக உணர்வாக எப்போதும் இருக்கிறேன்” என்று எழுதி இருந்தார்.

சென்னையிலிருந்து வந்திருந்த குஹபிரசாத் கூறுகிறார்: “பன்முகத் தன்மைதான் இங்கே அடிப்படையானது. சேர்ந்திசை பாடும்போது தனக்கு அருகில் இருப்பவரின் சாதி மதம் என்னவென மற்றவர் அறியமாட்டார். எங்களது இலட்சியம் இதுதான் - பன்முகத் தன்மையுடன் கூடிய ஒரு சமுதாயத்தைக் கட்ட வேண்டும், அதில் எல்லாருக்கும் இடம் இருக்க வேண்டும்.”

திருவனந்தபுரம் எம்.பி.எஸ் சேர்ந்திசைக்குழு.

லட்சத்தீவுக்கு என்.சி.ஈ.ஆர்.டி. நிறுவனப்பணி தொடர்பாக சென்றபோது 1988 மார்ச் 9 அன்று எதிர்பாராத விதமாக எம்.பி.எஸ் மரணமடைந்தார். அவர் பிரிவானது அவர் மேல் அன்பு கொண்ட பல்லாயிரம் பேரை அதிர்ச்சிக்குள்ளாக்கியது. இசையுலகில், குறிப்பாகச் சேர்ந்திசை இயக்கத்தில் மிகப்பெரிய வெற்றிடம் உருவாகிவிட்டதாக எல்லோருமே கவலை அடைந்தார்கள். அந்த இடைவெளியை அப்படியே விட்டுவிடக் கூடாதென சுப்ரமண்ய சர்மா, அடூர் கோபாலகிருஷ்ணன், ஓ.என்.வி. குருப், பி. பாஸ்கரன் உள்ளிட்ட பல கலைஞர்கள், அரசியல்வாதிகள், கலாச்சார இயக்கத்தினர் முயன்று எம்.பி.எஸ் சேர்ந்திசைக் குழுவை உருவாக்கினார்கள். திருவனந்தபுரம் பல்கலைக்கழக செனட் அரங்கில் எம்.பி.எஸ்ஸின் மனைவி ஜஹிதா அவர்களால் 07.08.1988 அன்று தொடங்கிவைக்கப்பட்டது.

பிற்காலத்தில் மலையாள சினிமாவின் புகழ்பெற்ற இசையமைப்பாளராகத் திகழ்ந்த எம். ஜெயச்சந்திரன் இந்த சேர்ந்திசைக் குழுவில் தன் கல்லூரிப் படிப்புக் காலத்தில் பாடிக் கொண்டு இருந்தவர்தான். "எனக்கான இடம் இதுதான் என்று என்னை நான் உணர்ந்த இடம் இக்குழுதான். சர்மாஜி இல்லை எனில் இக்குழு பிறந்திருக்காது. பேசத்தெரிந்த யாராலும் பாடமுடியும் என்று உறுதியாக நம்பியவர் எம்.பி.எஸ். கலை, இசை ஆகியவற்றின் வழியாக ஓர் ஒருங்கிணைக்கப்பட்ட சக்தியை உருவாக்க முடியும் என்று அவர் நம்பினார். அவரது

மாணவர் என்ற முறையில் அக்கோட்பாட்டை நான் இப்போதும் உறுதியாகப் பற்றி நிற்கிறேன். கலை வடிவங்கள் ஆகிய அறிவுசார் தளங்களின் மூலம் மக்களிடையே அமைதி, சமாதானம், சகிப்புத்தன்மை, மத நல்லிணக்கம் ஆகியவற்றை விதைக்க முடியும். இந்திய சமூகத்தில் மதச்சார்பின்மைக் கோட்பாட்டுக்கு எதிராக எந்தச் சக்தியாலும் சவால்விடுக்க முடியாது என்று உறுதியாக நம்புகிறேன்" என்று மனந்திறந்து பேசுகிறார் எம். ஜெயச்சந்திரன்.

இங்கே இக்குழுவினருக்குப் பாடல் பயிற்சி அளிப்பவர் ஆன லதா உன்னிகிருஷ்ணன், "1988 இல் இக்குழு தொடங்கப்பட்டபோது நாங்களெல்லாரும் சிறுபிள்ளைகள். எம்.பி.எஸ் என் தந்தையைப் போன்றவர். எனக்குள் அவர் விதைத்த இசை எனும் உணர்வு எப்போதும் மடியாது. குழுவினருடன் பாடுகிறேன், அவர்களுக்குப் பயிற்சி அளிக்கிறேன்" என்கிறார்.

வயலார் ராமவர்மா, பி. பாஸ்கரன், ஓ.என்.வி. குருப், காவாலம் நாராயண பணிக்கர் உள்ளிட்ட முன்னணிக் கவிஞர்களின் மலையாளப் பாடல்கள், தமிழ், கன்னடம், தெலுங்கு, ஹிந்தி மொழிப் பாடல்கள் என நூற்றுக்கணக்கான பாடல்களை எம். பி.எஸ் இளைஞர் சேர்ந்திசைக் குழுவினர் பாடுகிறார்கள்.

1989 முதல் அக்குழுவில் தன்னை இணைத்துக் கொண்டுள்ள எஸ். ஸ்ரீகுமார், "நாங்கள் பாடும் பாடல்களில் 90 விழுக்காடு எம். பி.எஸ்ஸின் இசையில் உருவான பாடல்கள்தாம். மதநல்லிணக்கம், சுற்றுச்சூழல் பாதுகாப்பு ஆகியவற்றை மையமாகக் கொண்ட பாடல்களைப் பாடுகிறோம். நான் தொடர்ந்து இங்கே இருக்கக் காரணம் இந்தப் பாடல்கள்தான்" என்கிறார்.

மறைந்த சுப்ரமணிய சர்மாவின் புதல்வர் அசோக் சர்மா, புதல்வியர் சாந்தி, அனிதா ஆகியோர் இன்றும் இக்குழுவைத் திறம்பட நிர்வகித்து வருகின்றனர்.

●

செங்கீதங்கள்
அறுவடைப் பாடல்கள் ஆனகதை

*அ*து 1973 ஆம் ஆண்டு. இந்தியக் கம்யூனிஸ்ட் கட்சியின் பிரச்சாரத்துக்கு எனப் பாடல்கள் எழுதி இசைத் தட்டாக வெளியிட வேண்டும் என முடிவு செய்யப்பட்டது. கே. பாலதண்டாயுதம், எஸ்.ஏ. முருகானந்தம், அறந்தை நாராயணன் ஆகியோர் கொண்ட பாடல் தயாரிப்புக் குழு அமைக்கப்பட்டது. பாடல்களை கே.சி.எஸ். அருணாச்சலம் எழுத எம்.பி.எஸ் இசையமைத்தார்.

அன்றைய காலத்தில் இசைத்தட்டுத் தயாரிக்கும் தொழிலை சரஸ்வதி ஸ்டோர்ஸ் நிறுவனம் மட்டுமே கையில் வைத்திருந்தது. அது ஏ.வி. மெய்யப்பச் செட்டியாருக்குச் சொந்தமானது. சரஸ்வதி நிறுவனத்தின் நிர்வாகி, பாடல் பதிவுக்கு முன்னதாகப் பாடல்களின் பிரதியைப் பார்க்கவேண்டும் என்று சொல்லி அவற்றை வாங்கி வாசித்தார். 'காலகாலமாய் உழைத்து வாடிக் கலங்கி நிற்கும் தோழர்களே!' என்ற பாடலில் 'செங்கொடி நிழலில் கடலென இங்கே திரண்டு வாருங்கள்' என்ற வரி இருந்தது. "'செங்கொடி' என்ற சொல் இருந்தால் பாடலைப் பதிவு செய்ய மாட்டோம்" என்று நிர்வாகி சொன்னார்.

அன்றைய திமுக, காங்கிரஸ் கட்சிகளின் பிரச்சாரப் பாடல் இசைத்தட்டுகளில் இருந்த சொற்களை அப்படியே எழுதிக்கொண்டு அதே நிர்வாகியைச் சந்தித்து முறையிட்டுப் பேசிப்பார்த்தார் அறந்தை நாராயணன். அந்த இசைத்தட்டுக்களையும் ஏ.வி.எம் செட்டியாரின் நிறுவனம்தான் பதிவு செய்திருந்தது. ஆனாலும்

"'செங்கொடி' என்ற சொல் பாடலில் இருந்தால் பாடலைப் பதிவு செய்யமாட்டோம்" என்று செட்டியார் சொன்னதாகத் தெரிவிக்கப்பட்டது.

வேறு வழியின்றி செங்கொடி என்ற சொல்லின் இடத்தில் 'நம் கொடி' என்ற சொல்லி நிரப்பி எழுதிக்கொடுத்த பின்னர்தான் பாடல் பதிவு செய்யப்பட்டது.

பாடல்கள் அடங்கிய இசைத்தட்டு வெளியீட்டு விழா கோவை டவுன் ஹாலில் நடந்துள்ளது. தோழர்கள் நிறைந்த அவையில் இசைத்தட்டு முடுக்கப்பட்டு பாடல் ஒலிபரப்பானது. கேட்ட தோழர்கள் ஏமாற்றம் அடைந்தனர். ஒரு கம்யூனிஸ்ட் கட்சியின் இயக்கப் பாடல்கள் எப்படி இருக்க வேண்டுமோ அப்படியான அடையாளங்கள் எதுவுமில்லாமல் பாடல்கள் இருந்துள்ளன. மட்டுமின்றி பாடல்களை 'அறுவடைப் பாடல்கள்' என்றழைத்து இசைத்தட்டு உறையின் மேலும் அவ்வாறே அச்சிட்டு இருந்தார் ஏ.வி.எம். செட்டியார்.

இசைத்தட்டுத் தயாரிக்கும் ஒரே நிறுவனம் என்றில்லாமல், ஹெச்.எம்.வி., கொலம்பியா இசைத்தட்டுகளின் இந்தியா, பர்மா, இலங்கை ஆகிய நாடுகளின் ஏஜென்சியையும் ஏ.வி.எம். செட்டியார்தான் கையில் வைத்திருந்தார். ஏ.வி.எம் வேண்டாம் என்றால் பாடல் பதிவுக்குக் கிழக்கே சிங்கப்பூர் அல்லது மேற்கே கெய்ரோ (எகிப்து)வுக்குத்தான் செல்ல வேண்டிய சூழ்நிலை இருந்ததாக அறந்தை நாராயணன் பதிவு செய்துள்ளார்.

இப்படி இசைத்தட்டு ஏகபோகத்தைத் தன் கையில் வைத்துக் கொண்டு சர்வாதிகாரம் செய்த ஏ.வி.எம் நிறுவனம் தானே தொழிலாளர்கள் அரிவாள் சுத்தியல் சின்னம் பொறித்த செங்கொடிகளை ஏந்தி ஆக்ரோச முழக்கம் இட்டு ஊர்வலம் வரும் மே தினக் காட்சிகளை 'சிவப்புமல்லி' படத்தில் கூசாமல் வெட்கம் ஏதுமின்றிக் காட்டியது?! 'சிவப்புமல்லி' ஏவிஎம் நிறுவனம் தயாரித்த படம்தானே?! கல்லாப் பெட்டி நிரம்பும் எனில் தன்னையும் ஒரு கம்யூனிஸ்ட் என்று கூசாமல் சொல்லிக் கொள்வாரோ?

கலை இலக்கியப் பெருமன்றத்தை நிறுவிய முன்னோடிகளில் ஒருவரான மு. பழனியப்பன், "இந்திய கம்யூனிஸ்ட் கட்சியின்

தூத்துக்குடி நாடாளுமன்ற உறுப்பினர் ஆன எஸ்.ஏ. முருகானந்தம் தனது சொந்தப் பணத்தைச் செலவு செய்து இந்த இசைத்தட்டை வெளிக் கொணர்ந்தார்" என்று சொல்லியிருக்கிறார். (நடராஜன் ரெங்கராஜ் என்ற முகநூலர் தனது முகநூல் பக்கத்தில் 19 அக்டோபர் 2022 அன்று இப்படிப் பதிவு செய்துள்ளார்). இப்போது இந்த நான்கு பாடல்களும் இணையத்தில் (யூடியுபில்) கேட்பதற்குக் கிடைக்கின்றன. பாடல்களை இங்கே தருகின்றேன்.

பாடல் 1

பாடியவர்: கே.ஜே. யேசுதாஸ்

ராஜவீதியில் நடந்திடுவோம் - நம்
நாயகன் பாரதி சேவடி பதிந்த
ராஜவீதியில் நடந்திடுவோம்
சங்கப்புலவரும் வள்ளுவன் கம்பனும்
தந்தருள் மங்கலச் செல்வங்கள் போற்றி
ராஜவீதியில் நடந்திடுவோம்
ஜல் ஜல் ஜல் சலங்கைமணி குலுங்க
அமுத சப்தஸ்வரங்கள் எழும் மனம் மயங்க
கல்லில் வடித்த சிலை கதைபேசும்
அதன் கண்ணழகும் புன்னகையும்
வலைவீசும்
மனிதர்கள் நோக
மனிதர்கள் வாழ்ந்திடும்
மாசு நிறைந்த வாழ்வு மறைந்திட
இனியொரு புதிய அறநெறி பிறந்திட
எழுந்திடும் கவின்கலை
உதயங்கள் போற்றி
ராஜ வீதியில் நடந்திடுவோம்!

பாடல் 2

பாடியோர்: ஏ.எல். ராகவனும் குழுவினரும்

ஆண்: காலகாலமாய் உழைத்துவாடி
கலங்கி நிற்கும் தோழர்களே!

நாளை மலரும் உதயம் நமக்கு
கவலை எதற்கு வீரர்களே?

குழு: வீரர்களே...

ஆண்: சின்னக் குடிசையில் தூங்கியபுலிகள்
இன்று புயலின் சின்னங்கள்

குழு: நாம் இன்று புயலின் சின்னங்கள்

ஆண்: ஆலையில் காய்ந்துசிவந்திடும் உருக்கால்
ஆகிய தோள்கள் நம் தோள்கள்

குழு: நம் தோள்கள்

ஆண்: வானம் இடிந்துவீழினும் அஞ்சா
வைரம் பாய்ந்த நெஞ்சங்கள்!

குழு: வைரம் பாய்ந்த நெஞ்சங்கள் (காலகாலமாய்...)

ஆண்: பரிவும் பாசமும் துலங்கும் உலகம்
சுரண்டல் கண்ணீர் தொலைந்த உலகம்

குழு: பரிவும் பாசமும் துலங்கும் உலகம்
சுரண்டல் கண்ணீர் தொலைந்த உலகம்

ஆண்: புதுவுலகமைத்திட மங்கல வேளை குறித்தோம்
வாருங்கள் தோழர்களே!

குழு: வாருங்கள் தோழர்களே

ஆண்: நம்கொடி நிழலில் கடலென இங்கே திரண்டு
வாருங்கள் தோழர்களே

குழு: வாருங்கள் தோழர்களே

ஆண்: இழப்பதற்கே எதுவும் இல்லை
அடைவதற்கோர் உலகம் உண்டு!

குழு: இழப்பதற்கே எதுவும் இல்லை
அடைவதற்கோர் உலகம் உண்டு

ஆண்: காலகாலமாய் உழைத்து வாடி
கலங்கி நிற்கும் தோழர்களே
நாளை மலரும் உதயம் நமக்கு
கவலை எதற்கு வீரர்களே?

பாடல் 3

பாடியோர்: ஏ.எல். ராகவன், எல்.ஆர். ஈஸ்வரி

பெண்: காலங்கலிகாலம்
இந்தக் கதையைச் சொன்னா வெக்கந்தா(ன்)
வெக்கந்தா(ன்)

ஆண்: இந்தக் கதையை நெஞ்சில் மறச்சுவச்சா
காலமெல்லாம் துக்கந்தா(ன்) துக்கந்தா(ன்)

பெண்: இந்தக் கதையை நெஞ்சில் மறச்சுவச்சா
காலமெல்லாம் துக்கந்தா(ன்) துக்கந்தா(ன்)

ஆண்: வேலியே மேயுதம்மா
வேலியே மேயுதுன்னா பயிர்கள் இங்கே விளையுமா?

பெண்: விரித்த குடை ஒழுகுதுன்னா
நனையாமல் முடியுமா?

ஆண்: தூங்குறவன் தொடையிலே
கயிறைத் திரிக்கும் நினைவிலே

பெண்: சமயம் பார்த்து நிக்கும் கூட்டம்
திரியிது அரண்மனையிலே

ஆண்: காலங்கலிகாலம்
இந்தக் கதையைச் சொன்னா வெக்கந்தா(ன்)

பெண்: இந்தக் கதையை நெஞ்சில் மறச்சுவச்சா

காலமெல்லாம் துக்கந்தா(ன்) துக்கந்தா(ன்)

பெண்: சும்மா கெடந்த சங்கை எடுத்து
சோ... சோ...ன்னு ராகமிழுத்து

ஆண்: சோசலிசமின்னு ராகமிழுத்து

பெண்: சும்மா கெடந்த சங்கை எடுத்து
சோசலிசமின்னு ராகமிழுத்து

ஆண்: எம்மாநேரம் ஊதுறாங்க அரண்மனையில்

பெண்: இந்த ஏழைக்கொண்ணும் விடியலையே இதுவரையில்

ஆண்: சங்கை எம்மா நேரம் ஊதுறாங்க அரண்மனையில்

பெண்: இந்த ஏழைக்கொண்ணும் விடியலையே இதுவரையில்
(காலங்கலிகாலம்)

ஆண்: குடம் நெறய கள்ளுக்குடிச்ச
குரங்குகையில் பந்தம் கொடுத்து

பெண்: திரிய விட்டா என்ன நடக்கும் ராமார்ரி

ஆண்: அது தெரியும் நமக்கு அனுபவந்தான் கிருஷ்ணார்ரி

பெண்: குரங்கைத் திரிய விட்டா என்ன நடக்கும் ராமார்ரி

ஆண்: ஹஹ்ஹஹ்ஹா அது தெரியும் நமக்கு
அனுபவந்தான் கிருஷ்ணார்ரி (காலங்கலிகாலம்)

தந்தனத்தந்தான ஓஹோஹோஹோ
தந்தனத்தய்யானா
தந்தனத்தந்தானா ஓஹோஹோஹோ
தந்தனத்தய்யானா
தந்தனத்தந்தானா ஓஹோஹோஹோ
தந்தனத் தய்யானா

பாடல் 4

பாடியோர்: **ஏ.எல். ராகவனும் குழுவினரும்**

ஆண்: புறப்படுங்கோ
புறப்படுங்கோ
புறப்படுங்கோ போகலாம்!
புறப்படுங்கோ
புறப்படுங்கோ
புறப்படுங்கோ போகலாம்!
காலமெல்லாம் காத்திருந்தோம்
வெளிச்சம் தெரியலே
இனிக் காத்திருக்க நேரமில்லே
பொறுக்க முடியலே!

குழு: புறப்படுங்கோ
புறப்படுங்கோ
புறப்படுங்கோ
போகலாம்!

ஆண்: உச்சவரம்புக்கு சட்டம் இருக்குது
மிச்ச நிலம் இங்கு யாருக்கு கிடைக்குது?
ஊரை வளைச்சு வேலி போட்டு
பண்ணையம் நடக்குது
யாரோ உழைச்சு
யாரோ பொழக்க
என்ன நியாயம் இருக்குது? (புறப்படுங்கோ)

பெண்கள்:
பூமியிருக்குது பயிர்விளைந்திட

ஆண்கள்:
நாமிங்கிருக்கிறோம் ஏரு பிடித்திட

ஆண்: வானமிருக்குது மாரி கொடுத்திட
யாரிங்கிருக்கிறார் நம்மைத் தடுத்திட

ஆண்: புறப்படுங்கோ புறப்படுங்கோ
புறப்படுங்கோ போகலாம்!

குழு: புறப்படுங்கோ புறப்படுங்கோ
புறப்படுங்கோ போகலாம்!

ஆண்: வானத்திலே நமக்காகப் பொழுது விடியணும்
அது வாழ்க்கையிலே நம்மாலேதான்
நடந்து முடியணும்

குழு: அது வாழ்க்கையிலே நம்மாலேதான்
நடந்து முடியணும்

ஆண்: சூரியன் கழுத்தில் துண்டைப் போட்டு
சுண்டியிழுக்கோணும்

குழு: சூரியன் கழுத்தில் துண்டைப் போட்டு
சுண்டியிழுக் கோணும்

ஆண்: சும்மா நின்னாப் புண்ணியம் இல்லே
கண்டு நடக்கணும்

குழு: இதக் கண்டு நடக்கணும்

ஆண்: புறப்படுங்கோ புறப்படுங்கோ
புறப்படுங்கோ போகலாம்

குழு: புறப்படுங்கோ புறப்படுங்கோ
புறப்படுங்கோ போகலாம்
புறப்படுங்கோ போகலாம்!

தொலைந்து போன சித்திரப்பூச் சேலை

"**ஜெ**யகாந்தன் 'புதுச்செருப்பு கடிக்கும்' என்ற படத்தைத் தயாரித்தார். படத்தை எடுத்தபின் எனக்குத் திரையிட்டுக் காட்டினார். என்னிடம் அப்போது 35 மி.மீ. புரொஜெக்டர் இருந்தது. படத்தை நான் ரசித்தேன். படத்தை வாங்கி விநியோகிக்க ஒருவரும் முன்வரவில்லை. எனவே படம் ரிலீஸ் ஆகவில்லை. 'சரி, படத்தைத் தேசியத் திரைப்பட ஆவணக் காப்பகத்துக்கு (NFAI) கொடுத்து விடுங்கள்' என்றேன். 'படத்தின் உரிமை என்னிடம் இல்லை, பட உரிமையாளரிடம் பேசிக் கொண்டு இருக்கிறேன்' என்றார் ஜெயகாந்தன். அதன் பிறகு என்ன நடந்தது என்று தெரியாது" என்கிறார் டாக்டர் எஸ். கிருஷ்ணசாமி. இந்தப் பதிவு 'மிஸ்ஸிங் ரீல்ஸ் ஆஃப் தமிழ் சினிமா' (Missing Reels of Tamil Cinema) என்ற ஆவணப் படத்தில் டாக்டர் எஸ். கிருஷ்ணசாமி பேசியதாகும். இவர் பழம்பெரும் இயக்குநர் கே. சுப்ரமண்யத்தின் மகன், நடனக் கலைஞர் டாக்டர் பத்மா சுப்ரமண்யத்தின் சகோதரர்.

இதுபோல தொலைந்து போன அல்லது தொலைக்கப்பட்ட படங்களுக்குக் கணக்கில்லை. சொல்ல வந்தது என்னவெனில் தமிழில் எம்.பி.எஸ் இசையமைத்த எட்டுப் படங்களில் 'பாதை தெரியுது பார்', 'தாகம்', 'நிஜங்கள்' ஆகிய மூன்றும் தொலைந்து போனவை. 'புதுச்செருப்பு கடிக்கும்' படம் முழுமையாகத் தயாரிக்கப்பட்டாலும் வெளிவரவே இல்லை!

'நிஜங்கள்' திரைப்படப் பாடல் இசைத்தட்டு, மேலுறை. படம் உதவி: திருநின்றவூர் சந்தானகிருஷ்ணன்.

'புதுச்செருப்பு கடிக்கும்' என்ற படத்தில் ஜெயகாந்தன் எழுதிய ஒரு பாடல் எண்பதுகள் வரையிலும் இலங்கை வானொலியில் மிகவும் பிரபலமான பாடலாகும். *'சித்திரப் பூச்சேலை... சிவந்தமுகம்'* என்ற பாடல் அது. எஸ்.பி. பாலசுப்ரமண்யம் பாடிய அப்பாடலில் ஒரே ஒரு புல்லாங்குழல் இசை மேலோங்க இன்னும் ஓரிரண்டு இசைக் கருவிகள் தொலைவில் ஒலிக்கப் பாடல் வரிகளுக்கும் பாடகனின் உணர்ச்சி மிக்க குரலுக்கும் முக்கியத்துவம் கொடுத்து, எம்.பி.எஸ் தான் ஒரு தனித்துவமிக்க இசையமைப்பாளன் என்பதை மீண்டும் மெய்ப்பிக்கிறார். பாடலில் ஓர் ஆண், தான் மையலுற்ற பெண்ணை வர்ணிக்கின்றான். "பாடலின் படப் பிடிப்புக்காகத் திருவையாறு சென்றிருந்தோம். ஜெயகாந்தனுடன் காவிரி ஆற்றில் குளித்துக் கொண்டு இருந்தபோதுதான் இப்பாடலுக்கான உத்வேகம் ஜெயகாந்தனுக்குப் பிறந்தது" என்று அவரது நண்பர் குப்புசாமி என்பவர் சொல்லி இருக்கிறார் (*The Hindu*, 27.04.2016). பாடலைக் கேட்கும் எவருக்கும் இது புரியும்.

அதே படத்தில் *'உடல் என்பார் எனதுயிர் என்பார் கடல் என்பார் உன் கண் என்பார்'* என்ற வாணிஜெயராம் பாடிய பாடலைப் பாடலின் பொருளுணர்ந்து உணர்ச்சி வசப்படும் வகையில் அதற்கான இசைக்கருவிகளுடன் துயரமான உணர்வைத் தரும்

மெட்டில் எம்.பி.எஸ் கட்டமைத்திருந்தார். பாடலை எழுதியவர் ஜெயகாந்தன்.

பாபுநந்தன் கோட் இயக்கிய *'தாகம்'* திரைப்படத்திற்கும் எம்.பி.எஸ் இசையமைத்திருந்தார். அந்தப் படத்தின் பிலிம் சுருளும் இல்லை, இணைய தளங்களிலும் படம் இல்லை. பாரதியார் எழுதிய *'வானமெங்கும் பரிதியின் ஜோதி...'* என்ற பாடலை ஒரு தொகையறா வடிவில் யேசுதாஸ் பாடியிருப்பார். பின்னணி இசை ஏதும் இன்றி சென்னை இளைஞர் இசைக் குழுக்கலைஞர்களை இந்தத் தொகையறாவில் 'கோரஸ்' பாட வைத்துக் கேட்போரை மெய்சிலிர்க்க வைத்து இருக்கிறார் எம்.பி.எஸ். பாரதியாரின் பாடலுக்கு யேசுதாசின் குரலும் 'கோரசும்' ஓர் உணர்ச்சிகரமான சித்திரத்தை வரைகின்றன. இதனைத் தொடர்ந்து பூவை செங்குட்டுவன் எழுதிய *"உருகிடும் வேளையிலும் நல்ல ஒளிதரும் மெழுகுத்திரி... ஒளிதரும் வேளையிலும் தியாக உணர்வினைத் தூண்டி விடும்"* என்ற பாடலை சஹானா ராகத்தில் மிகக் குறைந்த இசையில் எஸ். ஜானகி பாடியிருக்கிறார். பாடியவர்களின் குரலுக்கு முக்கியத்துவம் கொடுத்து இசைக்கருவிகளை மிகக் குறைவாகப் பயன்படுத்தியதன் மூலம் பாடலின் பொருட் செறிவையும் உணர்வையும் கேட்பவருக்குக் கடத்துவதில் எம்.பி.எஸ் வெற்றி பெறுகிறார். அதேபோல் இந்தப் பாடலுக்கு நேரெதிர்த் திசையில் துள்ளல் இசையில் அமைந்த *'வானம் நமது தந்தை, பூமி நமது அன்னை'* என்ற பாடல் அமிர்தவர்ஷினி ராகத்தில் அமைந்து சேர்ந்திசையின் உத்திகளைத் தன்னகத்தே கொண்டு அழகாகவும் கம்பீரமாகவும் ஜொலிக்கிறது.

அதே போல் *'நிஜங்கள்'* என்ற படமும் தொலைந்து போனது. சிவகுமார் கதாநாயனாக நடித்தபடம். 1982 ஆம் ஆண்டு வெளியாகியுள்ளது. கே.எஸ். சேதுமாதவன் இயக்கிய படம். பாரதிதாசன் எழுதிய *'அம்மா உந்தன் கைவளையாய் ஆகமாட்டேனா அலுங்கிக் குலுங்கி நடக்கையிலே'* என்ற பாடலும், *'உன் காதொடு காதொரு சேதி சொன்னால்'* என்ற டூயட் பாடலும், *'நம்ம இந்திய தேசம் கூட இப்படித்தான் இப்படித்தான் சந்தியில நிக்குதுங்க'* என்ற பாடலும் ஒலி வடிவத்தில் இணையதளத்தில் கிடைக்கின்றன. படம் போன இடம் தெரியவில்லை.

'பாதை தெரியுது பார்' பட பிலிம் சுருளைத் தொலைத்ததன் பின்னால் உள்ள அரசியலை நம்மால் புரிந்து கொள்ள முடிகிறது. தேசியத் திரைப்பட ஆவணக் கழகத்தின் இயக்குநர் ஆக இருந்த பிரகாஷ் மக்தூம், திரைப்பட ஆய்வாளர் தியடோர் பாஸ்கரன் ஆகியோர் சொல்லும் செய்தி துயரமும் அதிர்ச்சியும் தரும் ஒன்றாகும். அதாவது, பிலிம் ரோலில் பூசப்படும் வெள்ளி நைட்ரேட்டை பிரித்து எடுத்துப் பணம் பார்க்கும் முயற்சியில் மௌனப் படங்களின் காலத்தில் இருந்தே படங்களை அழித்துவிடுவது சாதாரணமாக நடந்து வந்த ஒன்று என்கிறார்கள். புகழ்பெற்ற ஜெமினி பட நிறுவனமே கூட தான் தயாரித்த படங்களின் பிலிம் ரோல்களை பாதுகாக்கத் தவறியது என்பது வியப்புக்குரியது. நம்ப முடியாதது. அவ்வளவு ஏன்? பாலுமகேந்திரா அவரே தயாரித்து இயக்கிய புகழ்பெற்ற திரைப்படங்களான வீடு, சந்தியாராகம் ஆகிய படங்களின் நகல் தன்னிடமே இல்லை என்று அவரது வலைப்பூவில் பதிவு செய்துள்ளார் (16.11.2011).

பிலிம் சுருள்களைப் பாதுகாத்து வைப்பது பெட்டியில் வைத்துப் பூட்டுவது போல் இல்லை. வேதிப் பொருட்களைப் பயன்படுத்தித் தொடர்ந்து படச்சுருள்களை விரித்து முறையாகப் பராமரிக்க வேண்டிய பணி ஆகும். இல்லையேல் படச் சுருள்கள் அழியும். இவ்வாறு அழிந்த படங்கள் ஏராளமாக உள்ளன. நவீனமயத்தில் தொழிநுட்ப வளர்ச்சியானது பிலிம் சுருள்களைப் பின்னே தள்ளிவிட்டது. கட்புலன் ஆகாத, திடவடிவில் இல்லாத எண்ம நிலைக்கு (digital form) இப்போது படப்பதிவுத் தொழில்நுட்பம் வளர்ந்துவிட்டது. எப்போது வேண்டுமென்றாலும் அசல் தரத்துடன் மீட்டெடுத்துப் பார்த்துக் கொள்ளத்தக்க வகையில் இது இருப்பது சிறப்பானதுதான். ஆனாலும் என்ன, தமிழ்ச் சினிமா வரலாற்றின் மத்திய காலப்படங்கள் பலவற்றின் படச்சுருள்கள் அழிந்தவை அழிந்தவைதானே?!

'புதுச் செருப்பு கடிக்கும்' படத்தில் இடம்பெற்ற ஜெயகாந்தனின் அந்த இரண்டு பாடல்கள் இவை:

பாடியவர்: **எஸ்.பி. பாலசுப்ரமண்யம்**

சித்திரப்பூச் சேலை
சிவந்த முகம் சிரிப்பரும்பு

முத்துச்சுடர்மேனி
எழில் மூடிவரும் முழுநிலவோ?
மூடிவரும் முழுநிலவோ?

மீன்கடிக்கும் மெல்லிதழை
நான் கடித்தால் ஆகாதா
தேனின்ருசி தெரிந்தவன்நான்
தேனீயாய் மாறேனா?

மஞ்சள் பூசும் இடமெல்லாம்
என் மனம் பூசல் ஆகாதா?
கொஞ்சம் என்னைக்
குங்குமமாய்க்
குழைத்தெடுத்தால் வாரேனா?

படிக்கட்டில் ஏறிவரும்
பாதத்தெழில் பார்ப்பதற்கு
படிக்கட்டின் இடையிலேயோர்
பலகையாய் மாறேனா?

முக்காலும் துணி மறைத்து - நீ
மூலையிலே போய் நின்று
உன் சொக்காயை இடுகையில் நான்
சொக்காகி மூலைச்சுவராகி
முன்நின்று பாரேனா?

ooo

பாடியவர்: **வாணிஜெயராம்**

உடல் என்பார்
எனதுயிர் என்பார்
கடல் என்பார்
உன் கண் என்பார்
உண்மை... மிக உண்மை
உடல் இங்கே - அதன்
உயிர் அங்கே
கடல் இங்கே
கரைபுரளும் கண்ணீர்

இவள் கண்ணீர்
கண்ணீர் இவர் கண்ணீர்
துயிலினிலே
நல்ல கனவு வரும்
துயில் நீங்கி
அந்த நினைவு வரும்
துயரம்... அது துயரம்
உடல் என்பார்...

காற்றினிலே தூதுவிட்டு
கண்ணீரில் மடல் எழுதி
காலமெல்லாம் காத்திருப்பார்
பெண்கள்
இவர் பெண்கள்
உடல் என்பார்
எனதுயிர் என்பார்.

கட்டசேரி ஜோசப் யேசுதாஸ்

கேரளாவுக்கு மலையாளப்பட இசையமைப்பு நிகழ்ச்சிக்காகச் சென்றிருந்த எம்.பி. சீனிவாசன் முன்னால் ஒரு தந்தையும் இருபது வயது நிரம்பாத ஒரு வாலிபனும் வந்து நிற்கிறார்கள். தந்தை சொல்கிறார், "இவன் என் மகன், நன்றாகப் பாடுவான், பயன்படுத்திக் கொள்ளுங்கள்" என்று. எம்.பி.எஸ் அந்தப் பையனைப் பாடச் சொல்கிறார். 'சாரங்கா தெரியாத்மே' என்ற ஹிந்தி கஜல் பாடலை அவன் பாடுகிறான். 'சரி, இன்னொரு பாட்டு, கர்நாடக சங்கீதத்தில் பாடு' என்கிறார் எம்.பி.எஸ் 'ப்ரோவபாரமா ரகுராமா' என்ற பகுதாரி ராகத்தில் அமைந்த தியாகராஜர் கீர்த்தனையைப் பாடுகிறான். அடுத்தாக சண்முகப்ரியாவில் ஒரு பாடல் பாடுகிறான். எம்.பி.எஸ் அந்தப் பையனின் பாட்டுத்திறனில் மயங்கியதைவிட அவனது வசீகரிக்கும் குரலால் அதிகம் மயங்குகிறார். எதிர்காலத்தில் இந்தப் பையன் இசையுலகில் பெரும் சாதனையாளனாக ஒளிர்வான் என்று அப்போதே முடிவு செய்கிறார் (மாத்ருபூமி, 14.11.2021).

அந்தப் பையனின் பெயர் யேசுதாஸ். அவனது தந்தை பெயர் அகஸ்டின் ஜோசப். அவர் நாடக நடிகரும் சிறந்த பாடகரும் ஆவார். மிகச் சில திரைப்படப் பாடல்களையும் அவர் பாடியுள்ளார். யேசுதாஸ் உள்ளிட்ட ஏழு பிள்ளைகள் அவருக்கு. முறையாகச் சங்கீதம் கற்றுக் கொள்ளாத அவர், தனது மகன் யேசுதாஸை முறையான சங்கீதம் கற்ற கலைஞனாகப் பார்க்க விரும்பினார். ஆனால் குடும்பத்தின் பொருளாதார நிலை மோசமாக இருந்தது.

பள்ளிப்படிப்பு, எர்ணாகுளம் ஆர்.எல்.வி கல்லூரியில் நான்கு வருட 'கானபூஷணம்' பட்டப்படிப்பு (இதை மூன்று வருடங்களில் யேசுதாஸ் முடித்தார்), திருவனந்தபுரம் ஸ்ரீஸ்வாதித்திருநாள் இசைக்கல்லூரியில் ஒரு வருட வித்வான் படிப்பு என இசையை முறையாகக் கற்ற யேசுதாஸ், செம்மங்குடி சீனிவாச ஐயர், செம்பை வைத்தியநாத பாகவதர், குஞ்ஞன் வேலு ஆசான், ஜோசப், சிவராம் நாயர், ராமகுட்டி பாகவதர் எனப் பல மூத்த கலைஞர்களிடம் இசை பயின்றார்.

இந்தக் காலகட்டத்தில்தான் கேரளாவில் எம்.பி.எஸ்ஸை யேசுதாஸ் சந்திக்க நேர்ந்த நிகழ்வைத் தொடக்கத்தில் குறிப்பிட்டுள்ளேன். இதன் பிறகு மெட்ராசுக்கு வருமாறு எம்.பி.எஸ் யேசுதாஸை அழைத்துள்ளார். தங்ஙள், மத்தாய் ஆகிய இரு நண்பர்கள் தனக்கு ரயில் டிக்கெட் வாங்கிக் கொடுத்து மெட்ராசுக்கு அனுப்பியதாக யேசுதாஸ் கூறுகிறார்.

ஆனால் மெட்ராஸ் வந்தவுடன் நேராகப் பாடல் பதிவுக்கோ குரல் தேர்வுக்கோ செல்ல முடியவில்லை, இரண்டு மாதங்கள் காத்திருக்க வேண்டியிருந்தது.

அந்த நாளும் வந்தது. கோடம்பாக்கம் பரணி ஸ்டுடியோவுக்கு குரல் தேர்வுக்காக அவர் எம்.பி.எஸ்ஸைச் சந்தித்த நாள் *14.11.1961*. ஆனால் அன்று அவர் உடல்நலம் குன்றி இருந்தார். டைபாய்டு காய்ச்சலால் பல நாட்கள் பாதிக்கப்பட்டுத் துவண்டு போய் இருந்தார். அன்று நடந்ததை யேசுதாஸ் சொல்லக் கேட்போம்.

> "'*கால்பாடுகள்*' என்ற படத்துக்காக நான் பாட வேண்டும் என்பதுதான் திட்டம். '*அட்டென்சன் பெண்ணே... காணும் போல் ஞான் நல்ல காரிரும்பு... கைய்யு பிடிச்சாலோ பூங்கரிம்பு*' என்ற 'டூயட்' பாடலைப் பாடவேண்டும். டைபாய்ட் வந்து சோர்ந்து; போன ஒரு பையன் மீது எம்.பி.எஸ் மிகுந்த அன்பு காட்டினார். பாடல் பதிவு அறைக்கு என்னை அழைத்துச் சென்று ஒரு பெரிய 'மைக்' முன்னால் நிறுத்தினார்கள். பாடல் பதிவு என்றால் என்ன என்று தெரியாது எனக்கு. 'மைக்' முன்னால் எப்படி நிற்க வேண்டும் என்பதும் தெரியாமல் ஒரு குழப்பத்தில் இருந்தேன். எனது பதட்டத்தை எம்.பி.எஸ் புரிந்து கொண்டார் என்று நினைக்கிறேன். ஒரு மனநல ஆலோசகரைப் போல

அப்போது என்னிடம் நடந்து கொண்டார். பாடல் இப்போது வேறு ஒன்றாக இருந்தது. "*ஜாதி பேதம் மதத் வேஷம் ஏதுமில்லாதே சர்வரும் சோதரத்வனே வாழுன்ன மாத்ருகா ஸ்தானமானிது*" என்ற ஸ்ரீ நாராயண குருவின் பாடல். அதைப்பாடும் முறையை எம்.பி.எஸ் அழகாக எனக்குச் சொல்லிக் கொடுத்தார். அதன் பின் ஒத்திகைதான் பார்க்கப் போகிறோம் என்று சொன்னார்.

"யேசு, ஒரு நல்ல 'ரிகர்ஷல்' கொடுக்கு" என்றார் எம்.பி.எஸ். ஒரு புதிய இளைஞன் 'மைக்' முன்னால் நிற்கிறான், 'டேக்' (*take*) என்று சொன்னால் பையன் பதட்டம் அடையக் கூடும், நன்றாகப் பாடாமல் போகவும் கூடும் என்று கணித்து எனக்கு எப்படி உதவி செய்யலாம் என்று யோசித்திருக்கிறார். மட்டுமின்றி புதிதாகப் பாட வந்த பையனிடம், "பாரு தம்பி, ப்ரொட்யூசர் பல லட்சம் செலவு செய்து படம் எடுக்கிறார், பார்த்து கவனமாப் பாடு" என்று சொல்லியிருந்தால், "ஐயோ! நாம் சரியாகப் பாடாமல் போனால் ப்ரொட்யூசருக்கு நஷ்டம் வந்துவிடுமோ!" என்று பயந்து நடுங்கி பையன் பாடியிருந்தால் அது எப்படி இருந்திருக்கும் என்று சூழ்நிலையை மிகச் சரியாகக் கணித்து, என் மன இறுக்கத்தை நெகிழ்விப்பதற்காகவே அவர் ஒத்திகை என்று கூறினார் என்று புரிந்து கொள்கிறேன். நானும் 'சரி, ஒத்திகைதானே' என்று நம்பி 'ஜாதி பேதம்' பாடலின் நான்கு வரிகளைப் பாடினேன். ஒலிப்பதிவு முடிந்தது, பாடியதை ஒலிப்பதிவு நாடாவில் இருந்து மீட்டு ஒலிக்கச் செய்தார். ஒலிபெருக்கியில் என் குரலை முதல் முதலாகக் கேட்கிறேன். ஒலிப்பதிவு செய்தவர் திரு கோட்டீசுவரராவ். ஒரு புத்தனைப் போல் நீளமான காதுகளைக் கொண்டவர் அவர். என்னை அவர் வியப்புடன் பார்த்தார். உண்மையில், ஒத்திகைதான் என்று சொல்லிவிட்டுப் பாடியதைப் பதிவு செய்திருந்தார் என்பதைத் தெரிந்து கொண்டேன். இப்போது எம்.பி.எஸ் கோட்டீசுவரராவிடம் கேட்கிறார், "பையன் எப்படி?" என்று அதற்கு அவர், "வில் சீ ஆஃப்டர் டென் இயர்ஸ்" (*'will see after ten years'*) என்று பதில் சொன்னார். இந்தப் பதிலைக் கேட்டு நான் குழப்பம் அடைந்தேன். 'என்ன இது, இன்னும் பத்து வருசத்துக்குப் பிறகு சொல்றேன்' என்கிறாரே, 'சரிதான் முடிந்தது' என்று வருத்தம் அடைந்தேன். ஆனால் பிறகுதான்

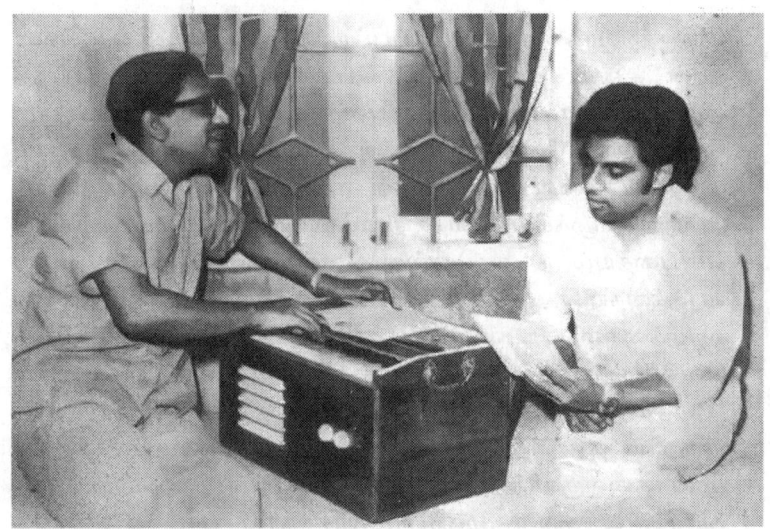

கே.ஜே. யேசுதாஸுடன் எம்.பி.எஸ்.

தெரிந்தது, 'இந்தப் பையனை அடுத்த பத்து வருடங்களுக்கு யாராலும் அசைக்க முடியாது' என்ற அர்த்தத்தில்தான் கோட்டீசுவரராவ் அப்படிக் கூறினார் என்று.

"எனது வாழ்வின் முதல் தீபத்தை ஏற்றி வைத்த மகான் எம்.பி.எஸ் எனது தந்தைக்கு அடுத்த நிலையில் நான் உயர்ந்த இடத்தில் வைத்துப் போற்றும் ஒருவர் உள்ளார் எனில் அவர் எம்.பி.எஸ் சார்தான். அவருடைய எந்தப் பாடலையும் எடுத்துக் கொள்ளுங்கள். பாடலின் எந்த இடத்தையும் நீங்கள் எடுத்துக் கொள்ளுங்கள். ஒரு ஸ்வரத்தில் இருந்து இன்னொரு ஸ்வரத்துக்கு எப்போது எப்படிப் போகும் என்று யாராலும் முன்னுணர முடியாது, எதிர்பார்க்கவே முடியாது. மிகவும் சிரமமான இசைக் கோர்வை அவருடையது. கேட்பவருக்கு மட்டுமல்ல, பாடுபவருக்கும் மிகுந்த வேலை உண்டு அவரது பாட்டில்.

"'ஜாதி பேதம்' எனத் தொடங்கும் அந்த நான்கு வரிகளில் ஸ்ரீ நாராயணகுரு வாழ்க்கையின் சாரத்தைப் பிழிந்து வைத்துவிட்டார். மனிதகுலத்தின் ஒருமையையும் சமத்துவத்தையும் ஸ்ரீ நாராயணகுரு அதில் சொல்லிவிட்டார். எனக்குத் தெரிந்து கேரளத்தில் வேறு ஒரு கவிஞரோ சமூக

சீர்திருத்தவாதியோ இப்படிப்பட்ட வரிகளை எழுதியதில்லை. தான் கனவு கண்டதைப் போல் சமத்துவம் வாய்ந்த ஒரு பூமியை உருவாக்க அவர் உழைக்கவும் செய்தார். கேரளத்தின் நோய்களுக்கு அந்த வரிகள் சிறந்த மருந்து. அந்த வரிகளை நான் முதல் முறையாகப் பாடிய போது அவற்றின் முக்கியத்துவத்தை என்னால் உணர முடியவில்லை என்பதையும் நான் சொல்ல வேண்டும். பின்னால் எனது வாழ்க்கையில் அந்த வரிகள் பேசிய சமத்துவக் கனவுதான் என் வாழ்க்கையையே வடிவமைத்தது என்பதை உணர்கின்றேன். வெவ்வேறு இடங்களில் அந்த வரிகளை நான் பாட நேர்ந்திருக்கிறது. ஒவ்வொரு முறையும் ஸ்ரீ நாராயண குருவின் தரிசனத்தை எண்ணி வியந்து அத்தெய்வீகத்துக்கு முன் தலைகுனிந்து நன்றி சொல்கிறேன் - அவரது அந்த நான்கு வரிகளை முதற்பாடலாக நான் பாட ஒலிவாங்கி முன் எனக்குக் கொடுத்த வாய்ப்புக்காக."

கே.ஜே. யேசுதாஸ் பாடிய ஸ்ரீ நாரயாணகுருவின் பாடலின் பொருள் இதுதான்: 'சாதி வேறுபாடில்லாத, மதப்பகைமை பாராட்டாத, அனைவரும் சகோதரத்துவத்துடன் வாழும் புண்ணியபூமி இது.'

◌◌◌

பி. சந்திரகுமார், சத்யன் அந்திக்காடு ஆகியோர் பங்கு பெற்ற ஒரு திரைப்படத்திற்கு எம்.பி. சீனிவாசன் இசையமைத்து இருந்தார். படத்துக்கான ஒரு பாடல் பதிவின் போது கே.ஜே. யேசுதாஸ் பாடிக்கொண்டிருந்தார். எம்.பி.எஸ் நினைத்தது போல் யேசுதாஸ் பாடவில்லை என்று எம்.பி.எஸ் உணர்ந்த நிலையில் திடீரென முன்கோபப்பட்ட யேசுதாஸ் பாடல் பதிவுக் கூடத்தில் இருந்து வெளியேறிவிட்டார். அங்கே இருந்த அனைவரும் அதிர்ச்சியில் உறைந்தனர். ஆனால் எதுவுமே நடக்காததுபோல் எம்.பி.எஸ் அமைதியாக இருந்தார். பாடலுக்கான இசைக் கருவிகள் ஒத்திகையைத் தொடர்ந்து நடத்துமாறு கூறிவிட்டு, எம்.பி.எஸ் சொன்னார், "யேசு வரும், ரிக்கார்டிங் நடக்கும். இப்போது வரவில்லையெனில் வயலின் வைத்து டிராக் பதிவு செய்வோம்". பாடல் பதிவுக்கான பிற வேலைகளில் மூழ்கினார்.

கே.ஜே. யேசுதாஸ், அவர் வலதுபுறம் ஆர்.கே. சேகர்.

அப்போது யாரும் எதிர்பாராத வகையில் ஒன்றுமே நடவாதது போல யேசுதாஸ் பாடல் பதிவுக் கூடத்துக்கு வந்தார். மீண்டும் பாடல் பதிவு செய்யப்பட்டது. முழுமை அடைந்தது. அதன்பிறகு எம்.பி.எஸ்ஸும் யேசுதாசும் எப்போதும் போல் தமக்குள் பேசிக்கொண்டு இருந்தார்கள். யேசுதாஸ் புறப்பட்டுச் சென்றபின் எம்.பி.எஸ் கூறியதுதான் கவனிக்கப்பட வேண்டியது. "யேசுதாஸ் மிகப் பெரிய பாடகர். காலையில் தொடங்கினார் என்றால் இரவு வரை எட்டு, பத்துப் பாடல்களைப் பாடும் ஒரு பாடகர் அவர். தமது பாட்டுகளில் எந்த ஒரு சமரசமும் இன்றி ஆத்மார்த்தமாகப் பாடும் மிகப் பெரிய கலைஞன். யேசுதாஸ் கோபித்துக் கொண்டது என்னுடன் அல்ல என்பதைப் புரிந்துகொள்ள வேண்டும். அவருக்குள்ள நெருக்கடிகளில் அவருக்கு ஏற்படும் அழுத்தத்தின் வெளிப்பாட்டை வேறு யாருடனும் அவர் வெளிப்படுத்த இயலாமல் அந்த சுதந்திரத்தை என்னிடம் எடுத்துக் கொண்டார் என்பதை நான் புரிந்துகொள்கிறேன். இதில் கோபம் கொள்ள என்ன இருக்கிறது? ஒரு மகனைப் போல சகோதரனைப் போல அவர் எனக்கு. அவரிடம் எந்தக் காலத்திலும் எனக்கு மனப்பிணக்கு ஏற்படாது" என்று எம்.பி.எஸ் அமைதியாகக் கூறினார்.

யேசுதாசை முதல் முதலில் கேரளாவில் சந்தித்தபின் தனது நெருங்கிய நண்பர்களான கே.எஸ். சேதுமாதவன், சி.

கோபாலகிருஷ்ணன் ஆகியோரிடம், "தலத் முகமது ரேஞ்சுக்கு அந்தப் பையன் பிரமாதமாகப் பாடுகிறான்" என்று புகழ்ந்து பேசியிருக்கிறார் எம்.பி.எஸ்

டைபாய்ட் காய்ச்சலில் சோர்ந்து போன யேசுதாஸ்க்கு 'ஜாதிபேதம்...' பாடலைப் பாடச் சொல்லி 'ஒத்திகை' பார்த்தாலும், பின்னர் அதே படத்தில் திட்டமிட்டபடி 'அட்டென்சன் பெண்ணே... காணும்போல் ஞானொரு காரிரும்பு' என்ற பாடலை கேரளத் திரையிசையின் மூத்த பாடகர்களில் ஒருவரான சாந்தா பொடுவாள் நாயருடன் பாடினார் என்பது சிறப்பு. எம்.பி.எஸ் இசையில் கட்டசேரி ஜோசப் யேசுதாஸ் சுமார் தொண்ணூறு பாடல்களைப் பாடியுள்ளார்.

தமிழில் 'தாகம்' படத்துக்காக அவர் பாடிய 'வானமெங்கும் பரிதியின் ஜோதி'; மதன மாளிகையில் பாடிய 'ஏரியிலே ஒரு காஷ்மீர் ரோஜா', மலையாளத்தில் 'கடல்' படத்தில் 'கடலினெந்து மோஹம்', 'கள்ளன்மார் கார்யகாராயி', 'நர்ஸ்' படத்தில் 'யரிநாம கீர்த்தனம்', 'உள்கடல்' படத்தில் 'என்டே கடிஞ்சூள் ப்ரணாய கதயிலே', 'கிருஷ்ணதுளசி கதிருகள்', 'ஆரத்தி'யில் 'ஹ்ருதய வாதாயனங்கள் துரன்னு', 'வேனல்' படத்தில் 'தாழிக சூடிய ராவில்', 'சில்லு' படத்தில் 'சைத்ரம் ச்சாயம் ச்சாலிச்சு', 'ஒரு வட்டம் கூடியென்', 'போக்குவெயில் பொன்னுருகி', 'யவனிக' படத்தில் 'பரதமுனியொரு களம் வரச்சு', 'செம்பக புஷ்ப ஸ்வாஸித யாமம்', 'பரஸ்பரம்' படத்தில் 'அனந்த நீலவிண்ணில்' ஆகிய பாடல்கள் மிகவும் புகழ்பெற்றவை.

அறுபத்தைந்து வருடங்களுக்கு முன்பு முதல் பாடல் பதிவை நாடாவில் பதிவு செய்த ஒலிப்பதிவுப் பொறியாளர் கோட்டீஸ்வரராவ், "இன்னும் பத்து வருசம் கழிச்சு சொல்றேன்" என்றார். கட்டசேரி ஜோசப் யேசுதாஸ் அதன்பின் ஐம்பதாயிரம் பாடல்களுக்கு மேல் பாடியுள்ளார். கர்நாடக இசையிலும் திரை இசையிலும் மிக உயர்ந்த இடத்தில் மதிக்கப்படும் பெருங்கலைஞராக ஒளி வீசுகின்றார். பத்மஸ்ரீ, பத்மபூஷன் உள்ளிட்ட மிகப்பல விருதுகளைப் பெற்றுள்ளார். எம்.பி.எஸ் அடையாளம் கண்ட ஆகப் பெரிய கலைஞன் அவர்.

⊙

மலையாளத் திரைப்படவுலகில் எம்.பி.எஸ்

1960 இல் *'பாதை தெரியுது பார்'* வெளியானதும் பாடல்கள் புகழ்பெற்றதும் படத்தின் பிரதி ஒழிக்கப்பட்டதும் தெரிந்த வரலாறு. மீண்டும் தமிழில் ஒரு திரைப்படத்திற்கு இசையமைக்க அவர் அநேகமாக பதினைந்து வருடங்கள் காத்திருக்க வேண்டி இருந்தது என்பதை அவ்வளவு சாதாரணமாகக் கடந்து போக முடியாது. எம்.பி.எஸ்ஸின் வெளிப்படையான கம்யூனிஸ்ட் கட்சியுடன் ஆன உறவு, தொழிலாளர்கள் பக்கம் எப்போதும் நின்று குரல் கொடுப்பது, 'ஸ்பாட் பேமெண்ட்' முறையைக் கொண்டு வந்தது, திரைப்பட இசையமைப்பாளர் சங்கத்தை நிறுவியது, அதன்பின் புயல் வீசியதைப் போல மிகப் பல தொழிற்சங்கங்கள் தோன்றியது என அவர் தமிழ்த் திரைப்பட முதலாளிகளின் கோபத்துக்கும் ஒதுக்குதலுக்கும் ஆளாகப் பல காரணங்கள் இருந்தன. ஆனால் இந்த அடிப்படையான காரணங்களால்தான் அவர் தொழிலாளர்களால் மிகவும் விரும்பப்பட்ட மனிதராகவும் தலைவராகவும் திகழ முடிந்தது.

எம்.பி.எஸ் 1962 ஆம் ஆண்டில் ஐந்து மலையாளப் படங்களுக்கு இசையமைத்துள்ளார். ஆனால் அதற்கு முன்பே 1957 ஆம் ஆண்டில் *'மின்னுனதெல்லாம் பொன்னல்ல'* என்ற மலையாளப் படத்தில் இரண்டு பாடல்கள் பாடியுள்ளார். எஸ்.என். சாமி (எஸ்.என். ரங்கநாதன்) இசையமைப்பில் *'ஒரு பெண்ணின்ட பின்னில் நடன்னு'* என்ற பாடலை எம்.பி.எஸ் ஜானம்மா டேவிட் என்ற பெண் பாடகருடன் இணைந்து பாடியுள்ளார். மற்றொரு பாடலான *'ஈ லோகமே என்ட வீடானு ஹா'* என்ற

பாடலையும் ஜானம்மா டேவிட்டுடன் பாடியுள்ளார். மிக அற்புதமான மேற்கத்திய பாணியில் அமைந்த இந்தப் பாடலை அவர் பாடியுள்ள விதம் பிரமிக்க வைக்கிறது.

இசையமைப்பாளராக அவர் *'ஸ்வர்கராஜ்யம்'*, *'கால்பாடுகள்'*, *'கண்ணும் கரலும்'*, *'சினேகதீபம்'* ஆகிய படங்களின் வாயிலாக மலையாளத் திரைப்படவுலகில் அறிமுகம் ஆகிறார். அவருக்கு முன்பே அங்கு வி. தட்சிணாமூர்த்தி, பி.ஏ. சிதம்பரநாத், ராமராவ், கலிங்கராவ், ஞானமணி, ஜி.கே. வெங்கடேஷ், கோவிந்தராஜுலு நாயுடு, எல்.பி.ஆர். வர்மா, எம்.எஸ். பாபுராஜ் (முகம்மத் சபீர் பாபுராஜ்), கே. ராகவன், லட்சுமணன் போன்ற இசையமைப்பாளர்கள் இயங்கிக் கொண்டிருந்தார்கள். பிரபலமான பாடல்களையும் கொடுத்துக் கொண்டிருந்தார்கள் என்பதைக் கவனிக்க வேண்டியுள்ளது.

1950-60 காலகட்டத்தில் 74 மலையாளத் திரைப்படங்கள் தயாரிக்கப்பட்டன என்றும் 728 பாடல்கள் இருந்தன என்றும் தெரிகிறது. 1950களுக்குப் பிறகுதான் புராணங்கள், வரலாறு ஆகியவற்றில் இருந்து சற்றே தடம்மாறி சமகால வாழ்வியலைச் சித்தரிக்கும் படங்கள் எடுக்கப்பட்டுள்ளன. இதே காலகட்டத்தில் திக்குறிச்சி சுகுமாறன் நாயர், பி. பாஸ்கரன், வயலார் ராமவர்மா, 1960க்குப் பின்னால் ஆன காலகட்டத்தில், அதாவது எம்.பி.எஸ் திரைப்பட இசையமைப்பாளராக ஆன காலத்தில், ஜி. தேவராஜன், எம்.எஸ். விஸ்வநாதன், ஸ்ரீகுமாரன் தம்பி, சலீல் சவுத்ரி, ஆர்.கே. சேகர், புகழேந்தி (டி.கே. வேலப்பன் நாயர் என்ற இயற்பெயர் கொண்ட புகழேந்தி, கே.வி. மகாதேவனின் உதவியாளர் என்றே பிற்காலத்தில் அறியப்பட்டார்) போன்ற இசையமைப்பாளர்கள், கே.ஜே. யேசுதாஸ், பி. ஜெயச்சந்திரன், கே.பி. பிரம்மாநந்தன், எம்.ஜி. ராதாகிருஷ்ணன் உள்ளிட்ட பிற கலைஞர்களும் இணைந்து மலையாளத் திரையுலகை அதுவரை காணாத உயரத்துக்குக் கொண்டு சென்றார்கள். இந்தப் பத்தாண்டுகளில் தான் மலையாளப் படங்கள் மிகப் பல தேசிய விருதுகளை வென்றுள்ளன. ஜெயவிஜயா, உஷாகன்னா, கண்ணூர்ராஜன், ஷ்யாம், ஏ.டி. உம்மர், கே.ஜே. ஜாய், ஜெர்ரி அமல்தேவ், ரவீந்திரன் மாஸ்டர் ஆகியோரும் இந்தப் பத்தாண்டுகளில் புகழ்பெற்ற இசையமைப்பாளர்கள் ஆக இருந்தார்கள்.

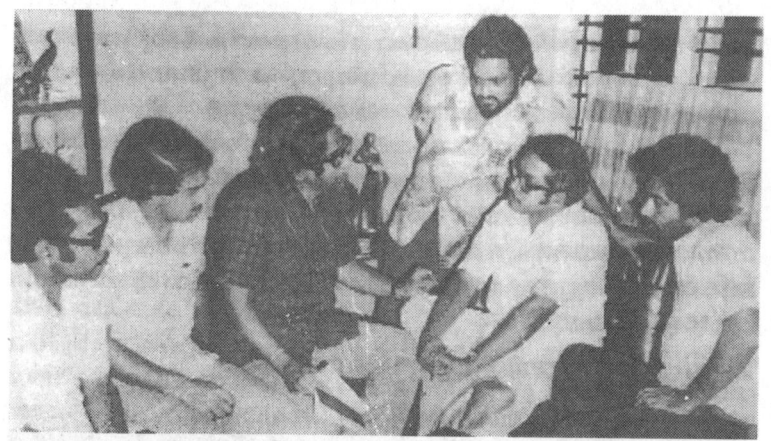

எம்.பி.எஸ், அவர் எதிரில் கவிஞர் ஓ.என்.வி. குருப்.

எம்.பி.எஸ்ஸுக்கு அத்தனை எளிதாக மலையாளப் படவாய்ப்புகளோ திறப்புகளோ ஏற்பட்டுவிடவில்லை. அவருக்குள் இருந்த ஒரு மார்க்சியவாதி, முதலில் கேரள மண்ணின், மக்களின் பண்பாடு, பாரம்பரிய இசை, நாட்டுப்புற இசை ஆகியவற்றைத் தெரிந்து கொள்ளவும் கற்றுக் கொள்ளவும் அவரைத் தூண்டினான். கேரளாவின் மலைவாழ் மக்களுடனும், கிராமங்களிலும், கடலோர மக்களுடனும், குறிப்பாக உழைப்பாளி மக்களுடனும் நேரடியாகக் கலந்து வாழ்ந்து அவர்களின் மொழியைக் கற்றுத் தேர்ந்து, அதன் பின் மலையாளத்தில் பாடக் கற்றுக் கொண்டார். அதன்பின்னர்தான் திரைப்படங்களுக்கு இசையமைக்கும் பணியில் இறங்கினார் என்பது மலையாள மொழிக்கும் அந்த மக்களுக்கும் அவர் மிகுந்த நேர்மையுடன் நடந்து கொண்டார் என்பதைத்தான் காட்டுகின்றது. தொடக்கத்தில் கூறிய *'ஒரு பெண்ணிண்ட பின்னில் நடன்னு', 'ஈ லோகமே'* ஆகிய இரு பாடல்களையும் கேட்டால், மலையாள மொழியை அவர் எவ்வளவு ஈடுபாட்டுடன் கற்றுக் கொண்டிருந்தார் என்பது புரியும். *'காவ்யமேளா'* (1965) என்ற படம் வி. தட்சிணாமூர்த்தி இசையமைத்தது. இப்படத்தில் வயலார் பாடல் ஆன *'ஸ்வப்னங்கள் ஸ்வப்னங்களே'* என்ற பாடலை யேசுதாஸ், பி. லீலா, பி.பி. ஸ்ரீனிவாஸ், எம்.பி. சீனிவாசன், வி. தட்சிணாமூர்த்தி ஆகியோர் அடுத்தடுத்துப் பாடியிருப்பார்கள். அவரவர் பாணியில் பாடுவதாக இந்தப்பாடல்

எம்.பி.எஸ், சேதுமாதவன், உஷா உதூப்.

காட்சி அமைந்துள்ளது. எம்.பி.எஸ் இந்தப் பாடலின் ஒவ்வோர் எழுத்தையும் ஒரு சிற்பமெனச் செதுக்கிப்பாடியிருப்பார். அவருடைய குழுவிலும் சரி, அவருடைய இசையில் பாடிய திரைப்படப் பாடகர்களும் சரி, சொல்வார்கள், "ஒவ்வொரு எழுத்தையும் சொல்லையும் அவர் அழகுறப் பாடச் சொல்லித் தருவார்" என்று. இந்தப் பாடலைக் கேட்கும் எவரும் அதைப் பரிபூரணமாக உணர முடியும். *'நிணமணிஞ்ச கால்பாடுகள்'* (1963) என்ற படத்தில் எம்.பி.எஸ்ஸும் (படத்தின் இசையமைப்பாளர் ஆன) எம்.எஸ். பாபுராஜும் சேர்ந்து பாடிய *'பாரதமேதினி போற்றி வளர்த்திய வீரன் மாராம் படையாளிகளே'* என்ற பாடல் மிகக் கம்பீரமானது.

'வித்தியார்த்திகளே இதிலே இதிலே' படத்தின் ஒளிப்பதிவாளர் ராமச்சந்திரபாபு தனது நேரடி அனுபவத்தை அவரது வலைப்பூவில் *(ramachandrababu.blogspot.com)* இப்படிப் பதிவு செய்துள்ளார்:

> "அன்றைய நாட்களில் திரைப்படக் கல்லூரியில் படித்து வந்த மாணவர்களுடன் படங்களில் வேலை செய்வதில் மூத்த திரைப்படக் கலைஞர்கள், நடிகர்களுக்கு ஒரு தயக்கமும் எச்சரிக்கையுணர்வும் இருந்து கொண்டே இருந்தது. ஆனால் நல்ல வேளையாக, எங்கள் படத்துக்கு எம்.பி. சீனிவாசன் இசையமைப்பாளராக வாய்த்தார். எங்கள் அனைவர் மீதும் அன்பு கொண்டு நெருக்கமானார், ஒரு மூத்தவராக,

நல்வழி காட்டுபவராக இருந்தார். அப்போது சென்னையில் செனடாப் சாலையில் எம்.பி.எஸ்ஸின் வீடு இருந்தது. பட இயக்குநர் ஜான் ஆப்ரஹாம், வசனகர்த்தா எம். ஆசாத் ஆகியோருடன் நானும் அவர் வீட்டுக்குச் செல்வேன். அங்கேதான் படத்தின் பாடல்களுக்கான ஒத்திகை நடக்கும். கே.ஜே. யேசுதாஸை அங்கேதான் முதல் முறையாகப் பார்த்தேன். அந்தக்காலம் அப்படித் தான், படத்தின் இசையமைப்பாளர் யாரோ அவர் வீட்டில்தான் ஒத்திகை நடக்கும். அப்படத்தில் வயலார் ராமவர்மாவின் 'நலந்தா... தக்ஷசீலா நம்முடெ பூர்விக' என்ற பாடலுக்கான ஒத்திகை நடந்து கொண்டிருந்தது. பாடலை யேசுதாஸுக்கு எம்.பி.எஸ் கற்றுக் கொடுத்துக் கொண்டிருந்தார். பாடலை படத்தில் யேசுதாஸ்தான் பாடியிருந்தார். அவரது குரல் மிகப் புகழ்பெற்றது என்பதில் ஐயமில்லை. ஆனால் எனக்குத் தோன்றியது என்னவெனில், பாடல் ஒத்திகையின்போது எம்.பி.எஸ் பாடியது யேசுதாஸை விடவும் சிறப்பாக இருந்தது என்பதுதான். எம்.பி.எஸ்ஸின் குரலில் இருந்த உணர்ச்சியும் பாடலுடன் ஒன்றிய உணர்வும் ஒப்பிட்டுச் சொல்ல முடியாத அளவுக்கு மிக உயர்வாக இருந்தது. யேசுதாஸை நான் குறைசொல்வதாகப் பொருளில்லை. இசையமைப்பாளரின் இதயத்திலிருந்து பிறக்கும் பாடலில் உறைந்த உணர்வுதான் அசலானது, அதன் பிறகு யார் அதைப் பாடினாலும் அது நகலாகத்தான் இருக்க முடியும், இதுதான் நான் சொல்ல வருவது."

இது உண்மை. அவருடைய பயிற்சியின் கீழ் பாடல் கற்றுக் கொள்வது மிகக் கடினமான ஒன்று என்பதை அவரே பாடிய பாடல்களைக் கேட்கும் போது நன்கு புரிகின்றது. எம்.பி.எஸ் ஒவ்வொரு சொல்லையும் அல்ல, ஒவ்வோர் எழுத்தையும் பாடுகின்றார். இசைக்கும் மொழிக்கும் அவர் அவ்வளவு நேர்மையாக இருந்துள்ளார். அவரிடம் கற்றுக் கொண்ட, பயிற்சி பெற்ற எவருக்கும் எத்தகைய கடினமான பாடல்களையும் மிகச் சுலபமாக, உணர்வுடன் பாட முடியும் என்பதும் உறுதியான ஒன்று.

'பாதை தெரியுது பார்' படத்துக்கு முன்பாக எம்.பி.எஸ் மலையாளப் படங்களின் பாடல்களில் 'கோரஸ்' பாடுவோரில்

ஒருவராக இருந்துள்ளார். 'கோரஸ்' பாடுவது எளிதல்ல என்பது அவரது திடமான நம்பிக்கை. ஏனெனில் குழுவாகப் பாடும்போது அனைவரும் ஒரே மாதிரியான திட்டமிட்ட வகையில் ஒத்திசைந்து பாடவேண்டும். சேர்ந்திசையின் அடிப்படைக் கூறு இதுதானே!

ஏற்கனவே அரசியல், கலை இலக்கியப் பண்பாட்டுத் தளத்தில் ஆரோக்கியமான இடதுசாரி சிந்தனைகளை விதைத்து இருந்த மிகப்பல மலையாள எழுத்தாளர்களும் கவிஞர்களும் மலையாளத் திரைப்படவுலகிலும் குறிப்பிடத்தக்க செல்வாக்குச் செலுத்தி வந்ததும், 'இப்டா' இயக்கத்தவர் மிகப்பலர் மலையாள இலக்கிய உலகிலும் திரைப்பட உலகிலும் இயங்கி வந்ததும், அத்தகைய படைப்பாளிகளின் கதைகளும் நாவல்களும் திரைப்படங்களாக எடுக்கப்பட்டு வந்ததும் ஆன சூழல் எம்.பி.எஸ் என்ற இடதுசாரிக் கலைஞன் நுழைவதற்கான வாயிலைத் திறந்துவைத்து நேர்மறையான பாதையை அவருக்குச் சமைத்துவைத்தன.

அவர் மலையாளத்தில் ஏறத்தாழ அறுபது படங்களுக்கு இசையமைத்தார். 320 பாடல்கள் அவற்றில் அடங்கும். முப்பத்து மூன்று படங்களுக்குப் (பாடல்கள் இல்லாமல்) பின்னணி இசை மட்டும் அமைத்தார். இவை தவிர தனியாக ஏழு இசைத் தொகுப்புக்கள் (album) வெளியிட்டுள்ளார். அவற்றில் ஏறத்தாழ எண்பது பாடல்கள் அடங்கும்.

கர்நாடக சங்கீதத்தை முழுக்கவும் பயன்படுத்தி வெற்றி பெற்ற திரைப்படங்கள் எனத் தென்னிந்திய மொழிகளில் *தியாகய்யா (1946) (தெலுங்கு), சங்கராபரணம் (1986) (தெலுங்கு), ஸ்வாதித்திருநாள் (1987) (மலையாளம்), பரதம் (1991) (மலையாளம்), சோபானம் (1993)* மலையாளம் ஆகிய திரைப்படங்களை இசை வல்லுநர்கள் மதிப்பிடுகிறார்கள்.

'ஸ்வாதித்திருநாள்' எம்.பி.எஸ் இசையமைத்த படமாகும். ஸ்வாதித்திருநாள் ராமவர்மா என்ற திருவாங்கூர் மகாராஜாவின் வரலாற்றைச் சொன்ன படமாகும். லெனின் ராஜேந்திரன் இயக்கியிருந்தார். பாடல்கள் அனைத்துமே ஸ்வாதித்திருநாள் மகாராஜாவே இயற்றிய கீர்த்தனைகளாக இருந்தன. பத்தொன்பது முழுமையான பாடல்கள் படத்தில் இடம்பெற்றன. டாக்டர் எம். பாலமுரளிகிருஷ்ணா, கே.ஜே. யேசுதாஸ், நெய்யாற்றின்கரா

எம்.பி.எஸ், சேதுமாதவன், எஸ். ஜானகி.

வாசுதேவன், பி. அருந்ததி, கே.எஸ். சித்ரா, அம்பிலிக்குட்டன், எஸ்.பி. பாலசுப்ரமண்யம், எஸ். ஜானகி, வெண்மணி ஹரிதாஸ் ஆகியோர் பாடல்களைப் பாடியிருந்தார்கள். பாடல்களை சங்கராபரணம், பைரவி, வசந்தா, மத்யமாவதி, காப்பி, தனஶ்ரீ, மிஸ்ரபீலு, சாருகேசி, தர்பாரி கானடா, பிருந்தாவனி சாரங்கா, ஶ்ரீ, சிந்துபைரவி, நாட்டக் குறிஞ்சி, குறிஞ்சி, காம்போஜி, சாவேரி, பவுலி, சாரமதி, சுருட்டி, ரேவகுப்தி ஆகிய ராகங்களில் அமைந்திருந்தார் எம்.பி.எஸ் இப்படத்தில் பாடியமைக்காக கேரள அரசின் சிறந்த பின்னணிப் பாடகருக்கான விருதை டாக்டர் பாலமுரளிகிருஷ்ணா வென்றார். நடுவர் குழுவின் சிறப்புப் பரிசு எம்.பி.எஸ்ஸுக்குக் கிடைத்தது. இயக்கத்துக்கான சிறப்புப் பரிசையும் படம் வென்றது.

'பந்தனம்' (1978) என்ற படத்திற்காக ஓ.என்.வி. குருப் எழுதிய *'ராகம் ஶ்ரீராகம்'* என்ற பாடல் ராகமாலிகா வகையைச் சேர்ந்த சிறப்பான பாடல், எம்.பி.எஸ் இசையமைத்து இருந்தார். பாடலைப் பாடிய ஜெயச்சந்திரன் சிறந்த பாடகருக்கான தேசிய விருதை வென்றார்.

'மஞ்சு' என்ற கதை எம்.டி. வாசுதேவன் நாயர் எழுதியதாகும். அக்கதையை 1983 ஆம் ஆண்டு அதே பெயரில் அவரே படமாக இயக்கினார். படத்தின் கதை நைனிடாலில் நடப்பதாக எழுதப்பட்டது. விமலாதேவி என்கிற ஆசிரியை தனது பெற்றோர்,

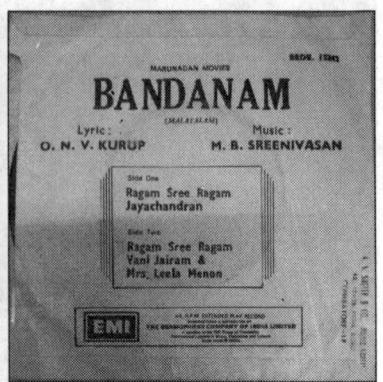

'ஸ்வாதித்திருநாள்' திரைப்படப் பாடற்பேழை மேலுறை.

'பந்தனம்' திரைப்படப் பாடல் இசைத்தட்டு மேலுறை.

உடன் பிறந்தோரைப் பிரிந்து தனியாக வாழ விரும்புகிறார். ஆண்களைச் சார்ந்துதான் பெண்களால் வாழமுடியும் என்ற கட்டமைப்பை உடைக்கும் ஒரு பாத்திரமாக விமலாதேவியை உருவாக்கினார் ஆசிரியர். அதே ஊரில் வசிக்கும் புத்து என்ற பதின்மவயது இளைஞன் படகு ஓட்டும் தொழில் செய்கிறான். அவனது தந்தையோ பிரிட்டிஷ்காரரர்.

விமலாதேவி, தன் துயரங்கள் எதிர்வரும் குளிர்காலத்தில் மறைந்து தொலையவேண்டும் என்று காத்திருக்க, புத்து தனது தந்தைக்காகக் காத்திருக்கிறான். இரண்டு தனித்தனிப் பாத்திரங்கள் சந்திக்கின்ற ஒன்பது நிமிடக் காட்சியும், title credits தொடங்கி ஐந்து நிமிடங்கள் ஓடக்கூடிய காட்சி ஒன்றும் இணையத்தில் காணக் கிடைக்கிறது. இந்த ஒன்பது நிமிடக் காட்சியில் புத்து மட்டும்தான் விமலாவுடன் உரையாடுவான். கண்ணுக்கெட்டிய தூரம்வரை விரிந்த நைனிடால் ஏரிக் கரையில் உயர்ந்திருக்கும் மரங்கள், படகோட்டிகளின் அழைப்புக்கள், படகுத்துடுப்பு நீரில் நுழைந்து நீரைத் தள்ளும் ஓசை, இவை எதையும் தொந்தரவு செய்யாமல் சந்தூர் இசையைச் சேர்த்து காட்சியை இன்னும் அழகுபடுத்தி இருப்பார் எம்.பி.எஸ் பின்னணியில் ஒலிக்கும் ஆண் குரல் பாடகர் புபிந்தர் சிங்கின் குரலாக இருக்கலாம். இதே படம் 'சரத் சந்தியா' என்ற பெயரில் ஹிந்தியிலும் தயாரிக்கப்பட்டது. இரண்டு படங்களிலும் பாடல்கள் ஹிந்தி மொழியிலேயே இருந்தன. பாடலாசிரியர் குல்சார். எம்.பி.எஸ்

இசையமைத்தார். புகழ்பெற்ற பாடகர் புபிந்தர்சிங் 'ரசியா மன் பஹ்காயே' என்ற பாடலைப் பாடியுள்ளார். கஜல் பாணியில் ஆன மிகப் புகழ்பெற்ற பாடல் இது. பாடலைப் பாடியபின் புபிந்தர் சிங் உணர்ச்சி வசப்பட்டு 'இது போன்ற பாடலை நான் இதுவரை பாடியதில்லை' என்று கூறியுள்ளார்.

'அக்ரஹாரத்தில் கழுதை' படத்தில் மாட்டிடம் பால்கறக்கும் காட்சியில் நீலாம்பரி ராகத்தைத் திறம்படப் பயன்படுத்தி காட்சியை அழகு படுத்தினார் எம்.பி.எஸ். நீலாம்பரி இரவில் பாடப்படும் இராகம் ஆகும்.

ஜான் ஆப்ரஹாம் இயக்கிய *வித்யார்த்திகளே இதிலே இதிலே* (1972) படத்தில் *சின்சிலாம் சிலுசிலாம்* என்ற பாடலை அடூர் பாசியுடன் தமிழ் நடிகை மனோரமா ஆடிப்பாடினார்.

சிவதாண்டவம் (1977) படத்தில் *பீதாம்பரா* என்ற பாடலை உஷா உதூப் உடன் கமலஹாசன் சேர்ந்து பாடினார். மதனமாளிகை (1976) படத்தில் *அன்டர் த மேங்கோ ட்ரீ* (Under the mango tree) பாடலை உஷா உதூப் பாடினார். இரண்டு பாடல்களையும் எழுதியவரும் இசையமைத்தவரும் எம்.பி.எஸ் தான்.

'யவனிக'வில் 'மச்சானத் தேடி பச்சமலையோரம்' என்ற தமிழ்ப்பாட்டை எம்.பி.எஸ் எழுதினார்.

அவர் மலையாளத்தில் இசையமைத்த 61 படங்களில் யேசுதாஸ் 66 பாடல்கள், எஸ். ஜானகி 45 பாடல்கள், பி. லீலா 10 பாடல்கள், பி. சுசீலா 6 பாடல்கள் பாடியுள்ளனர்.

அவருடைய இசையில் ஓ.என்.வி. குருப் 71 பாடல்கள், பி. பாஸ்கரன் 51 பாடல்கள், வயலார் ராமவர்மா 27 பாடல்கள், ஸ்ரீகுமாரன் தம்பி 17 பாடல்கள், கே.என். பணிக்கர் 14 பாடல்கள் எழுதியுள்ளார்கள். அவருடைய தனி மலையாள இசைத் தொகுப்புகளுக்கு கே.என். பணிக்கர் 12 பாடல்கள், வயலார் 7 பாடல்கள், ஓ.என்.வி. குருப் 5 பாடல்கள், பி. பாஸ்கரன் 2 பாடல்கள் எழுதியுள்ளார்கள். மகாகவி வள்ளத்தோளின் இரண்டு பாடல்களுக்கு எம்.பி.எஸ் இசையமைத்தார்.

கே.எஸ். சேதுமாதவன் இயக்கத்தில் வந்த 'ஓப்போள்' (மூத்த சகோதரி) படத்தில் 'எட்டுமானூர் அம்பலத்தில்' என்ற பி.

பாஸ்கரனின் பாடல் இடம்பெற்றது. ஆற்றின் நடுவே இருந்து ஒரு பெண் பாடுவதாகக் காட்சி. இந்தப்பாடல் இரண்டு விதமாகப் பதிவு செய்யப்பட்டது. பின்னணி இசையுடன் எஸ். ஜானகி மட்டுமே பாடியது ஒன்று, பின்னணி இசையே இல்லாமல் அவரே பாடியதாக இன்னொன்று. வியப்பான செய்தி என்னவெனில் இசையே இல்லாமல் பாடிய பாடலுக்கு சிறந்த பாடகருக்கான கேரள மாநில அரசின் விருதை ஜானகி வென்றார் என்பதுதான்! படமும் சிறந்த இயக்குநருக்கான கேரள அரசின் விருதை வென்றது.

நிர்மால்யம் (1973), *பந்தனம்* (1978), *இடவழியிலே பூச்ச மிண்டபூச்ச*, *உள்கடல்* (1979) ஆகிய படங்களுக்குச் சிறந்த இசையமைப்பாளர் விருதுகளை எம்.பி.எஸ் வென்றார்.

கே.எஸ். சேதுமாதவன் இயக்கத்தில் வெளியான 'கன்யாகுமரி' (1974) படத்தில் இடம்பெற்ற 'ஐ ஆம் இன் லவ்' பாடல் எம்.பி.எஸ் எழுதியதாகும். பாடியவர் உஷா உதூப். கமலஹாசன் முதல் முதலாக வாலிபனாக நடித்த படம் இதுதான். சிறந்த நடிகருக்கான விருதையும் அவர் பெற்றார்.

எம்.பி.எஸ் இசையமைத்த மிகப்பல மலையாளப் படங்களில் அவரது உதவியாளராக வி.எஸ். நரசிம்மன் பணி செய்துள்ளார் என்பது குறிப்பிடத்தக்கது.

தனக்குப் பிடித்த மலையாளப் படங்களாக (தான் இசையமைத்தவற்றுள்) எம்.பி.எஸ் சொல்வது, *வளர்த்து மிருகங்கள், பரஸ்பரம், ஸ்வர்க்கராஜியம், இனி ஒரு ஜென்மம் தரூ, கடல், அள்த்தாரா, புத்ரி, புதிய ஆகாசம் புதிய பூமி, வேனல், சில்லு, உள்க்கடல், யவனிக* ஆகியவற்றைத்தான். மலையாளப் படவுலகில் அவரது பணி அல்லது படைப்புகள் மிக நீண்டவை என்றோ அளவிட முடியாதது என்றோ கூறிவிட முடியாது. ஆனால் அவரது படைப்புகளும் அவரது தளராத உறுதியான நேர்மையும் வரித்துக் கொண்ட ஒழுங்கும் கொள்கையும் மலையாளப் பட உலகத்தினராலும் மலையாள மக்களாலும் இப்போதும் மரியாதையுடன் போற்றப்படுகின்றன.

'திரைப்படக்காரனின் மனமே இசையில் பிரதிபலிக்க வேண்டும்; அது சினிமாவின் வேதிமாற்றத்தில் முழுமையாகக்

கரைய வேண்டும் என்பதை வேறு யாரைக் காட்டிலும் நன்கு உணர்ந்தவர் எம்.பி.எஸ்; அவர் எனது மூத்த சகோதரரைப் போன்றவர்' என்கிறார் அடூர் கோபாலகிருஷ்ணன்.

அடூரின் 'கொடியேற்றம்' படத்தின் படச்சுருளை பின்னணி இசைச் சேர்ப்புக்காக எம்.பி.எஸ் பார்த்தார். முழுவதும் பார்த்துவிட்டு அடூரிடம் எம்.பி.எஸ், "இந்தப் படத்தில் கோபால் எத்தனைமுறை கேட்டாலும் இதில் பின்னணி இசை சேர்ப்பதற்கான ஒரு இடத்தைக் கூட என்னால் கண்டுபிடிக்க முடியாது" என்றார். அடூர் சொல்வது போல், "சினிமாவில் இசைக்கான இடத்தையும் பொருத்தத்தையும் பற்றி ஆழமாகத் தெரிந்த ஒருவரால் மட்டுமே நிச்சயமாக இப்படிப் பேச முடியும்."

"ஒவ்வொரு படத்துக்கும் அதன் தகுதிக்கு ஏற்ற இசை கிடைக்கிறது" என்று ஒரு தத்துவஞானியின் சிரிப்புடன் கூறுவார் எம்.பி.எஸ்.

'எலிப்பத்தாயம்' படத்துக்கான மைய இசையை ஒலிப்பதிவுக் கூடத்தில் ஒருநாள் முழுக்கவும் ஒத்திகை பார்த்தபின் இசையும் பதிவு செய்யப்பட்ட நிலையில் அடூருக்கு அதில் திருப்தி ஏற்படவில்லை. பதிவு செய்யப்பட்ட இசையை ஒதுக்கினார். அடூருக்கு அந்த இரவு தூக்கம் வரவில்லை. ஆனால் ஏதோ ஒரு கணத்தில் வாத்திய ஒலியுடன் அந்த மைய இசை மனதில் ரீங்காரம் செய்ய, விடிய விடியத் தூங்காமல் விழித்திருந்து பொழுது விடிந்தவுடன் நேரடியாக எம்.பி.எஸ்ஸை சந்தித்து அதைச் சொல்ல, அதை ஒரு கவுரவப் பிரச்சனையாகக் கருதாமல் அடூர் கொண்டு வந்த வடிவத்தை எடுத்துக்கொண்டு மேற்கொண்டு அதை வளர்த்தெடுத்துப் படத்தின் மைய இசையாக எம்.பி.எஸ் கொண்டு வந்தார் என நினைவுகூரும் அடூர், "அசாதாரணமான ஓர் இசைக் கலைஞனின் திறமைக்கான சான்று அது" என்று புகழ்கின்றார்.

அடூரின் 'முகாமுகம்', 'அனந்தரம்' ஆகிய படங்களின் இசையும் முற்றிலும் வித்தியாசமானவை, மிகப்பரவலாகப் பேசப்பட்டவை.

சினிமா இசையமைப்பாளர்கள் சங்கத்தை உருவாக்கி சில ஆயிரம் இசைக் கலைஞர்கள், பாடகர்களின் வாழ்வில் ஒளியேற்றி வைத்த

எம்.பி.எஸ், தன் வாழ்நாளில் அதிர்ச்சியடைந்து சாபமிட்ட ஒரு நிகழ்வையும் அடூர் பதிவு செய்துள்ளார்.

'அனந்தரம்' படத்தின் ஒலிப்பதிவு சென்னை ஏ.வி.எம் ஒலிப்பதிவுக் கூடத்தில் நடந்து கொண்டிருக்கிறது. இரவு பதினொரு மணியுடன் 'கால்ஷீட்' முடிகிறது. இன்னும் ஒரு பதினைந்து அல்லது இருபது நிமிடங்கள் மட்டும் கால்ஷீட்டை நீடித்து இசைக் கலைஞர்கள் அனைவரும் ஒத்துழைத்தால் படத்தின் இசைப்பதிவு வேலை முழுவதும் முடிந்துவிடும். தொழிற்சங்கப் பிரதிநிதிகளையும் வாசித்த இசைக் கலைஞர்களையும் எம்.பி.எஸ் மீண்டும், மீண்டும் வேண்டுகிறார். அப்போதுதான் அவர்கள் எம்.பி.எஸ்ஸிடம் சொன்னார்கள், "யூனியன் சட்டப்படி நாங்கள் இனிமேல் வேலை செய்ய வேண்டியதில்லை, கால்ஷீட் முடிந்துவிட்டது."

பொறுமையிழந்த எம்.பி.எஸ் குரலை உயர்த்தி அனைவரையும் சாபமிட்ட அந்த இரவைப் பற்றி அடூரும் சரி, எம்.பி.எஸ்ஸும் சரி, மீண்டும் எப்போதும் பேசிக் கொள்ளவே இல்லை.

◉

நடிகர் எம்.பி. சீனிவாசன்

மலையாள சினிமாவின் முகம் என்று இயக்குநர்களைப் பட்டியலிட்டால் ஜான் ஆப்ரஹாமின் பெயர் அதில் கட்டாயம் இடம் பெறும். புனாவில் திரைப்படக் கல்லூரியில் பயின்ற ஜான், தங்கப் பதக்கம் பெற்ற மாணவர். "சினிமாவைப் பற்றிய அறிமுகம் அங்கே கிடைத்தது; ஆனால் சினிமாவை உருவாக்குவது எப்படி என்பதை யாரும் யாருக்கும் கற்றுத் தர முடியாது" என்று சொன்னவர்.

தன் கலை வாழ்வில் நான்கு முழு நீளத் திரைப்படங்களை மட்டுமே கொடுத்த ஜான், தரமான இந்திய சினிமாவின் முகமாகவும் எப்போதும் அந்தப் பட்டியலில் இருக்கிறார். அவற்றில் ஒரு படம் தமிழ்ப் படமான 'அக்ரஹாரத்தில் கழுதை' (1977). அவரது கடைசிப் படமான 'அம்ம அறியான்' (1986), தெருக்களில் பொதுமக்களிடம் நேரடியாகச் சென்று திரட்டப்பட்ட பணத்தில் தயாரிக்கப்பட்டதாகும். மக்களிடம் பணம் திரட்டி எடுக்கப்பட்ட அந்தப் படம் சாமான்ய உழைக்கும் மக்களின் மனவோட்டத்தை மையமாகச் சொன்ன ஒரு கதைக்கருவைக் கொண்டதாகும். ஜானின் கதைகளும் திரைமொழியும் அதிகாரத்தை நோக்கிக் கேள்வி கேட்பதாகவே இருந்தன. கையூர் தியாகிகள் வீரவரலாற்றை நாடகமாகவோ படமாகவோ உருவாக்குவது அவர் கனவாக இருந்தது. மூத்த கம்யூனிஸ்ட் தலைவர் ஈ.எம்.எஸ். நம்பூதிரிபாட் குறித்து ஓர் ஆவணப் படம் தயாரிக்கும் முயற்சியிலும் ஜான் ஈடுபட்டிருந்தார்.

எம்.பி.எஸ்ஸின் இப்டா அனுபவம் என்பது கலைகளின் அரசியலைப் புரிந்து கொள்வதில் தொடங்கி கலை - இலக்கிய

'அக்ரஹாரத்தில் கழுதை' திரைப்படத்தில் பேராசிரியர் நாராயணசாமியாக எம்.பி.எஸ்.

வடிவங்களை ஒடுக்கப்பட்ட, அடக்கப்பட்ட மக்களின் உரிமைகளுக்காகக் குரல் கொடுக்கும் பவுதீக இயக்கங்களாக மாற்றுவதில் வெற்றிபெற்றது. ஜான் ஆபிரகாமின் *'அக்ரஹாரத்தில் கழுதை'* வெங்கட் ஸ்வாமிநாதனின் கதையாகும். படத்தின் முக்கியப் பாத்திரமான கல்லூரிப் பேராசிரியர் நாராயணசாமியாக எம்.பி.எஸ்ஸை நடிக்கவைத்தால் சிறப்பாக இருக்கும் என்று ஜான் சிந்தித்து தேர்வு செய்தது வியப்புக்குரிய ஒன்று. படத்தில் அப்பாத்திரத்திற்கு எம்.பி.எஸ் அத்தனை சிறப்பாக உயிர் கொடுத்திருப்பார்.

எம்.பி.எஸ் இப்படத்தின் நாயகராக நடிக்க நேர்ந்த சூழல் சுவாரஸ்யமான ஒன்றாகும். ஜான் ஆப்ரஹாம் இயக்கிய 'வித்யார்த்திகளே இதிலே இதிலே' என்ற திரைப்படத்தின் ஒளிப்பதிவாளர் ராமச்சந்திரபாபு. சரியாகச் சொன்னால் புனா திரைப்படக் கல்லூரியில் இறுதியாண்டு படித்துக் கொண்டிருந்த ராமச்சந்திர பாபுவுக்கு அதுதான் முதல் திரைப்பட வாய்ப்பாக அமைந்தது. படத்தின் படப்பிடிப்பு சென்னையில்தான் நடந்தது. இசையமைப்பாளர் எம்.பி.எஸ் இப்படத் தயாரிப்பின் போதுதான் ஜானுக்கும் எம்.பி.எஸ்ஸுக்கும் இடையில் ஆன

'அக்ரஹாரத்தில் கழுதை'

நட்பு நெருக்கமானது. ஜான் மதுப்பிரியர் என்பது உலகறிந்த விசயம். ஆனால் அளவுக்கு அதிகமாகவும் மது அருந்துவார். இசைப் பிரியர் ஆன ஜான் நன்றாகப் பாடவும் செய்வார். சென்னையில் படத் தயாரிப்பு நடந்து கொண்டிருந்தபோது எம்.பி.எஸ்ஸின் வீட்டுக்கு இரவு, பகல், நள்ளிரவு என எந்த நேரத்திலும் வந்து கதவைத் தட்டும் உரிமை பெற்றிருந்தார் ஜான். மிதமிஞ்சிய குடி நல்லதல்ல என்று எம்.பி.எஸ் ஜானுக்கு அறிவுரை கூறுவது வழக்கமாக நடக்கும். இந்த உரிமையும் நட்பும்தான், எம்.பி.எஸ்ஸைத் தனது படத்தில் நடிக்க வருமாறு அவரைக் கேட்டுக்கொள்ள இயல்பான காரணமாக இருந்தது. 'அக்ரஹாரத்தில் கழுதை' படத்தைத் தயாரித்தவர் ஜானின் சகோதரியான சார்லி ஜான்.

'ஜோசப் என்கிற புரோகிதன்' என்ற படத்திற்குத் திரைக்கதை எழுதும் பொருட்டு கோயம்புத்தூர் சென்றிருந்த ஜான் ஆபிரஹாம், ஒரு நாள் மாலைநேரத்தில் பிராமணர்கள் வாழ்கின்ற அக்ரஹாரம் வழியாக நடந்துவந்துகொண்டு இருந்தபோது கழுதைகளையும் அழகிய கழுதைக் குட்டிகளையும் பார்த்து மனதைப் பறிகொடுத்துள்ளார். எத்தனையோ வகையான

'அக்ரஹாரத்தில் கழுதை'

மிருகங்களை மனிதர்கள் வளர்க்கிறார்கள், ஆனால் கழுதைக் குட்டியை யாரும் வளர்ப்பதில்லை, ஏன்? தவிர தன்னை உயர் பிறப்பாகக் கருதிக் கொள்ளும் ஒரு பிராமணன் கழுதை வளர்த்தால் அது எப்படி இருக்கும்? என்னென்ன விளைவுகள் ஏற்படும்? இப்படிச் சிந்தித்த ஜானின் திரை உருவாக்கம்தான் 'அக்ரஹாரத்தில் கழுதை'. 'தொடக்கம் முதல் முடிவு வரை அப்படம் என் படைப்பு' என்றார் ஜான்.

இப்படம் மிகச்சிறந்த பிராந்தியமொழித் திரைப்படம் என்ற பெருமை பெற்று தேசிய விருதையும் வென்றது. ஆனால் பல ஆண்டுகளாகப் பொதுமக்களுக்கு இப்படம் திரையிடப்படவில்லை. அரசுத் தொலைக்காட்சியான தூர்தர்ஷனில் இப்படத்தை ஒளிபரப்புவதாக மூன்று முறை அறிவித்தார்கள். ஆனால் அரசு நிர்வாக அதிகாரத்தைத் தங்கள் கைகளில் வைத்திருந்த உயர்சாதி பிராமணர்கள் தலையீட்டால் ஒளிபரப்பு செய்யப்படாமலே போனது. இப்படி மூன்றுமுறை அறிவிக்கப்பட்டது, நிறுத்தப்பட்டது. படம் இப்போது இணையத்தில் கிடைக்கிறது. தமிழ்நாட்டில் அப்போது எம்.ஜி. ராமச்சந்திரன் முதலமைச்சர், ஆம்.எம். வீரப்பன் செய்தி

'அக்ரஹாரத்தில் கழுதை'

- விளம்பரத்துறை அமைச்சர், அவர் "தியேட்டரில் வராத படத்துக்கு எப்படி விருது தரலாம்?" என்று பேசியதை மக்களும் கலைஞர்களும் வேடிக்கையாகப் பார்த்தார்கள். சினிமாத்துறைக்கும் அவர்தான் பொறுப்பாக இருந்தார் என்பது இன்னும் பெரிய வேடிக்கை! கோமல் சுவாமிநாதன் கதையான 'தண்ணீர் தண்ணீர்' திரைப்படமாக வெளிவந்தபோது, 'தமிழ் நாட்டில் இப்படி (தண்ணீர்ப் பஞ்சம் தலைவிரித்தாடும்) ஒரு கிராமமே இல்லை' என்று பேசி பலரது விமர்சனத்துக்கு மீண்டும் ஆளானார்.

பேராசிரியர் நாராயணசாமி, தெருவில் தான் கண்டெடுத்த கழுதைக் குட்டி மீது இரக்கம் கொண்டு தன்னுடன் வீட்டுக்கு அழைத்துவந்து விடுகிறார். 'கழுதை என்பது பொதுவாக சுமைதூக்கும் பிராணி, ஆனால் சோம்பேறி' என்று பொதுச் சமூகத்தில் ஒரு கட்டமைப்பு உள்ளது. சமூகத்தில் சாதி அடிப்படையில் ஒடுக்கப்பட்ட சலவைத் தொழிலாளர்கள் மட்டுமே கழுதையை வளர்த்துப் பயன்படுத்துவர், வேறு யாரும் கழுதையைத் தீண்டுவதில்லை.

உழைக்கிற ஒரு கழுதையைக் குறியீடாக வைத்து, உழைப்பாளிகளான தாழ்த்தப்பட்ட மக்கள், உயர்சாதி பிராமணர்களால் ஒடுக்கப்பட்டுள்ள, ஒதுக்கப்பட்டுள்ள சமூகமாக அழுத்தப்பட்டுள்ள இந்திய சாதியச் சமூக அரசியலை உருவகப்படுத்துகின்றார் ஜான். ஏற்கனவே கழுதைக் குட்டியின் தாயை அந்தக் கிராமத்து மக்கள் அடித்துக் கொன்றுவிட்டார்கள். அதற்கு முன்பாக அக்கழுதையைப் பலவாறாகவும் மனிதாபிமானம் அற்ற முறையில் துன்புறுத்திக் கேவலப்படுத்துகின்றார்கள். தனது எதிர்ப்பைக் காட்டிய கழுதையை இறுதியில் கொன்று விடுகிறார்கள். அடக்குமுறைக்கு எதிராக எதிர்ப்பைக் காட்டும் தாழ்த்தப்பட்ட, ஒடுக்கப்பட்ட உழைப்பாளி மக்கள் எவ்வாறு தாக்கப்பட்டு உயிர் பறிக்கப்படுகிறார்கள் என்பதன் குறியீடு இது.

படத்தில் பேராசிரியர் நாராயணசாமியாக, கழுதைக் குட்டியைக் கட்டியணைத்துப் பாசத்துடன் வளர்க்கும் மனிதாபிமானியாக, எம்.பி.எஸ் அனுபவம் வாய்ந்த ஒரு சினிமா நடிகரின் திறமைக்குச் சற்றும் குறைவில்லாமல் நடித்திருப்பார்.

படத்தின் இசையமைப்பாளர் என்ற பாத்திரத்தையும் மிகச் சிறப்பாக முழுமை செய்துள்ளார். குறிப்பாக கிராமம் பற்றியெரியும் காட்சியின் பின்னணியில் அவர் தேர்வு செய்தது மகாகவி பாரதியின் 'ஊழிக்கூத்து' கவிதையாகும்.

தீ அழிவின் குறியீடு; ஆனால் பாரதி தீயை ஆக்கத்தின் அடையாளமாகப் பார்க்கிறான். அதைச் சரியாகப் புரிந்து கொண்டு தக்க இடத்தில் பயன்படுத்தியதில் தனது இலக்கியப் புலமையையும் இசைப்புலமையையும் ஒரு சேர நிரூபித்தார் எம். பி.எஸ். தீயின் நாக்குகள் ஊரைச் சுவைத்தெரிக்க தீப்பிழம்புகளின் கோர நர்த்தனத்தின் பின்னணியில்,

"அன்னை, அன்னை
ஆடுங்கூத்தை நாடச் செய்தாயென்னை
பாழாம் வெளியும் பதறிப்போய் மெய்குலையச்
சலனம் பயிலும் சக்திக்குலமும் வழிகள் கலைய
அங்கே
ஊழாம் பேய்தான் 'ஓஹோ ஓஹோ' வென்றலைய
வெறித்துறுமித்திரிவாய்.

செறுவெங்கூத்தே, புரிவாய்!
சத்திப்பேய் தாந்தலையொடு தலைகள் முட்டிச்
சட்டச் சடசட சட்டென்றுடைபடுதாளங்கொட்டி
அங்கே
எத்திக்கினிலும் நின் விழியனல் போயெட்டித்தானே
எரியுங் கோலங் கண்டே சாகுங்காலம்!"

என்ற ஆங்காரமான பாரதியின் வரிகள் ஆக்ரோசங்கொண்டு ஒலிக்கின்றன.

'ஒடுக்குமுறையும் ஒடுக்குமுறையாளர்களும் சாதியாணவச் சவப்பேர்வழிகளும் செத்து மடிக! அழிவின் சாம்பலில் இருந்து சமத்துவமும், அன்பும், மாந்தர் யாவரும் ஓர்நிறை என்ற உயரிய தத்துவமும் முளைத்தெழுக!' என்று அறைகூவல் விடுக்கும் இறுதிக் காட்சியில், மீண்டும் பொருத்தமாக பாரதியின் வரிகள் ஒலிக்கும்:

"தீ எரிக!
அறத்தீ
அறிவுத்தீ
உயிர்த்தீ
விரதத்தீ
வேள்வித்தீ
சினத்தீ
பகைத்தீ
கொடுமைத்தீ
இவையனைத்தையும் தொழுகின்றோம்
தீயே!
நீ எமது தோழன்
உன்னை வாழ்த்துகின்றோம்!
தீதான் ஞாயிறு
தீயின் இயல்பே ஒளி
தீ எரிக!"

இயக்குநர் ஜான் ஆபிரஹாமின் சிந்தனை ஓட்டத்தை மகாகவி பாரதியின் 'ஊழிக் கூத்து'டன் இணைத்ததில்தான் எம்.பி.எஸ்ஸின் ஞானம், கதையைப் புரிந்து கொண்டு அதற்கொப்ப இசையும் பின்னணிக் குரலும் அளித்த பெருஞானம் புலப்படுகின்றது.

ஜான் ஆப்ரகாம் உடன் எம்.பி.எஸ்.

இசையமைப்பாளன் இங்கே இயக்குநருடன் கைகோர்த்து வெற்றி பெறுகின்றான்.

எம்.பி.எஸ் என்ற மக்கள் கலைஞன் சலனப்பட வடிவில் நம்முடன் வாழ்வதற்கு 'அக்ரஹாரத்தில் ஒரு கழுதை' தற்செயலாகவே ஆகப்பெரும் வழிசெய்தது என்பதை மிகப்பெரிய வரலாற்றுப் பதிவாகவே நான் கருதுகிறேன்.

◉

ஓ.என்.வி. குருப்புடன் நீடித்த நட்பு

அகில இந்திய மாணவர் சங்கத்தின் தலைவர்களில் ஒருவராகத் திகழ்ந்தவரும் மலையாளத்தின் மிகச்சிறந்த கவிஞர்களில் ஒருவருமான ஒட்டப்ளாக்கல் நீலகண்டன் வேலு குருப் (1931-2016) எம்.பி.எஸ்ஸின் நீண்ட கால நண்பர். கேரளத்தின் இலக்கிய வரலாற்றில் தனிச் சிறப்பான இடம்பெற்றவர். பல்கலைக்கழகங்களிலும் கல்லூரிகளிலும் மலையாள இலக்கியத்துறையில் பெரும்பணி ஆற்றியவர். 2007 ஆம் ஆண்டு ஞானபீட விருது பெற்றவர். *'காலம் மாறுன்னு'* என்ற படத்திற்குத் தனது முதல் திரைப்படப் பாடலை எழுதினார். திரைப்படப் பாடல்கள் மட்டுமே ஆயிரத்துக்கும் மேல் எழுதினார். எம்.பி.எஸ் இசையில் ஓ.என்.வி. குருப்பின் எழுபது பாடல்களுக்கும் மேல் புகழ்பெற்று விளங்கின.

1952 ஆம் ஆண்டு 'இப்டா' மாநாடு பம்பாயில் நடந்த போது இருவரும் முதல் முதலாகச் சந்தித்துக் கொண்டார்கள். கூடவே, பின்னாட்களில் புகழ்பெற்ற இசையமைப்பாளராக ஒளிர்ந்த ஜி. தேவராஜனும் வந்திருந்தார். பகல்நேரங்களில் கலை இலக்கிய விவாதங்களும் மாலை நேரங்களில் நிகழ்த்து கலைகளுமாக மாநாட்டு நிகழ்ச்சிகள் நடந்தன. அப்போது 'கதிரறுப்போம், பொன் கதிரறுப்போம்' என்ற பாடலின் பல்லவியை எம்.பி.எஸ் பாடியதை ஓ.என்.வி சிலிர்ப்புடன் பதிவு செய்துள்ளார். "எம்.பி.எஸ்ஸின் குரல் தெளிவானது, ஆண்மையும் கம்பீரமும் அவர் குரலில் ஓங்கி நிற்கும். விவசாயிகளுடனும் தொழிலாளர்களுடனும் கூலித் தொழிலாளர்களுடனும் அவர்

உணர்வுப் பூர்வமாக ஒன்றி நிற்பதை அவர் பாடும் போது உணர முடியும்."

அதே 'இப்டா' மாநாட்டில்தான் சலீல் சவுத்ரியையும் சந்தித்தார்கள். பின்னாட்களில் இவர்கள் அனைவருமே இந்தியத் திரையுலக இசையிலும் சேர்ந்திசை இயக்கத்திலும் ஒளி வீசினார்கள்.

"பல வருடங்களுக்குப் பிறகு நானும் (ஓ.என்.வி. குருப்) எம்.பி.எஸ்ஸும் சேர்ந்து ஒரு திரைப்படத்துக்கு இசை அமைக்கும் வாய்ப்பில் ஒன்று சேர்ந்தோம். அந்தப் படம் அப்படி ஒன்றும் புகழ் பெறவில்லை. ஆனால் அந்த வாய்ப்பு மூலமாக இப்டாவில் இணைந்து இயங்கிய அந்த நாட்களும் இப்டாவின் பணிக் கலாச்சாரமும் எங்களை மேலும் நெருக்கமாக இயங்கச் செய்தன. அதன்பிறகு நாங்கள் இருவரும் சேர்ந்து மிகப்பல பாடல்களை உருவாக்கினோம்."

"எம்.பி.எஸ்ஸின் குணம், அவர் மெட்டமைத்து அதற்கொப்ப பாடலாசிரியரைப் பாடல் எழுதச் சொல்லமாட்டார். பாடலாசிரியருக்கு சுதந்திரம் கொடுப்பார். கவிஞர்களுடன் இணைந்து பணிசெய்வதை அவர் எப்போதும் விரும்புவார். கவிதையைக் கேட்பது, கவிதையின் மையமான ஆன்மாவைத் தேடி உணர்ந்து கொள்வது, இதற்கு ஒத்திசைவான இசையை உருவாக்குவது - இதுதான் அவரது வழிமுறை, கதையைப்புரிந்து கொண்டு, பாடலின் பின்னணியைப் புரிந்து கொண்டு, பொருளை உணர்ந்து கொண்டு, பாவத்தை உணர்ந்து கொண்டு அவர் இசையமைத்த பாடல்களின் அருமையை என்னென்று சொல்வேன்!"

ஒரு மாலைப் பொழுதில் சென்னை மெரினா கடற்கரையில் ஓ.என்.வி. 'ஒரு வட்டம் கூடி' என்ற கவிதையை வாசிக்கின்றார். கூடவே இருந்த எம்.பி.எஸ் அதைக் கேட்டவுடன் நின்றவாறே பல்லவியைப் பாடுகின்றார். கிளர்ச்சியுற்ற மனநிலையுடன்தான் கவிதைகளை அவர் அணுகுவார்.

பாடலாசிரியர்களின் சுதந்திரத்தை அவர் மதித்தார்; பாடல்களை வாசித்துத் திரைப்படத்தின் சூழலுக்கு ஏற்ப மெட்டுகளை அமைப்பார் என்பது அவருடைய பல பாடல்களைக் கேட்கும்போது புரியும். முதல் படமான 'பாதை தெரியுது பாரி'ல்

இடம்பெற்ற பாடல்கள் மிகச்சிறந்த உதாரணங்களாக இப்போதும் விளங்குகின்றன. 'தென்னங்கீற்று ஊஞ்சலிலே' பாடலின் வரிகள் மிக மென்மையான இயற்கைச் சூழலைச் சொல்வன; அவரது மெட்டும் அவ்வாறே தாலாட்டும் வகையில் அமைந்தது. இதற்கு நேர் எதிர் முனையில் 'உண்மை ஒருநாள் வெளியாகும்' என்ற பாடலோ தொழிலாளி வர்க்கம் அதிகார வர்க்கத்துக்கு எதிராகக் கிளர்ந்து போர்க்குரல் எழுப்பியவாறு பெரும்படைதிரட்டி ஊர்வலமாகச் செல்லும் காட்சியைச் சித்தரிப்பது. ஐரோப்பியப் பாணியில் அமைந்த ராணுவ அணிவகுப்புக்கான மிடுக்கான நாதம் எழுப்பும் இசைக் கருவிகளை இப்பாடலில் பயன்படுத்தி இருப்பார். 'மாசில் வீணையும்' என்ற தேவாரப் பாடல் தூய கர்நாடக சங்கீதத்தில் அமைந்தது. தன்னவளை வர்ணிக்கும் ஒரு ஆணின் கவியழகு மிக்கவரிகளுக்கு எந்தக் குந்தகமும் ஏற்பட்டுவிடக்கூடாது என்ற ஆழ்ந்த கவனத்தில் அமைக்கப்பட்ட மெட்டு என்பதை 'சின்னச்சின்ன மூக்குத்தியாம்' பாடலைக் கேட்கும்போது உணரமுடியும். மிகக்குறைந்த இசைக் கருவிகளை மிகச் சன்னமாக இப்பாடலில் அவர் பயன்படுத்தி இருப்பார்.

மலையாளப் படமான 'யவனிக', ஒரு நாடகக் கம்பெனியையும் அங்கே நடந்துவிடும் கொலையையும் சுற்றிப் பின்னப்பட்ட மிக அருமையான படம். நாடகத்தின் கதைச் சுருக்கத்தைத் திலகன் முதலில் திரையின் பின்னே நின்று பார்வையாளர்களுக்கு அறிவிப்பார். அதனைத் தொடர்ந்து நாடகத்துக்குக் கட்டியம் கூறும் தொடக்கப் பாடல் பாடப்படும். ஹார்மோனியம், தபேலா, பாங்கோஸ், கிடார், வயலின் என வாத்தியக் கருவிகளும், பாடகர்கள் ஆன ஆணும் பெண்ணும் என இவர்கள் அனைவரும் ஒருபுறம் இருக்க, 'பரதமுனியொரு களம் வரச்சு' என்ற அந்தப்பாடல் மேடை நாடகங்களை நன்கு உணர்ந்த ஒருவரால் மட்டுமே இசையமைக்கப்பட்ட பாடல் என்பதைத் திரையில் பார்ப்பவரும் கேட்பவரும் உணர முடியும். மிகக்குறுகிய இடத்தில், குறைந்த வெளிச்சத்தில் முக்கியப் பாடகர்கள் இருவருடன் நாடகத்தில் நடிக்கின்ற நடிகர்களும் 'கோரஸ்' எனப்படும் குழுக் குரலை எழுப்பி உடன் பாடுவதும் அவர்களுக்குள் பார்வையால் பரிமாறப்படும் கட்டளைகளும் நாடக இயக்குநரின் மிகக் கவனமான வழிகாட்டுதலும் ஆக ஐந்து நிமிடப் பாடல் காட்சி மிகப்பெரிய சிந்தனைக்கும் புரிதலுக்கும் இட்டுச்செல்லும். மேடை நாடகங்களின் தொடக்கப் பாடல்,

பார்வையாளர்களை ஈர்த்து அடுத்து இரண்டு மணி நேரத்துக்குக் கலையாமல் உட்கார வைக்கத்தக்க விதத்தில் சேர்ந்திசையின் கூறுகளுடன் இசையமைக்கப் பட்டிருக்கும். 'இப்டா'வில் இயங்கிய அனுபவம் எம்.பி.எஸ்ஸுக்கு பெருமளவு இப்பாடலில் உதவியதைப் பார்க்க முடியும். இப்பாடலின் ஆசிரியர் ஓ.என்.வி.

இதே படத்தில் *'மச்சானைத்தேடி பச்சமலைஓரம்'* என்ற பாடலை எம்.பி.எஸ் எழுதினார். பாட்டுக்கேற்ற மெட்டு! அது ஒரு தமிழ்ப் பாட்டு!

நாடகம் ஆனாலும் சினிமா ஆனாலும் எம்.பி.எஸ் இசையமைக்கும்போது, கேரள மண்ணைப் பற்றிய புரிதல், அம்மக்களின் இசை, பண்பாடு குறித்த தெளிவு ஆகிய கூறுகள்தாம் அவருக்கு உதவி செய்தன. தொலைதூரமான வங்காளத்தில் இருந்து கேரளாவுக்கு இசையமைக்க வந்த சலீல் சவுத்திரியும் கூட கேரளாவைப் பற்றிப் புரிந்து கொண்டபின்தான் இசையமைக்கத் தொடங்கினார்.

எம்.பி.எஸ் சொல்வார், "நான் ஒரு வேலைக்காரன், என் வேலை இசையை உருவாக்குவது."

உண்மை என்னவென்றால் சலீல், எம்.பி.எஸ், ஜி. தேவராஜன் போன்றோர் இசையமைப்பதில் இருந்து விலகும்போது பாடல்கள் இயற்றும் ஆர்வமும் ஓ.என்.விக்குப் படிப்படியாகக் குறைந்து போனது. அது ஓ.என்.வியின் பொற்காலம் மட்டுமேதானா? மலையாளத் திரையிசையின் பொற்காலம் என்று சொல்லலாமா?

⊙

ஈதலும் இசைபட வாழ்தலும்

கவிஞர் காவாலம் நாராயண பணிக்கர்

'பா'வகீதங்கள்' என்ற தனி இசைத் தொகுப்பைக் காவாலம், எம்.பி.எஸ், யேசுதாஸ் இணைந்த கூட்டணி 1984 ஆம் ஆண்டு யேசுதாஸின் 'தரங்கிணி' நிறுவனத்துக்காக உருவாக்கியது. இங்கே 'பாவ' என்பது கர்நாடக சங்கீதத்தில் சொல்லப்படும் 'பாவம்' என்ற சொல்லாகும். பன்னிரண்டு பாடல்கள் அடங்கிய தொகுப்பு இது. காவாலம் தான் எழுதிய பாடல்களை அவரே பாடி ஒரு கேசட்டில் பதிவு செய்து தன்னிடம் தருமாறு எம்.பி.எஸ் கேட்டுக் கொண்டார். ஒரு பாடலாசிரியரின் சிந்தனையில் ஒருசொல் எப்படி உதிக்கிறது? ஒட்டுமொத்தச் சொற்களும் சேர்ந்து ஒரு பாடலை எப்படி முழுமைப்படுத்துகின்றன? பாடலின் பொருள் என்ன, அதை எந்த மாதிரி ஆன உணர்ச்சியால் பாடலாசிரியர் எழுதியிருப்பார்? எம்.பி.எஸ்ஸின் சிந்தனை இப்படித்தான் ஓடும். கவிஞரின் சுதந்திரத்தை அவர் மிகவும் மதிப்பார்.

"அவரது பாடலுக்குத் தாளம் என்பது மிக முக்கியம். ஒரு பாடலின் 'மீட்டர்' என்பது தாளமாக மாறுகிறது, பிறகு பாடல் உருப்பெறுகிறது. அவரது பாடல்களில் இதை நன்கு உணரமுடியும். நான் எழுதிய பாடல் ஒன்றில் 'உப்பன்' என்ற பறவையின் குரல் ஆகாயத்தின் தொப்புள் கொடியில் இருந்து பிறந்தது என்று எழுதி இருந்தேன். இதை மிகவும் ரசித்த எம்.பி.எஸ், 'இப்படி ஒரு சிந்தனை கவிஞனுக்கு எங்கேயிருந்து பிறந்தது?' என்று வியந்தார். பாடலின் பொருளை அறிந்து

கொண்டு அவர் இசையமைக்கும்போது பாடலாசிரியரின் கற்பனை அவர் இசையால் மேலும் மெருகேறும்.”

ஔசேபச்சன்,

திரைப்பட இசையமைப்பாளர்

ஔசேபச்சன் அடிப்படையில் வயலின் இசைக் கலைஞர். பிற்காலத்தில் மலையாளத்தில் புகழ்பெற்ற திரைப்பட இசையமைப்பாளர் ஆனார். எம்.பி.எஸ்ஸின் பல பாடல்களுக்கு வயலின் இசைத்தார்.

“மேற்கத்திய இசைக்கோர்வை அடிப்படையை இந்திய இசையுடன் கலந்து திறம்பட அளித்தவர் எம்.பி.எஸ். செவ்வியல் மரபுகளை மீறாமல் புதிய இசையை வழங்கியவர் எம்.பி.எஸ். பாரம்பரிய இசைக்கருவிகளான சிதார், வீணை ஆகியவற்றில் கூட மேற்கத்திய அடிப்படை நுட்பங்களை நிகழ்த்திக் காட்டுவார். மலையாள மொழியில் சரளமாக உரையாடுவார். இசைமொழியில் அவருக்கான தனி அடையாளத்தைத் தக்கவைப்பார், படத்தின் தயாரிப்பாளரோ இயக்குநரோ அவருடைய சுதந்திரத்தில் குறுக்கிட முடியாது. அவர் காலத்தில் வெளிவந்த மாற்றுச் சினிமாப் படங்களில் பலவும் அவருடைய இசையில் வந்தவைதான்.

“அவருடைய உரையாடலே தனித்துவமானது. அனைவருக்கும் மரியாதை கொடுப்பார், ஆனால் பணி என்று வந்துவிட்டால் பள்ளித்தலைமை ஆசிரியர் தோரணை வந்துவிடும்” என்கிறார் ஔசேபச்சன்.

ஷ்யாம்,

இசையமைப்பாளர்

“‘**கூ**ல்கிபாத்’ எனும் நாடகத்துக்கு இசை ஒத்திகை நடந்து கொண்டிருந்தது. அப்போது எம்.பி.எஸ்ஸின் உதவியாளராக இருந்த ஆர்.கே. சேகரின் வீட்டில்தான் ஒத்திகை நடந்து கொண்டு இருந்தது. அங்கே தான் அவரைச் சந்தித்தேன்.

“ராகங்கள் பற்றிய ஆழமான அறிவு படைத்தவர் அவர். அவரது பொது அறிவும் பரந்த வாசிப்பும் குறிப்பிடத்தக்கவை. அவரது பல பாடல்களுக்கு வயலின் இசைத்துள்ளேன். அவரது விளம்பரப் படங்களுக்கு இசைக்கோர்வை அமைத்துள்ளேன்.

அவர் தொடங்கிய சினி ம்யூசிசியன்ஸ் சங்கத்துக்கு அவர் பொதுச் செயலாளராக இருந்த போது நான் இணைச் செயலாளராகப் பணிசெய்தது மிக இனிய அனுபவம் ஆகும்” என்கிறார் ஷ்யாம்.

வி.எஸ். நரசிம்மன்,

இசையமைப்பாளர்

‘சுயம்வரம்’ மலையாளப் படத்துக்கு கேரள அரசின் ‘சிறந்த இசையமைப்பாளர்’ விருது எம்.பி.எஸ் இசையமைப்புக்குக் கிடைத்தபின், நரசிம்மன் எம்.பி.எஸ்ஸின் இசையமைப்பு, பாடல் ஒலிப்பதிவு, ஒருங்கமைப்பது ஆகிய பணிகளில் உதவியாளர் ஆனார். அநேகமாக ‘பாதை தெரியுது பார்’ படத்தில் அவர் எம்.பி.எஸ்ஸுடன் பணி செய்திருக்கக்கூடும்.

“எம்.பி.எஸ், இலக்கியங்களையும் கவிதைகளையும் வாசிப்பதிலும் அவற்றைப் பாடல் வடிவமாக்குவதிலும் மிகுந்த ஆர்வம் மிக்கவர். மிகுந்த நேர்மையும் கண்டிப்பும் மிக்கவர்.

“ஐ.பி.ஆர்.எஸ் (IPRS) நிறுவனத்தைச் சில சுயநல சக்திகள் கைப்பற்றிப் பணத்தைக்கூட கையாடல் செய்துவிட்டார்கள். எம்.பி.எஸ் அதனைத் தன் கையில் எடுத்துத் திறம்பட நிர்வகித்து அந்நிறுவனத்தை சீராக்கினார். மெட்ராசிலும் பம்பாயிலும் பெரிய அலுவலகங்களையும் அமைத்தார். அவரது அந்த முயற்சியால்தான் இசையமைப்பாளர்கள், இசைக்கருவிக் கலைஞர்கள், பாடலாசிரியர்கள், பாடகர்கள் எனப் பல்லாயிரம் பேர் இந்தியா எங்கிலும் பயன்பெற்றார்கள், இப்போதும் பலன்பெற்று வருகிறார்கள்.

“துயரம் என்னவெனில் இன்றைய தலைமுறைக்கு எம்.பி.எஸ் என்றால் யார் என்று தெரியாது. அவரைப் பற்றி நன்கு அறிந்த மூத்த கலைஞர்கள் இளைய தலைமுறைக்குச் சொல்லித் தரவில்லை. திரைப்பட உலகமும் திரையிசையும் இன்றைய நிலைக்கு வந்ததற்கு காரணம் யார், எப்படி என்று கற்றுத்

தரப்படவில்லை. வருத்தப்படத்தக்க உண்மை இது'' என்கிறார் நரசிம்மன்.

கவிஞர் ஏழாச்சேரி ராமச்சந்திரன்

கே.பி.ஏ.சி. என்ற கேரள மக்கள் கலைக் குழுவின் நாடகங்களுக்கு எம்.பி.எஸ் இசையமைத்துள்ளார். குறிப்பாக *'அஸ்வமேதம்'* என்ற நாடகத்துக்கு அவர் அமைத்த இசை சிறப்பானது. *'மீன மாசத்திலே சூரியன்' (1986)* படம் கையூர் தியாகிகளின் வரலாற்றைக் கூறிய படமாகும். இந்தப் படத்திற்கான வேலைகளைச் செய்யும் முன்பாக நேரடியாகக் கையூர் கிராமத்துக்குச் சென்று கையூரின் வரலாறு, மக்களின் பண்பாட்டைப் புரிந்துகொள்ள அங்கேயே பல நாட்கள் எம்.பி.எஸ் தங்கி இருந்தார். அதன் பின்னர் பாடல்கள் எழுதப்பட்டன, பொருத்தமான இசையை அமைத்து படத்தின் மையக் கருத்துக்கு நியாயம் செய்தார் எம்.பி.எஸ். படத்தில் (ஒரு பாடல் தவிர) அனைத்துப் பாடல்களையும் ஏழாச்சேரி ராமச்சந்திரன் எழுதினார்.

“இப்படத்தில் குஞ்ஞாம்புவின் பாத்திரத்தை எம்.பி.எஸ் ஏற்று நடிக்க வேண்டும் என்று இயக்குநர் லெனின் ராஜேந்திரன் விரும்பியுள்ளார். அந்த நேரத்தில் தனது குடும்பத்தினருடன் நாட்களைக் கழிக்கத் தான் விரும்புவதாகச் சொல்லி எம்.பி.எஸ் லெனினின் விருப்பத்தை ஏற்கவில்லை. படத்தின் பாடல் இசையமைப்பு நான்கைந்து நாட்களில் முடிந்துவிட்டது.''

“பொதுவாக படத்தின் காட்சிப் பின்னணிக்கு அமைக்கப்படும் பிஜிஎம் எனப்படும் 'பேக் க்ரவுண்ட் மியூசிக்'குக்கு புதிய அர்த்தத்தை உருவாக்கியவர் எம்.பி.எஸ் இதற்காக ஏகப்பட்ட இசைக் கருவிகளை அவர் பயன்படுத்தமாட்டார். காட்சிக்கேற்ற மிகப் பொருத்தமான தாளலயத்தை அவர் தேர்வு செய்வார்'' என்கிறார் ராமச்சந்திரன்.

ஜெர்ரி அமல் தேவ்,

இசையமைப்பாளர்

“**தி**ருவனந்தபுரம் 'கீர்த்தி' ஹோட்டலில் தங்கியிருந்தேன். எனது முதல் படமான *'மஞ்ஞில் விரிஞ்ஞ பூக்கள்'* அப்போதுதான்

வெளியாகி இருந்தது. எனது அடுத்த அறையில் தங்கியிருந்த எம்.பி.எஸ் நான் இருப்பதை அறிந்து நேராக எனது அறைக்கே வந்து என்னைப் பாராட்டினார். அப்போது மலையாளத் திரையுலகில் மிகமூத்தவர் அவர். இரவு நெடுநேரம் என்னுடன் பேசிக் கொண்டிருந்தார்.

"ஐ.பி.ஆர்.எஸ்க்கு அவர் ஆற்றிய பங்களிப்பு மிகப் பெரியது. ஐரோப்பிய அனுபவத்தை முழுவதும் பார்த்து அவர் மேற்கொண்ட பெரும் புரட்சிதான் அது. அவர் தொடர்ந்து முயன்று செய்த இச்சாதனையால் முதலில் மெட்ராஸின் இசைக் கலைஞர்கள் பாடலாசிரியர்கள் பலன் பெற்றார்கள், தொடர்ந்து பம்பாய், கல்கத்தா என அனைத்து இந்திய நகரங்களிலும் உள்ள பல்லாயிரம் பேர் பலன் அடைந்தார்கள்" என்று நினைவு கூர்கின்றார்.

மாத்யூ இட்டி,
இசையமைப்பாளர்

"1986 ஐ ஒட்டிய காலத்தில் கேரளப் பல்கலைக்கழக சேர்ந்திசைக் குழுவின் தலைமைப் பொறுப்பில் எம்.பி.எஸ் இருந்தார். சலீல் சவுத்ரி நிறுவிய சேர்ந்திசைக் குழுவும் எம்.பி.எஸ்ஸின் குழுவும் பாடல்களை ஒருவருக்கொருவர் பரிமாறிக் கொள்வார்கள்.

"சேர்ந்திசைக் குழுவில் உள்ள ஒவ்வொருவரின் பெயரையும் நினைவில் வைத்திருப்பார், 270 பாடகர்கள் இருந்தார்கள். சேர்ந்திசையில் அவரவர் குரலின் தன்மைக்கு ஏற்ப மூன்று குழுக்களாகப் பிரிப்பார். மூன்று ஆண்கள் குழு, மூன்று பெண்கள் குழு என. ஒரு குழுவினர் பயிற்சி பெறும் போது மற்றவர்களை அவர்கள் விருப்பத்துக்கு உரையாடவும் சிரித்து மகிழவும் அனுமதிப்பார். இசை மட்டுமல்ல, விஞ்ஞானம், கணிதம், பிரபஞ்சம் எனப் பல துறைகளிலும் ஆழ்ந்த அறிவு படைத்தவராக இருந்தார். வரலாறு, அரசியல் பேசுவார். அவரது வீட்டில் பெரிய நூலகம் ஒன்றைப் பராமரித்து வந்தார். பாடல், இசையமைப்பு வேலைகளுக்கு இடையில் இவை சார்ந்த உரையாடல்களும் குறுக்கிடும். இதனால் ஒவ்வொருவரும் அவரை விரும்புவார்கள். பயிற்சி வகுப்புக்களில் யாரும் சோர்வடைய வாய்ப்பில்லை.

“மேற்கத்திய இசை நுட்பங்களை இந்திய இசை நுட்பங்களுடன் திறம்பட இணைப்பார். இந்தியச் செவ்வியல் ராகங்களை அடிப்படையாக வைத்துக் கொள்வார். முத்துசுவாமி தீட்சிதர் கீர்த்தனைகளில் கூட மேற்கத்திய சுரங்களைப் பயன்படுத்துவார். அவரது திரைப்படப் பாடல்களிலும் கூட சேர்ந்திசையைப் பயன்படுத்த முயற்சி செய்வார். அவருக்கு இதனால் தனிப்பட்ட பொருளாதாரப் பலன் எதுவும் இருக்காது!”

வி.டி. முரளி,

மலையாளத் திரைப்படப் பின்னணிப் பாடகர்

“**அ**வருடைய சமகாலத்து இசைமைப்பாளர்களுடன் ஒப்பிடும் போது எம்.பி.எஸ் அன்றைய தொழில்நுட்ப வசதிகளை, வளர்ச்சிகளைப் பற்றி நன்கு அறிந்திருந்தார். ஒலிப்பதிவுத் தொழில்நுட்பத்தில் புதிதாக ஏதாவது வசதிகள் வந்திருந்தால் அதைத் தெரிந்து கொண்டு பயன்படுத்துவார். இன்றைய காலத்து இசைமைப்பாளர்கள் பயன்படுத்தும் உத்திகளை அவர் அன்றே முயற்சி செய்து பார்த்தார். கத்தி (1983) படத்தில் ‘பாதிராக்காட்டில்’ என்ற பாடலை எஸ். ஜானகி பாடியிருந்தார். இப்பாடலில் எஸ். ஜானகி பாடியதைத் தனியாகவும், ‘கோரஸ்’ பகுதியைத் தனியாகவும் பதிவு செய்து ஒன்றிணைத்தார்.”

ஜான்சன்,

இசையமைப்பாளர்

வி.எஸ். நரசிம்மன் எம்.பி.எஸ்ஸின் உதவியாளராக இருந்த போது ஒருமுறை நரசிம்மனுக்கு உடல்நலக் குறைவு ஏற்பட, ஜான்சனை அழைத்து ‘உதவி செய்ய முடியுமா?’ எனக் கேட்டிருக்கிறார் எம்.பி.எஸ். ஜான்சனுக்கு அப்போது 25 வயது தான் இருக்கும், ஓரிரண்டு படங்களுக்கு இசையமைத்திருந்தார். ஆனால் சலீல் சவுத்ரியிடம் ஜான்சன் இசைக்கருவிக் கலைஞராக பணி செய்து கொண்டிருந்ததால் எம்.பி.எஸ்ஸின் அழைப்பை ஜான்சன் பணிவுடன் மறுத்துள்ளார்.

“ஒரு நாள் தரங்கிணி ஸ்டுடியோவில் இருந்து எம்.பி.எஸ், சலீல்தா இருவரும் வெளியே வந்து கொண்டிருந்தனர். அடுத்த ஷிப்ட் ஒலிப்பதிவு சலீல்தாவுக்குப் பதிவு செய்யப்பட்டிருந்தது,

ஜான்சன் அவருடன் போக வேண்டும். ஜான்சனை அங்கே கண்ட எம்.பி.எஸ் அவரை அழைத்துள்ளார். 'அன்றைக்கு அவர் கேட்ட உதவியை நான் மறுத்ததைப் பற்றித்தான் பேச அழைக்கிறாரோ' என்று எண்ணித் தயங்கினேன். ஆனால் நடந்தது வேறு. சலீலிடம் என்னைக் காட்டிய எம்.பி.எஸ், 'தேவராஜனால் அறிமுகப்படுத்தப்பட்ட சிறந்த இசைமைப்பாளர் ஜான்சன்' என்று புகழ்ந்து சொல்ல, 'ஆஹா! எனக்குத் தெரியுமே, அவர் என்னிடமும் பணிபுரிகின்றார், திறமைசாலி' என்று சலீல் மறுமொழி பகர்ந்தார். 'இவர் திறமைசாலி மட்டுமல்லர், நமது திரைப்படவுலகின் அடுத்த இசையமைப்பாளர் இவர்தான்' என்று மீண்டும் புகழ்ந்தார் எம்.பி.எஸ்" என நெகிழ்ந்து பேசியுள்ளார் ஜான்சன்.

"மாற்றுத் திரைப்படங்களுக்கும் அதைவிடவும் உயர்ந்த படங்களுக்கும் மட்டும்தான் எம்.பி.எஸ் பணி செய்வார். எனவே புகழ்பெற்ற பாடல்களைக் கொடுத்தாலும் மிகக் குறைந்த படங்களுக்கே இசையமைத்தார். வசதி வாய்ப்புகளைத் தேடி அவர் ஒரு போதும் போனதில்லை, ஆனால் பலநூறு பேர் வாழ வழி செய்த 'ஸ்பாட் பேமெண்ட்' முறையைக் கறாராக உறுதிப் படுத்திக் காட்டியவர் அவர்!" என்று கூறுகிறார் ஜான்சன்.

அம்ஷன் குமார்,
திரைப்பட, ஆவணப்பட இயக்குநர்

"இசைஞானம் பிறப்பில் வருவது, குரு - சிஷ்ய உறவு முறையினால்தான் இசை கற்றுக் கொள்ள முடியும் போன்ற கற்பிதங்களை அவர் சேர்ந்திசை வடிவத்தின் மூலம் உடைத்தார். பேசத் தெரிந்த எவராலும் பாடவும் முடியும் என்று உறுதியாக நம்பிய அவர், இசைஞானம் கடுகளவும் அற்ற நகராட்சி, அரசுப்பள்ளிக் குழந்தைகள் சில ஆயிரம் பேரை ஒரே இடத்தில் நிற்க வைத்துப் பாடச் செய்தார். ஆலைத் தொழிலாளிகள், வங்கி ஊழியர்கள், ஆசிரியர்கள் என சமூகத்தின் பலதரப்பட்ட மக்களையும் பாடவைத்தார்.

"நாம் அறிந்தவரை பலர் சேர்ந்து ஒரே பாடலைப் பாடும் வழக்கம் என்பது திருவையாறு தியாகராஜ ஆராதனைத் திருவிழாவில் பஞ்சரத்ன கீர்த்தனைகளைப் பாடுவது மட்டுமே

ஆகும். இங்கேயும் கூட அவ்வளவு பேரையும் ஒழுங்குபடுத்தி ஒருங்கிணைத்து முறையான இசைக் கூறுகள், விதிகளுக்கு உட்படுத்திப்பாட வைக்க ஓர் ஒருங்கிணைப்பாளர் அல்லது இசை நடத்துநர் இல்லாததால் அங்கே பாடப்படும் ஒரு பாடலைக் கேட்கும் போது இனிமையோ ஒத்திசைவோ இல்லாததை உணர முடியும். சங்கீத விமர்சகர் சுப்புடு இதனைக் கவலையோடு பார்த்து விமர்சனம் செய்ததோடு, 'திருவையாற்றுக்கு ஒரு எம். பி. சீனிவாசன் வேண்டும்' என்று எழுதினார்.

'சேர்ந்திசை வடிவம் ஒரு தேக்கமுற்ற இசை வடிவம், அதில் வளப்படுத்த ஒன்றுமில்லை. பாடல் நிகழ்வின் போது நினைத்த இடத்தில் விருப்பப்படி வளப்படுத்த முடியாது' என சுத்த கர்நாடக சங்கீத அறிவாளிகள் எம்.பி.எஸ்ஸை விமர்சனம் செய்தார்கள். ஆனால் இத்தகைய விமர்சனங்கள் ஒரு பக்கம் நடந்து கொண்டு இருக்கும்போதே அவரது சேர்ந்திசை வடிவம் பரவலாக மக்களிடம் சென்று மக்களிசையாக மாறி ஓர் அங்கீகாரத்தைப் பெற்றுவிட்டது.

"திரையிசையில் அவர் புதிய பாதை வகுத்தார். 'இசைக்க வேண்டிய இடத்தில் இசைப்பதும் எங்கே மவுனம் தேவையோ அங்கே இசையை நிறுத்துவதும் தான் இசையின் அடிப்படை' என்ற புரிதலுடன் அவர் செயல்பட்டார். அடூர் கோபாலகிருஷ்ணனின் 'எலிப்பத்தாயம்' படத்திற்கான பின்னணி இசை மிக வித்தியாசமானது, அதுவரை யாரும் முயற்சி செய்யாதது" என்று புகழ்கின்றார்.

◉

எழுத்தாளர் சுஜாதா

'**தாகம்**' என்ற தமிழ்ப்படத்துக்குச் சென்னையில் தியேட்டர் கிடைக்கவில்லையாம். இந்தப் படத்தை சமீபத்தில் பெங்களூரில் ஒரு விழாவில் பார்த்தேன். ஃபிலிம் பைனான்ஸ் கார்ப்பரேஷனின் ஆதரவில் எடுக்கப்பட்ட முதல் தமிழ்ப்படம். காந்தி ஆசிரமத்தில் வேலைசெய்யும் ஒரு பெண், சாதாரணமான கல்யாண வாய்ப்பை ஒதுக்கி கண் தெரியாதவனைக் கல்யாணம் செய்து கொண்டு அவனுடன் சென்னைக்கு வந்து பிழைக்க முயன்று சென்னையின் பார்வைகளையும் சந்தேகங்களையும் சமாளிக்க முடியாமல் திரும்ப காந்தி கிராமத்துக்கு வந்துவிடுவது கதை.

சென்னை ஃபிலிம் இன்ஸ்டிட்யூட் சரக்கு இந்தப் படம். பாபு நந்தன்கோடு டைரக்டர். கதையை நேராகச் சொல்லி இருக்கிறார். காமிரா வையதுரையிடம் திறமை நிச்சயம் இருக்கிறது. தமிழ்ப்படத்தில் சாதாரணமாகச் சந்திக்க முடியாத யதார்த்த உலகைக் காமிரா காட்டுகிறது. எம்.பி. சீனிவாசன் (சங்கீதம்) தாளவாத்தியங்களையும் கர்நாடக ராகங்களையும் புதிய முறையில் பயன்படுத்தி இருக்கிறார் (*கணையாழி*, டிசம்பர், 1973).

சங்கீத டைரக்டர் எம்.பி. ஸ்ரீனிவாசன் யேசுதாசுடன் ஒரு பாடலை ஒத்திகை பார்க்கும் போது கேட்கும் சந்தர்ப்பம் எனக்கு ஏற்பட்டது. ஸ்ரீனிவாசன் ஓர் இனிய மார்க்ஸியவாதி. கார்ப்பரேஷன் பள்ளிகளின் நூற்றுக்கணக்கான குழந்தைகளை ஆல் இண்டியா ரேடியோவின் காம்பவுண்டிற்குள் ஒரே குரலில் ஒரே சுருதியில் பள்ளுப் பாடவைத்த சாதனையைப் பற்றி அவர் நிச்சயம் பெருமைப்படலாம். சுப பந்துவராளியில் அவர்

ஒத்திகை பார்த்த பாடல் இரண்டு ஜீனியஸ்களை எனக்குக் காட்டின. முன்னவர் ஸ்ரீனிவாசன். அவர் மேடைப் பேச்சைக் கேட்பவர்கள் இவருக்கு இதற்குமேலும் திறமை இருக்குமா என்று சந்தேகப்படுவார்கள். இருக்கிறது. சங்கீதத்தில் சுரங்களில் விளையாடுகிறார். காம்போதி ராகப் பின்னணியில் அவர் *'தாகம்'* படத்திற்கு அமைத்திருந்த பின்னணி சங்கீதம் ஞாபகத்திற்கு வந்தது. இத்தனை திறமை உள்ளவரை தமிழ்ச் சினிமா நிராகரித்து இருப்பதற்குக் காரணம் இவரது மார்க்ஸியவாதமும் யூனியனிசமும் ஆக இருக்கலாம். அவர் அதுபற்றிக் கவலைப் படவில்லை. "*I aways have my jingles.* ஆஸ்ப்ரோ, கால்கேட் விளம்பரங்கள் இல்லையா? *I can survive*" ('விளம்பரங்கள் எப்போதும் எனக்குக் கை கொடுக்கும், போதும், பிழைத்துக் கொள்வேன்').

மற்றொரு விற்பன்னர் யேசுதாஸ்! இளைஞர்! வசீகரமாகச் சிரிக்கிறார். மலையாளம் நனைந்த தமிழில் ஹாஸ்யமாகப் பேசுகிறார். பாட ஆரம்பித்ததும்தான் அவர் குரலின் விஸ்தாரங்களையும் வர்ண வீச்சுகளையும் உணரமுடிகிறது. கீழ் ஸ்தாயியில் அவர் இன்பமாகப் புறப்படும் போது குறுகுறு என்கிறது. *(கணையாழி, அக்டோபர், 1979)*

⊙

தமிழ்நாடு முற்போக்கு எழுத்தாளர் சங்க இசைப்பயிற்சி முகாம்

1988 ஆம் ஆண்டு கோயம்புத்தூரில் தமிழ்நாடு முற்போக்கு எழுத்தாளர் சங்கம் ஐந்து நாட்கள் நடத்திய இசைப் பயிற்சி முகாமில் தமிழகம் எங்கும் இருந்து வந்திருந்த நூற்றுக்கும் மேற்பட்ட இசைக் கலைஞர்கள், பாடகர்களுக்கு எம்.பி. சீனிவாசன் பயிற்சி அளித்த வரலாறு சுவைமிக்கது.

"மொழியைப் போல இசையும் மனிதனின் கூட்டுழைப்பில் ஒட்டிப் பிறந்தது; எப்படி மொழி என்பது கருத்துப் பரிவர்த்தனைக்கான சாதனமாக உருப்பெற்றுள்ளதோ அது போல இசை என்பது உணர்வுப் பரிமாற்றத்திற்கான ஒரு கருவி" என்பதில் உறுதியாக இருந்தவர் எம்.பி.எஸ்

1946 பிப்ரவரியில் பிரிட்டிஷ் கடற்படையின் பம்பாய்த் துறைமுகத்தில் தல்வார் கடற்படைத் தளத்தில் இந்திய மாலுமிகள் பற்றவைத்த கிளர்ச்சி வெடியின் ஓசையும் தாக்கமும் பிரிட்டிஷ் இந்தியாவின் மூலைமுடுக்கெங்கும் விடுதலைப் பேரியக்கங்களுக்கு பெரும் உற்சாகத்தைத் தந்த ஊழிப்பெருந்தீ எனப் பரவியது. 1942 ஆகஸ்டு 'வெள்ளையனே வெளியேறு' இயக்கத்துக்குப் பிறகு காங்கிரஸ் பேரியக்கம் மிகப்பெரிய அணி திரட்டப்பட்ட போராட்டம் எதற்கும் அறைகூவல் விடுத்திராத மந்தநிலையில், கடற்படைப் புரட்சிதான் காட்டுத்தீயெனப் பற்றிப் பரவி, அன்றைய பிரிட்டிஷ் பிரதமர் அட்லியை, "இனிமேலும் நாம் இந்தியாவில் காலம் தள்ள முடியாது" என்று புலம்ப வைத்தது.

1988 கோவை தமுஎச இசைப்பயிற்சி முகாம். எம்.பி.எஸ், கே. முத்தையா, பேராசிரியர் கதிரேசன், எஸ்.ஏ. பெருமாள், எம்.பி.எஸ் இடதுபுறம் அருணாச்சலம். பட உதவி: எஸ்.ஏ. பெருமாள், செம்மலர்.

அந்தப் புரட்சியைக் கம்யூனிஸ்ட்டுகளும் முஸ்லிம்லீக்கும் காங்கிரஸ் இயக்கமும் ஆதரித்தாலும், ஒரு கட்டத்தில் காந்தியடிகள் புரட்சிக்கு எதிரான நிலை எடுத்து காங்கிரஸ் இயக்கத்தை அதிலிருந்து தனிமைப்படுத்தினார். "நாளை நாடு விடுதலை பெற்றால் கட்டுக் கோப்பாக அரசுக்கு விசுவாசமாக இருக்க வேண்டிய ராணுவம் அரசுக்கு எதிராகக் கிளர்ச்சி செய்தால் நியாயமாக இருக்குமா?" என்று தனது மோசமான நிலைப்பாட்டை நியாயப்படுத்திப் பேசினார்.

இந்தப் புரட்சியில் வீழ்ந்த கப்பற்படை மாலுமிகளின் தியாகத்தைப் போற்றுகின்ற *"விடுதலைப் போரினில் வீழ்ந்த மலரே!"* என்ற உணர்ச்சிமிக்க பாடலைத்தான் தமிழ்நாடு முற்போக்கு எழுத்தாளர் சங்கத்தின் கோவை பயிற்சி முகாமில் 94 பாடகர்களுக்குப் பாடப் பயிற்சியளித்து, 1988 ஜனவரி 9 ஆம் தேதி கோவை மத்தியச் சிறைக் கலையரங்கத்தில் பாடச் செய்து அரங்கேற்றம் செய்தார் எம்.பி.எஸ். இசைக் கருவிகள் பயன்படுத்தப்படாமல் பாடியவர்களின் குரல்களில் இருந்தே ஹம்மிங் உத்தி மூலம் இசையை உருவாக்கிப் புதுமை செய்தார்.

"இந்துமகா சமுத்திரம் எமது கடல் - அது எமது கடல்" என்னும் பாடலை 94 பேரும் பாடிய போது அதிலே ஒரு பகுதிப் பாடகர்கள் மட்டும் "எமது - எமது - கடல்" என மெல்ல மெல்லத் தொடங்கி பெரும் ஓங்காரத்துடன் முடித்தார்கள் என்பது கடலில் மிகச் சிறிதாகத் தோன்றிப் படிப்படியாக உருக்கொண்டு உயர்ந்து மிக உயர்ந்து ஆக்ரோசத்துடன் சுருண்டு வீசும் பேரலையின் காட்சி வடிவத்தினையும் அதன் ஓசையையும் சேர்ந்திசை மூலம் காட்சிப்படுத்திப் பார்வையாளர்களை வியப்படையச் செய்தார் எம்.பி.எஸ்.

மூன்றாவது பாடலாக சர்வதேசப் பாட்டாளிகளின் கீதமான "பட்டினிக் கொடுஞ்சிறைக்குள் பதறுகின்ற மனிதர்காள்" என்ற பிரெஞ்சு மொழிப்பாடல். உண்மையில் தமிழில் பாடப்படும் இப்பாடல் பிரெஞ்சு மொழிப்பாடலின் நேரடித் தமிழாக்கம் அல்ல. கம்யூனிஸ்ட் இயக்கத்தின் மூத்த தலைவர் ப. ஜீவானந்தம் அப்பாடலை "எழுமின் பசிச்சிறை புகுந்தீர், எழுமின் அனாதை உலகீர்" என்று தமிழாக்கம் செய்திருந்தார். எம்.பி.எஸ் இந்த வரலாறு அனைத்தையும் கூறி இப்பாடலை 94 பாடகர்களையும் பாட வைத்தார். பெரிய சாதனை என்னவெனில், பிரெஞ்சு மொழி மூலப் பாடலின் மெட்டிலேயே தமிழ்ப் பாடலுக்கும் மெட்டமைத்து இசையமைத்திருந்தார் என்பதுதான்.

ஆகப்பெரிய சவாலான ஓர் இசைக் கோர்வையை எடுத்துக் கொண்டு, ஓரிருவர் அல்ல, 94 பாடகர்களுக்கு அதைப் பயிற்சியளித்துப் பாடச் செய்து, ஒரு சில நாட்களில் அரங்கேற்றமும் செய்ய முடிகின்ற அளவுக்கு எம்.பி.எஸ் மேற்கத்திய இசையைத் திறம்படக் கையாண்டார் என்பதைக் குறிப்பிட்டுச் சொல்ல வேண்டும்.

"சொல்லின் பொருள் கருதி, கவிஞன் கொண்டு வர விரும்புகிற உணர்வினைக் கணக்கில் கொண்டு இசைஞனும் பாடவேண்டும். ஒரு பாடலைப் பாடுவது என்பது முழு நிறைவு தனக்கு ஏற்படும் வரை கலைஞன் விடாது தொடர்ந்து முயன்று பாடிப் பார்க்க வேண்டும்" என்று வலியுறுத்தி உள்ளார். அவரது அறிவுரைகளை அவரே கண்டிப்பாகப் பின்பற்றுபவர் என்பதை அவர் கற்றுத்தந்த விதமே கூறியது.

யாராவது ஒரு பாடகர் ஏதாவது ஒரு சொல்லைத் தவறாக உச்சரித்தாலும் பயிற்சியை இடைநிறுத்தி அத்தவறை நேர்செய்யும் வரை அப்பாடகருக்குப் பயிற்சி அளிப்பார். உதாரணமாக "விடுதலைப் போரினில் வீழ்ந்த மலரே" எனப் பாடும் போது "வீழ்ந்த மலரே" என்னும் சொற்களில் பொதிந்துள்ள உணர்வினை, வெப்பத்தை, தியாகத்தை, உருக்கத்தைப் பாடல் வடிவில் எப்படி உச்சரித்து வெளிக் கொண்டு வரவேண்டும் என்று பாடிக்காட்டினார்.

இந்த முகாமில், நேரடியாகப் பங்கு பெற்ற தமுஎச மூத்த தோழர் ச. தமிழ்ச் செல்வன் கூறுவதைப் பார்ப்போம். "ஐந்து நாட்கள் இசை முகாம் நடந்தது. எம்.பி.எஸ், கே.ஏ. குணசேகரன் ஆகியோர் எங்களுடன் முழுமையாக இருந்தார்கள். எங்கள் ஊரில் அப்போதுதான் உருவாகி இருந்த 'கரிசல் குயில்' இசைக் குழுவில் ஒருங்கிணைப்பாளராகவும் நிகழ்ச்சித் தொகுப்பாளனாகவும் நான் இருந்ததால் கோவை முகாமில் பங்குபெற முடிந்தது.

"இசை குறித்து அந்நாட்களில் அவர் எங்களுக்குச் சொன்னவை மறக்க முடியாதவை. 'விடுதலைப் போரினில்' என்ற இரண்டு வார்த்தைகளை எப்படி உச்சரிக்க வேண்டும் என்பது பற்றியே பல மணிநேரம் பேசினார். 'டு' என்கின்ற குற்றியலுகரம் எப்படி உச்சரிக்கப்பட வேண்டும், 'ப்' என்கிற எழுத்தில் வரும் புள்ளி உன் பாட்டில் எப்படித் துல்லியமாக ஒலிக்க வேண்டும் என்றும் அவர் அன்று சொன்னவை இன்றுவரை என் பேச்சுக்கு உதவி வருகின்றவைதாம்.

"கிடைமட்டமாக உருவாகி வளர்ந்த மக்களிசை, செங்குத்தான சில தனித்திறன் படைத்த பாடகர்கள் என்ற எட்டாப் பனை மரங்கள் உருவானபின் எவ்வாறு மக்களிடமிருந்து அந்நியமானது" என்று இசையின் வரலாற்றைப் புதிய கோணத்தில் கற்றுத் தந்தார். விடுதலைப் போரினில், சர்வதேச கீதம், இந்துமகா சமுத்திரம், ஜெயபேரிகை கொட்டடா ஆகிய நான்கு பாடல்களை, முறையான சங்கீத அறிவும் பயிற்சியும் இல்லாத எங்களுக்கும் பாடக் கற்றுத்தந்து அரங்கேற்றமும் செய்தார்.

"அன்றைய நாட்களில் ஆ... ஆ... என இழுத்துப்பாட முயற்சிப்பவர் யாராக இருந்தாலும் பாடகர் என்று சொல்லிக்

களத்தில் இறக்கிவிடுவோம். இயக்கத்தின் தேவையாகவும் சாத்தியமாகவும் அதுவே இருந்தது. எங்களுக்கு இசை பற்றி ஒன்றுமே தெரியாமல் இருப்பது பற்றி வருத்தத்துடன் துயர் ததும்பிய குரலில் எம்.பி.எஸ் பேசினார்:

"நான்தான் இருந்து உங்களுக்கெல்லாம் இசை கற்றுத் தந்திருக்க வேண்டும். அதை விட்டுவிட்டு எங்கெங்கோ சுற்றிவிட்டு இப்போ திரும்பி வந்து பார்த்தால் என் வீடு இப்படிச் சிதைந்து கிடக்கிறதே"

குடும்பத்தின் மூத்த பிள்ளை காணாமல் போய் ரொம்ப காலம் கழித்து வீடு திரும்பிப் பேசிய பேச்சாக அது இருந்தது.

மக்களின் துன்ப துயரங்களைச் சொல்லும் பாடலுக்கு உற்சாக உணர்வூட்டும் ராகத்தையோ, கோலாட்டம் போன்ற துள்ளலான வடிவத்தையோ கொடுக்கக் கூடாது என்றும் அறிவுரை கூறினார்.

○○○

முகாமின் இறுதியில் எழுத்தாளர் காஸ்யபன் (சியாமளம்) எம்.பி.எஸ்ஸை சந்தித்து உரையாடிய போது காப்பி அருந்திக் கொண்டே நாற்பது வருடங்களுக்கு முன் நடந்த ஒரு நிகழ்வைச் சொன்னார் எம்.பி.எஸ். அது காப்பியின் மணம் குறித்த ஒரு நிகழ்வு.

"1945 அல்லது 46, நான் சென்னையில் கல்லூரிப் படிப்பை முடித்துவிட்டு மதுரையில் மாணவர் இயக்கத்தைக் கட்டி வளர்க்க கம்யூனிஸ்ட் கட்சியால் அனுப்பப்பட்ட நேரம். மதுரையில் சுந்தரம், சங்கரராஜ், மணவாளன் போன்றவர்களுடன் வேலை செய்து கொண்டு இருந்தேன். எனக்கு முப்பது ரூபாய் அலவன்சு கட்சியிலிருந்து வரும். ஸ்தலத்தில் உள்ள ஊழியர்களுக்கு மெதுவாகத்தான் கிடைக்கும். ஆனால் எனக்கோ முதல் தேதிக்கே சென்னையில் இருந்து வந்துவிடும். அன்று அலுவலகத்தில் உள்ள அனைவருக்கும் குஷிதான். தௌபீக் ஓட்டலில் எட்டணாவுக்கு ஒரு பிளேட் பிரியாணியும் ஒன்றரை அணாவுக்கு சாப்ஸும் சாப்பிடுவோம். இதெல்லாம் ஒரு வாரம் நடக்கும். பிறகு கைக்கும் வாய்க்கும்தான்.

"இப்படித்தான், ஒரு சமயம் கையில் காலணாக் காசு கிடையாது. காலையில் காப்பி சாப்பிடக்கூட வழியில்லை. அலுவலகப் படிக்கட்டில் சோகமே உருவாக உட்கார்ந்து இருந்தோம். யாராவது ஒரு தோழர் ஒரு காப்பி வாங்கிக் கொடுத்தால் போதுமே! போதாக்குறைக்குக் கட்சி அலுவலகத்திற்கு அருகில் இருக்கும் கணேஷ் காபியில் இருந்து காப்பிக் கொட்டை அரைக்கும் வாசனை வேறு வந்து கொண்டிருந்தது. அப்போது தான் குருசாமி அண்ணா வந்தார். 'டே சுந்தரம், உள்ளே போய்க் கெட்டில்ல தண்ணியக் காய வைடா' என்றார். எங்களுக்கு மகிழ்ச்சி! 'ஆஹா, அண்ணன் காப்பிக்கு ஏற்பாடு பண்ணுகிறார்' என்று நினைத்து 'என்னண்ணே, காப்பிக்கு பால், காப்பி பொடி வேண்டாமா?' என்றேன். 'இல்லைடா வாசு, டம்ளர்ல சுடுதண்ணிய வச்சுக்கிட்டு காப்பி அரைக்கும்போது வரும் வாசனையை புடிச்சிக்கிட்டு வென்னியக் குடிச்சுப் புடலாம்!' என்றார். சொல்லி விட்டு எம்.பி.எஸ் கலகலவென்று சிரித்தார்."

பாரதியாரின் 'பாம்புப்பிடாரன்' என்ற வசன கவிதை, எம்.பி.எஸ் உருவாக்கிய படைப்புகளில் மிக ரம்மியமானது. அதை உருவாக்கியதே ஓர் அற்புதமான நிகழ்ச்சி. எம்.பி.எஸ் சொன்னார்:

"கான்பூரில் ஓர் இசை நிகழ்வை முடித்துவிட்டு அறையில் ஓய்வெடுத்துக் கொண்டிருந்தேன். பாரதி எனக்குப் பிரியமானவன். அவனுடைய வசன கவிதையான 'பாம்புப் பிடார'னை வாசிக்கும் போது பொறி தட்டியது. அலையின் ஓசை, காற்றின் சலசலப்பு, மேதையின் இசைப் பிரவாகம், குழந்தையின் அழுகுரல், சாலையில் செல்லும் பாதசாரிகளின் இரைச்சல், மதிய வேளைகளில் தெருவில் முறம் விற்கும் பெண்ணின் ஓலம், மகுடி ஊதும் பாம்புப் பிடாரனின் குழலோசை - இவை அத்தனையும் எவ்வளவு வித்தியாசமானவை! எவ்வளவு முரண்படுபவை! இருந்தும் இதற்குள்ளே ஒரு கட்டுப்பாடும் லயமும் இருப்பதைக் கண்டு பாரதி தன்னுடைய 'பாம்புப் பிடாரன்' வசன கவிதையில் வியந்தான். அதை அப்படியே இசை வடிவத்தில் உருவகப்படுத்த முயன்றேன்"

எனக் கண்களை மூடிப் பரவசத்தில் ஆழ்ந்தார் எம்.பி.எஸ்

"பணமும் புகழும் கிடைத்துவிட்டது. என் அனுபவத்தை தமிழக மக்களோடு பகிர்ந்து கொள்ள வேண்டிய தருணம் வந்துவிட்டது. இருபத்தைந்து இளைஞர்களை அனுப்பினால் அவர்களுக்கு முழுமையாகப் பயிற்சியளிக்கலாம்" என்று உணர்ச்சி பொங்கத் தன் விருப்பத்தைத் தெரிவித்த எம்.பி.எஸ், அடுத்த (1988) மார்ச் மாதம் ஒன்பதாம் நாள் லட்சத்தீவில் மரணமடைவார் என்று யார்தான் எதிர்பார்த்தார்?

◉

எம்.பி.எஸ்ஸின் நண்பர்கள்

கே.சி.எஸ். அருணாசலம்

பிறப்பு 1921 ஆம் ஆண்டு. ஊர் பொள்ளாச்சி, தந்தையார் கே.சி. சுப்பிரமணிய பிள்ளை ஒரு வழக்கறிஞர், தாயார் பார்வதி.

அருணாசலம் உயர்நிலைப்பள்ளிப் படிப்புக்குப்பின் வித்வான் பட்டம் பெற்றார். மனைவி சரஸ்வதி. சுப்பிரமணியன், தாயுமானவன், திருமுருகன், தெய்வநாயகம் ஆகியோர் புதல்வர்கள்.

1937 இல் கம்யூனிஸ்ட் தலைவர்கள் பி.கே. ராமசாமி, ப. ஜீவானந்தம், பாலதண்டாயுதம் போன்றோரின் முயற்சியால் பொள்ளாச்சியில் உருவான தீவிர வாலிபர் சங்கத்தில் இணைந்து உறுப்பினராகி, தன் பொதுவாழ்வைத் தொடங்கினார் அருணாசலம். இச்சங்கத்தில் எஸ்.வி. காட்டே, கேரள ஆசான்கள் தாமோதரன், என்.சி. சேகர், பி. ராமமூர்த்தி போன்றோர் அரசியல் வகுப்புக்களை நடத்தியுள்ளார்கள்.

மிகச் சிறந்த தமிழ்மொழி அறிவும் புலமையும் கவிதைத் திறனும் மிக்கவராக அருணாசலம் ஒளிவீசினார். 'புதுக் கவிதையின் புது வெள்ளத்தில் மூழ்கித் திசைமாறி விடாமலும் அதே சமயத்தில் மரபுச் சகதியில் மூழ்கிவிடாமலும் கவிதையின் ஜீவனை வெளிப்படுத்திக் காட்டுபவர் அருணாசலம்' என்று தமிழறிஞர் இரா. விநாயகி குறிப்பிடுகிறார்.

பூர்வீகச் சொத்து (சிறுகதைகள்), கவிதை என் கைவாள், பாட்டு வராத குயில் ஆகியவை அவரது குறிப்பிடத்தக்க படைப்புகள்.

இரண்டு கவிதைத் தொகுப்புகளும் 'சோவியத் நாடு நேரு பரிசு' பெற்றன. அமுதம், மாதமணி, மனோரஞ்சிதம் ஆகிய மாதப் பத்திரிகைகளிலும், நீதி என்னும் மாதமிருமுறைப் பத்திரிகையிலும் ஆசிரியராகப் பணியாற்றினார். 'மாதமணி' அடக்குமுறைக் கெடுபிடியால் நிறுத்தப்பட்டது.

1966-67 காலகட்டத்தில் 'ஜனசக்தி' ஆசிரியர் குழுவில் பணியாற்றினார். 1967-82 காலகட்டத்தில் 'சோவியத் நாடு' பத்திரிகையிலும் 1973 முதல் 'தாமரை' ஆசிரியர் குழுவிலும் பணி செய்தார். 1964 இல் தமிழ்நாடு கலை இலக்கியப் பெருமன்றத்தின் இரண்டாவது மாநில மாநாட்டின் வரவேற்புக்குழுச் செயலாளராக இருந்தார். 1938 இல் ப. ஜீவானந்தம் கைது செய்யப்பட்டதைக் கண்டித்து பொள்ளாச்சியில் நடைபெற்ற பொதுக் கூட்டத்திற்குத் தலைமை தாங்கினார். இப்டா அமைப்பின் தேசிய நிர்வாகக் குழு உறுப்பினராகவும், இப்டாவின் தமிழ்நாடு மாநிலச் செயலாளராகவும் பணிசெய்தார். எம்.பி.எஸ்ஸுடன் கட்சியிலும் கலை இலக்கிய அரங்கிலும் இணைந்து பணியாற்றினார்.

'பாதை தெரியுது பார்' படத்தில், இவர் எழுதி இடம்பெற்ற 'சின்னச்சின்ன மூக்குத்தியாம் செவப்புக் கல்லு மூக்குத்தியாம்' என்ற பாடல் மிகப் புகழ்பெற்ற ஒன்று. சென்னை இளைஞர் இசைக் குழுவுக்காக இவர் எழுதிய 'பாடும் பறவைகளே... பறந்தென் தோளில் அமர்ந்திடுங்கள்' என்ற சேர்ந்திசைப் பாடல் அதன் சொல் வளமைக்காகவும் பொருட்செறிவுக்காகவும் போற்றப்பட்டதாகும். அதற்கு இசை அமைத்தவர் எம்.பி.எஸ்

ஆர்.கே. கண்ணன்

ரங்கப்பள்ளி கே. கண்ணன் 31.05.1919 அன்று பிறந்தார். இவரது இளம் வயதிலேயே தந்தையை இழந்தார். இவருக்கு ஓர் அண்ணன், இரு தம்பிகள், இரு சகோதரிகள் இருந்தார்கள். ஆந்திராவைச் சேர்ந்த குடும்பம் தமிழகத்தில் குடியேறியது. பள்ளியில் ஏழாவது வகுப்பு முதல் சம்ஸ்கிருதத்தை முதல் மொழியாக எடுத்துப் பயின்றார்.

கண்ணன் அண்ணாமலைப் பல்கலைக்கழகத்தில் படித்தார். தொடக்க கால அரசியல் வாழ்வில் காங்கிரஸ் சோசலிஸ்டாக இருந்துள்ளார். படிப்புக்குப் பிறகு வங்கிப் பணியில் சேர்ந்த

அவருக்கு கம்யூனிஸ்ட் இயக்கத்தினருடன் தொடர்பு ஏற்பட, கட்சியில் முழுமையாகப் பணிசெய்யும் பொருட்டு வங்கிப் பணியில் இருந்து விலகினார்.

1942 தொடக்கத்தில் பாதுகாப்புக் கைதியாக வேலூர்ச் சிறையில் அடைக்கப்பட்டார். செப்டம்பர் மாதம் விடுதலை செய்யப்பட்டார். கட்சியின் மாநிலக் குழு உறுப்பினர் ஆனார். விஜய பாஸ்கரன் நடத்திய 'சரஸ்வதி' பத்திரிகையில் ஆசிரியர் குழுவில் இருந்தார். எஸ். ராமகிருஷ்ணன், தொ.மு.சி. ரகுநாதன், சுந்தர ராமசாமி ஆகியோருடன் பணியாற்றினார்.

'மார்க்சிய மெய்ஞ்ஞானம்' என்ற ஜார்ஜ் பொலிட்ஸரின் நூலைத் தமிழில் மொழிபெயர்த்தார். 'புதுநெறி காட்டிய புலவன்' என்று பாரதி பற்றி அவர் எழுதிய திறனாய்வு நூல் கலாநிதி கைலாசபதி, கா. சிவத்தம்பி போன்ற அறிஞர்களால் பாராட்டப்பட்ட ஒன்றாகும்.

ப. ஜீவானந்தம், நா. வானமாமலை, தொ.மு.சி. ரகுநாதன் ஆகியோருடன் இணைந்து தமிழ்நாடு கலை இலக்கியப் பெருமன்றத்தின் நோக்கம், செயல்திட்டம் ஆகியவை குறித்த ஆவணத்தை 1961 இல் வரைந்த பெருமைக்கு உரியவர். ஜெயகாந்தன், கு. சின்னப்பாரதி உள்ளிட்ட தலைசிறந்த படைப்பாளிகளை உருவாக்கி வளர்த்ததில் கண்ணன் அவர்களின் பங்கு மிக முக்கியமானது.

1973 ஆம் ஆண்டு செப்டம்பர் மாதம் சோவியத் யூனியனுக்குச் சென்ற கண்ணன் முன்னேற்றப் பதிப்பகத்தில் இணைந்து மொழிபெயர்ப்பாளராகப் பணி செய்தார். மாஸ்கோவில் பனிக்கட்டியின் மேலே சறுக்கியதால் எலும்பு முறிவுக்கு உள்ளானார். எனவே பணியிலிருந்து விலகித் தாயகம் திரும்பினார். அதன்பின் 'ஜனசக்தி' பத்திரிகை ஆசிரியர் குழுவில் இணைந்தார்.

1974 இல் உலகத் தொழிற் சங்கப் பிரதிநிதிகள் அடங்கிய மாநாடு நடந்தது. அப்போது, மார்க்சின் "கம்யூனிச அறிக்கை" மீது தினசரி எட்டு மணி நேரமாக ஏழு நாட்களுக்குக் கண்ணன் வகுப்பு எடுத்துள்ளார்.

'பாதை தெரியுது பார்' படத்தின் கதையும் வசனமும் எழுதியவர் ஆர்.கே. கண்ணன்.

சுப்ரமணிய சர்மா

25.12.1916 அன்று கேரள மாநிலத்தில் தலச்சேரியில் பிறந்தவர் சுப்ரமணிய சர்மா.

தமிழ்நாட்டுக்கு வந்து சிதம்பரம் அண்ணாமலைப் பல்கலைக்கழகத்தில் சேர்ந்து ஆங்கில இலக்கியப் பாடத்தில் பி.ஏ., ஆனர்ஸ் பட்டம் பெற்றார். 1937 இல் கேரள மாநிலத்தில் கம்யூனிஸ்ட் கட்சியில் இணைந்தார்.

பல்கலைக்கழகத்தில் படித்தபோது இடதுசாரிச்சார்பு மாணவர்களுடன் இணைந்து 'காம்ரேட்ஸ் க்ளப்' நிறுவியதில் சர்மாவுக்குப் பெரும் பொறுப்பு உள்ளது. நண்பர்களால் சர்மாஜி என்று அழைக்கப்பட்டார்.

கேரளாவில் இருந்த ஏ.கே. கோபாலன், சுப்ரமணிய சர்மா, என்.சி. சேகர், ராமச்சந்திர நெடுங்காடி ஆகிய கட்சி உறுப்பினர்களைத் தமிழகத்தில் கட்சியை உருவாக்கும் பணிக்காக கேரளக் கட்சி தமிழகத்திற்கு அனுப்பியது.

ஏ.கே.ஜி., சர்மாஜி இருவரும் மதுரை, திருச்சி, அண்ணாமலை ஆகிய இடங்களில் இருந்த கல்லூரி மாணவர்களுடன் தொடர்பை ஏற்படுத்திக் கொண்டு மாணவர்களிடையே கட்சியைக் கட்டும் பணியில் ஈடுபட்டிருந்தபோது, மதுரை மாணவர் அரங்கத்தில் இருந்த என். சங்கரய்யாவைத் தொடர்பு கொண்டனர். இவர்களின் முயற்சியால் கம்யூனிஸ்ட் கட்சியின் முதல் தமிழகக் கிளை 1940 ஜனவரி மாதத்தில் மதுரையில் உருவானது.

"கடலூரில் நாங்கள் வாலிபர் சங்கத்தை நிறுவிய போது சோசலிசம் பற்றி அறிந்து கொள்ள 1937 செப்டம்பரில் பாலதண்டாயுதம், சுப்ரமணிய சர்மா இருவரையும் அழைத்து கூட்டம் நடத்தினோம். வாலிபர் மன்றக் கூட்டம் நடந்தபின் அன்று மாலை காங்கிரஸ் சோசலிஸ்ட் கட்சி சார்பாக நடந்த பொதுக் கூட்டத்தில் இருவரும் பேசினார்கள்" என மூத்த கம்யூனிஸ்ட் தலைவர் ப. மாணிக்கம் பதிவு செய்துள்ளார்.

காங்கிரஸ் சோசலிஸ்ட் கட்சியின் மதுரைக் கமிட்டி அரசியல் வகுப்புகள் நடத்த ஏ.கே.ஜி., சர்மாஜி, நெடுங்காடி ஆகியோரை ஆசிரியர்களாக நியமித்தது குறிப்பிடத்தக்கது.

1940 இன் தொடக்கத்தில் பிரிட்டிஷ் மன்னர் ஆட்சிக்கு எதிராக ஆயுதப் புரட்சி நடத்தத் திட்டமிட்டதாகக் குற்றம் சாட்டப்பட்ட வழக்கில் பி. ராமமூர்த்திக்கு நான்கு ஆண்டுகள், மோகன் குமாரமங்கலத்துக்கு மூன்றரை ஆண்டுகள், சுப்ரமணிய சர்மா, சி.எஸ். சுப்ரமணியம், ஆஞ்சநேயலு, கேரளீயன் ஆகியோருக்குத் தலா மூன்று ஆண்டுகளும், ஆர். உமாநாத்துக்கு (இளைஞர் என்பதால்) இரண்டரை ஆண்டுகளும் கடுங்காவல் தண்டனை விதிக்கப்பட்டன என்பது வரலாறு.

1941 இல் சென்னை கம்யூனிஸ்ட் கட்சி சதி வழக்கில் சேர்க்கப்பட்ட சர்மாவுக்குத் தண்டனையும் அளிக்கப்பட்டது. இரண்டாம் உலகப்போர் நடந்த காலத்தில் யுத்த எதிர்ப்புப் பிரச்சாரத்தில் ஈடுபட்ட சர்மா உள்ளிட்ட கம்யூனிஸ்டுகளைப் பிரிட்டிஷ் அரசு பாதுகாப்புச் சட்டத்தில் சிறையில் அடைத்தது. மதுரையில் தொழிலாளர் போராட்டத்தில் ஈடுபட்ட சர்மாவை சிறையில் அடைத்தது பிரிட்டிஷ் அரசு. 1945 இல் தான் அவர் விடுதலை ஆனார்.

1948 இல் கம்யூனிஸ்ட் கட்சி தடை செய்யப்பட்ட காலத்திலும் தலைமறைவாக இருந்து சர்மா ஆற்றிய பணிகள் மகத்தானவை. 1957 ஆம் ஆண்டு வரை தமிழகத்தில் கட்சியின் மாநில நிர்வாகிகளில் ஒருவராக இருந்தார் சர்மா.

1957 ஆம் ஆண்டு பொது மக்களால் தேர்தல் முறையில் தேர்வு செய்யப்பட்ட முதல் கம்யூனிஸ்ட் அமைச்சரவை கேரளாவில் ஈ.எம்.எஸ். நம்பூதிரிபாட் தலைமையில் ஆட்சி அமைத்தபோது கட்சியின் ஏற்பாட்டின் பேரில் நம்பூதிரிபாட்டின் செயலாளராகச் சர்மா நியமிக்கப்பட்டதால் கேரளாவுக்குத் திரும்பிச் சென்றார்.

திருவனந்தபுரம் வழுத்தக்காட்டில் 1983 இல் லெனின் பால்வாடியை நிறுவியவர் சர்மா. 1988 இல் லட்சத்தீவில் எம்.பி.எஸ் எதிர்பாராத விதமாக மரணம் அடைந்த பின்னர் அவர் நினைவாகச் சர்மாவும் பிற முன்னணிக் கலைஞர்களும் இணைந்து எம்.பி.எஸ் இளைஞர் சேர்ந்திசைக் குழுவை 1988

ஆகஸ்ட் மாதமே நிறுவினார்கள். சர்மாஜி 1997 ஜூன் 22 அன்று காலமானார். அவரது புதல்வர் அசோக், புதல்வியர் சாந்தி, அனிதா ஆகியோர் சேர்ந்திசைக் குழுவை இப்போதும் திறம்பட நிர்வகித்து வருகின்றனர்.

சி. கோபாலகிருஷ்ணன்,
நடனக்கலைஞர் (09.04.1926 – 05.09.2012)

சி. கோபாலகிருஷ்ணன் கேரள மாநிலம் கொடுங்கல்லூரில் பிறந்தவர். கதகளி நடனத்தைக் கற்றுக் கொள்ள அவருக்கு மிகுந்த ஆர்வம் இருந்தது. மெட்ராசுக்கு வந்த அவருக்கு ஜெமினி ஸ்டுடியோவில் மிகச்சிறந்த நடனக் கலைஞர் கோபிநாத்தின் அறிமுகம் கிடைத்தது. 1946 இல் நடன நிகேதன் நடனப் பள்ளியில் சேர்ந்தார். கோபிநாத் மிகப் பல படங்களின் நடன இயக்குநராக இருந்தவர். குழுவில் முன்னணி நடனக் கலைஞர் என்ற இடத்தைக் கோபாலகிருஷ்ணன் பிடித்தார். திரைப்படக் கலையின் நுட்பம், தயாரிப்பு, அரங்கப் பணிகள் என அனைத்தையும் கற்றுக் கொண்ட கோபாலகிருஷ்ணன், 'சந்திரலேகா' படத்தில் முரசுகள் மீது ஆடப்பட்ட நடனக் காட்சியில் மிகப் பெரிய பங்கு வகித்தார். ஜெமினி ஸ்டுடியோவில் முழுநேர நடனக் கலைஞராகவும் ஆனார்.

படிப்படியாகத் தனது திறனை வளர்த்துக் கொண்ட கோபாலகிருஷ்ணன், தமிழ், மலையாளம், தெலுங்கு, கன்னடம், ஹிந்தி ஆகிய மொழிப்படங்களிலும் சிங்களப் படங்களிலும் நடனக் கலைஞராகப் பணியாற்றினார்.

1953 ஆம் ஆண்டு சீனாவுக்குச் சென்ற இந்தியக் கலாச்சாரத் தூதுக் குழுவில் கோபாலகிருஷ்ணன் இடம்பெற்றார். சீனத்தலைவர் மாவோ இவருடன் கை குலுக்கி வாழ்த்தியதைப் பெருமையுடன் நினைவு கூர்வார். 1954 இல் மலையாளத்தின் முதல் முழு நீளத் திரைப்படமான 'நீலக்குயிலி'ன் நடனக் காட்சிகளை இயக்கினார். 1956 இல் சென்னையில் எம்.பி.எஸ்ஸுடன் இணைந்து பாரதீய பாலே நடனக் குழுவை நிறுவினார். குழுவின் இசைப்பயிற்சிப் பொறுப்புகளை எம்.பி.எஸ் ஏற்றார். இந்தக் குழுவில் ஹார்மோனியம் இசைத்தவர்தான் ஆர்.கே.

சேகர். சேகருக்கும் எம்.பி.எஸ்ஸுக்கும் ஆன அறிமுகமும் நட்பும் இங்கேதான் தொடங்கியது எனலாம்.

கோபாலகிருஷ்ணன்தான் மலையாளக் கவிஞர் பி. பாஸ்கரனுக்கு எம்.பி.எஸ்ஸை அறிமுகம் செய்து வைத்தார். 'ஸ்வர்கராஜ்யம்' என்ற படத்துக்கு இசையமைத்து, மலையாளத் திரையுலகில் எம்.பி.எஸ் நுழைந்தார்.

குஜராத்தி மங்கையான குசும் அவர்களைக் கோபாலகிருஷ்ணன் 1963 ஆம் ஆண்டு திருமணம் செய்து கொண்டார். குசும்மின் குடும்பம் கேரளாவில் வாழ்ந்து வந்தது என்பது குறிப்பிடத்தக்கது. அவரும் சிறந்த நடனக் கலைஞரே. மஹாராஷ்ட்ராவிலும் கேரளாவிலும் பல நூறு நடனக் கலைஞர்களை உருவாக்கிய பெருமைக்குரியவர்கள் கோபாலகிருஷ்ணன் தம்பதியினர்.

டெல்லியில் ஏ.கே. கோபாலன் அவர்களின் செயலாளராக இருந்த எம்.பி.எஸ் மெட்ராசுக்கு மீண்டும் வந்தபின் அவருக்கு இசை ஆர்வம் இருந்ததை அறிந்து கொண்டு இசையை முறைப்படி கற்றுக் கொண்டு முழு நேர இசையமைப்பாளராக, இசைக் கலைஞராக எம்.பி.எஸ் தனது வாழ்க்கையை அமைத்துக் கொள்ளத் தூண்டுகோலாக இருந்தவர் கோபாலகிருஷ்ணன்தான்.

"ரீரிக்கார்டிங் தொழில்நுட்பத்தில் எம்.பி.எஸ்ஸுக்குத் தனிப்பட்ட சிறப்பான தகுதிகள் இருந்தன. அடூர் கோபாலகிருஷ்ணன் உள்ளிட்ட பல இயக்குநர்கள் அவரை விரும்புவதற்கு இதுவும் ஒரு காரணம். திரையில் விரியும் காட்சி, சூழ்நிலை, பாத்திரங்களின் மனநிலை ஆகியவற்றை நன்றாகப் புரிந்து கொண்ட பின்னர் தான் எம்.பி.எஸ் அக்காட்சிக்கு இசைக் கோர்வையைத் திட்டமிடுவார். பாடல்கள் (மெட்டமைக்கு முன்னரே) எழுதப்பட்ட பின்னர்தான் பாடலை மனதில் வாங்கிக் கொண்டு இசை அமைப்பார்."

"பாடலாசிரியர்கள், இசையமைப்பாளர்களின் உரிமையைக் காக்க எம்.பி.எஸ் எடுத்த சீரிய நடவடிக்கைகள்தான் இந்திய நிகழ்த்து கலைகளுக்கான உரிமைக்கழகம் (IPRS) உருவாகக் காரணமாக இருந்தன. பண்டிட் ரவிசங்கர் வட இந்தியாவில் இதுபோன்ற நடவடிக்கையை எடுத்தார். மேற்கத்திய நாடுகளில் இந்த அறிவுசார் சொத்துரிமைக்கான சட்டங்கள் ஏற்கனவே

இருந்ததை அடியொற்றி, இந்தியாவிலும் அதே போன்ற உரிமைகளைப் பெறத் தேவையான நடவடிக்கைகளைத் திட்டமிட்டு மேற்கொண்டு அந்த முயற்சியில் வெற்றியும் பெற்றார்."

"1985 ஆம் ஆண்டு டெல்லியில் தாமரைக் கோவில் திறக்கப்பட்ட போது 121 நாடுகளில் இருந்து மக்கள் வந்திருந்தார்கள். உலக அமைதியை வலியுறுத்தும் ஓர் இசை நடன நிகழ்ச்சியை நடத்தத் திட்டமிடப்பட்டது. அந்த இசை நடன நிகழ்ச்சிக்கு இசை அமைக்க வேண்டுமென எம்.பி.எஸ்ஸைக் கோபாலகிருஷ்ணன் கேட்டுக் கொண்டார். அனைவராலும் புகழப்பட்ட மிகச் சிறந்த இசையைக் கொடுத்தார் எம்.பி.எஸ்" எனத் தன் நினைவுகளைப் பதிவு செய்துள்ளார் கோபாலகிருஷ்ணன்.

⊙

டி. ராமச்சந்திரன் (MYC)

1970 இன் தொடக்கத்தில் சென்னை சட்டக் கல்லூரியில் முதலாம் ஆண்டு சட்டம் பயின்று கொண்டிருந்த மாணவர் டி. ராமச்சந்திரன். தஞ்சை மாவட்டத்தைச் சேர்ந்தவர். இசையார்வம் கொண்டிருந்த அவர் முறையாகப் பாட்டும் கற்றுவந்தார். அவரது ஆர்வத்தை அறிந்த பச்சையப்பன் கல்லூரிப் பேராசிரியர் வேணுகோபால் என்பவர், அப்போதுதான் எம்.பி.எஸ் அவர்களால் நிறுவப்பட்டிருந்த சென்னை இளைஞர் இசைக் குழுவில் (Madras Youth Choir) ராமச்சந்திரனைச் சேர்க்கும் நோக்கத்தில் எம்.பி.எஸ்ஸிடம் அழைத்துச் சென்றுள்ளார். தன் முன் வந்துநின்ற ராமச்சந்திரனை ஒரு பாட்டுப்பாடுமாறு எம். பி.எஸ் சொல்ல, ராமச்சந்திரன் பாடிய பாடல் 'கலைக் கோவில்' படத்தில் டாக்டர் பாலமுரளிகிருஷ்ணா பாடிய 'தங்கரதம் வந்தது வீதியிலே' என்ற பாடல். பாடலைக் கேட்ட எம்.பி.எஸ், "யு ஆர் இன்" ('You are in') என்று பச்சைக் கொடி காட்டினார். அன்று குழுவில் இணைந்த ராமச்சந்திரன் ஐம்பத்து நான்கு வருடங்களாகத் தனது சிறப்பான பங்கைச் செலுத்தி வருகின்றார். எம்.பி.எஸ்ஸைத் தனது குரு என்று மரியாதையுடன் அழைக்கும் ராமச்சந்திரன், எம்.பி.எஸ்ஸின் குடும்பத்தில் ஒருவராகவே இருந்துள்ளார். டி. ராமச்சந்திரன் அவர்களை நேரில் சந்தித்து உரையாடினோம். அந்த உரையாடலுடன், அவர் பல்வேறு தருணங்களில் பகிர்ந்து கொண்டவற்றையும் இணைத்து இங்கே பதிவு செய்கின்றேன்.

"மனிதக் குரலுக்கு ஈடு இணை எதுவுமே இல்லை" என எனது குரு எம்.பி. சீனிவாசன் அழுத்தமாகக் கூறுவார். எந்த இசையையும் உணர்வுகளையும் பாடலின் கருத்தையும்

பாவத்தின் மூலம் மனிதக் குரலால் மட்டுமேதான் கொண்டு வரமுடியும். இசைக்கருவியில் அந்த மெலடி வரலாம், நாம் கேட்கலாம், ஓரளவுக்கு உணர்வுகளைக் கொண்டு வரலாம், ஆனால் இசைக்கருவியால் 'உச்சரிக்க' முடியாது. அதை மனிதக் குரலால் மட்டுமேதான் வெளிக் கொண்டுவர முடியும்.

"எனவே மனிதக் குரலுக்கு முக்கியத்துவம் கொடுத்து இசைக் கருவிகளின் எண்ணிக்கையைக் குறைத்து எம்.பி. சீனிவாசன் உருவாக்கியதுதான் சேர்ந்திசை வடிவம். இசைக் கருவிகளுக்கு இங்கே முக்கியத்துவம் இல்லை. எங்களது சேர்ந்திசையில் இருக்கும் இசைக்கருவிகள் எனில் ஓர் ஆர்மோனியம், தபேலா, கிதார், அவ்வளவுதான்.

"சேர்ந்திசை என்பது மனித வாழ்க்கையின் அம்சம். பிறப்பிலிருந்து இறப்புவரை மனிதர்கள் சேர்ந்துதான் பாடியிருக்கிறார்கள். கும்மி, கோலாட்டம் ஆகியவை நம் மரபில் சேர்ந்திசை வடிவம்தானே! நாற்று நடும்போது பெண்கள் சேர்ந்து பாடுவார்கள்; ஏற்றப்பாட்டு ஆண்கள் சேர்ந்துபாடுவது. கோஷ்டிகானம் என்று ஒரு வடிவம் இருக்கிறது அல்லவா? ஒரு மனிதன் இறக்கும் போது தன் துக்கத்தை வெளிப்படுத்த இன்னொரு மனிதன் தனியே இருந்து அழுவதற்குப் பதிலாக நாலைந்து பேர் சேர்ந்து ஒப்பாரி அல்லது பிலாக்கணம் வைப்பதும் அதன் வடிவம்தானே? இந்தியாவில் மட்டுமல்ல. பல நாடுகளிலும் கூட்டுச் சேர்ந்து பாடுகிற வழக்கம் இருந்து வந்துள்ளது.

"சேர்ந்திசைக்கு எது அடிப்படை? இந்திய இசை வடிவம் என்பது பழமையான நாட்டுப்புறப்பாடல் வடிவம், கர்நாடக சங்கீதம், ஹிந்துஸ்தானி - இந்த மூன்றில் ஒன்றாகத்தான் இருக்கும், இந்த மூன்றையும் இணைத்து மேற்கத்திய இசையில் சில யுக்திகளைக் கையாண்டு உருவாக்கப்பட்ட புதிய இசை வழிதான் இந்திய சேர்ந்திசை (*Indian Choral*). இது ஒரு புதுவகை வடிவம் (*Genere*). சேர்ந்திசையில் பாடலைப் பாடிக் கொண்டிருக்கும் குழுவினரில் ஒவ்வொரு பிரிவினரும் ஒவ்வொரு விதமாக, மொத்தம் ஆறு விதமாக, ஒவ்வொருவரும் ஒவ்வொரு ஸ்வரத்தில் அல்லது கவுண்டர் - மெலடியஸில் அல்லது வேறு விதத்தில் பாடுவது இந்திய வடிவம்.

“இந்த சேர்ந்திசை வடிவம் சாமான்ய மக்கள் திரளிடம் சென்று சேர வேண்டும். சேர்வது மட்டுமல்ல, சாமான்ய மக்களே திரளாக நின்று பாடவும் வேண்டும். அப்படிப் பாடும் போதுதான் சகமனிதருடன் நட்பு, மனித நேயம், மத நல்லிணக்கம், தேச ஒற்றுமை, சமூக விழிப்புணர்வு ஆகிய உயரிய விழுமியங்களை மக்களிடையே கொண்டு சேர்க்க முடியும்.

“எம்.பி.எஸ் இப்டாவில் இணைந்து செயல்பட்டார். இந்தியாவின் பல மாநிலங்களில் புகழ்பெற்று விளங்கிய முன்னணி எழுத்தாளர்கள், கலைஞர்கள், நடிகர்கள் எனப் பல தரப்பினரும் இந்த இயக்கத்தில் இருந்தார்கள். இந்திய சேர்ந்திசை வடிவம் இப்டாவில் இருந்துதான் தொடங்கியது என்று சொல்லலாம். எம்.பி.எஸ் சென்னையில் 1971 ஆம் ஆண்டு *MYC* ஐ நிறுவினார். *MYC* தான் இந்தியாவின் மிகப் பழமையான சேர்ந்திசைக் குழு என்ற பெருமை படைத்தது என்பதில் எங்களுக்கெல்லாம் பெருமை உண்டு.

“தமிழ் உள்ளிட்ட பன்னிரெண்டு இந்திய மொழிகளில் முற்போக்குணர்வும் சமுதாய விழிப்புணர்வும் பொதிந்த சுமார் இருநூறு பாடல்களை சேர்ந்திசை வடிவத்தில் இசைத்திருக்கிறார் எம்.பி.எஸ். மற்ற இசையமைப்பாளர்களின் இசைக் கோர்வையில் உருவான பாடல்களையும் நாங்கள் இப்போது பயிற்சி செய்து பாடுகிறோம். இப்போது இருபத்தாறு பாரதியார் பாடல்களைப் பாடுகிறோம்.

“சென்னைப் பல்கலைக்கழக நூற்றாண்டு விழா மண்டபத்தில் இரண்டாயிரம் குழந்தைகளை ஒன்றிணைத்துப் பாடவைத்துச் சாதனை புரிந்தவர் எம்.பி.எஸ். சென்னையில் நேரு விளையாட்டரங்கம் கட்டப்படாத நேரத்தில், விளையாட்டு மைதானமாக இருந்த திடலில் பத்தாயிரம் பள்ளிக் குழந்தைகளை ஒன்றிணைத்து ஒரு சுதந்திர தினத்தில் பாரதியாரின் ஆறு பாடல்களைப் பாட வைத்தார் எம்.பி.எஸ். அது ஒரு வரலாற்றுச் சாதனை.

“பாடசாலை போக வேண்டும், பாப்பா எழுந்திரு” என்ற பாடல் குழந்தைகளுக்காகவே ஈரோடு தமிழன்பன் அவர்கள் எழுதிய பாடல். எம்.பி.எஸ்ஸூக்கு மிகவும் பிடித்த பாடலாகும் இது. இந்தப் பாடலில் மேற்கத்திய இசை நுட்பத்தின் கவுண்டர்

பாயிண்ட் உத்தியை எம்.பி.எஸ் பயன்படுத்தினார் என்பதை நான் குறிப்பிட விரும்புகிறேன். இந்தப் பாடலின் இசைப் பதிவில் இளையராஜாவும் கங்கை அமரனும் (அன்றைய நாட்களில் அவர்கள் ராசையா, அமர்சிங்) கிடார் இசைத்தார்கள். கோயம்புத்தூரில் இப்பாடலை சுமார் 6,500 பள்ளிக் குழந்தைகள் சேர்ந்து பாடினார்கள். பல இடங்களில் ரசிகர்கள் இந்தப் பாடலை மீண்டும் மீண்டும் பாடச் சொல்லிக் கேட்டு இன்புற்றார்கள் என்பதை நினைவு கூர்கிறேன்.

“முழுக்க முழுக்கக் கர்நாடக சங்கீதத்தில் ஒரு வர்ணத்தை எடுத்து சேர்ந்திசை வடிவத்தில் எம்.பி.எஸ் கொடுத்தார். உதாரணமாக மகாவித்வான் ஹரிகேச நல்லூர் முத்தையா பாகவதரின் சுத்த தன்யாசி ராகத்தில் அமைந்த ஒரு வர்ணத்தை எடுத்து அதன் இசை இலக்கணம் மாறாமல் அதைச் சேர்ந்திசை வடிவத்துக்கு கொண்டுவந்து இசையமைத்து அந்த வர்ணத்தைப் பாடி வருகின்றோம். சில பள்ளிக் குழந்தைகளும் அந்த வர்ணத்தைப் பாடி வருகின்றார்கள். அதே முத்தையா பாகவதரின் ஆறு கீர்த்தனைகளை எடுத்துச் சேர்ந்திசை பாணியில் ஸ்வரங்கள் இட்டு முழு நிகழ்ச்சியே நடத்திக் கொடுத்திருக்கிறோம். முழுக்கவும் கர்நாடக, ஹிந்துஸ்தானி பாணியில் சில பாடல்களையும் சேர்ந்திசை வடிவில் பாடி வருகின்றோம்.”

பாரதியாரின் *‘தேடிச் சோறு நிதந்தின்று’*, *‘அச்சமில்லை அச்சமில்லை’*, *‘நெஞ்சு பொறுக்குதில்லையே’*, *‘சுட்டும் விழிச் சுடர்தான்’* ஆகிய பாடல்களுக்குச் சேர்ந்திசை வடிவம் கொடுத்துள்ளார் டி. ராமச்சந்திரன். எம்.ஒய்.சி.யின் நாற்பதாவது ஆண்டு விழாவின் போது *‘பள்ளுப் பாடுவோமே’* என்ற சேர்ந்திசைக் குறுந்தகடு வெளியிடப்பட்டது. 2014 ஆம் ஆண்டு *‘பூ வேணுமா’* என்ற சேர்ந்திசைக் குறுந்தகடு வெளியிடப்பட்டது. 34 பாடல்கள் இடம்பெற்றன.

சென்னை இளைஞர் இசைக் குழு இப்போது சென்னை எம்.பி.எஸ் இசைக் குழு (Madras MBS Choir) என்று அழைக்கப்படுகிறது. எத்தகைய சூழலிலும் எம்.பி.எஸ்ஸின் இசைப் பாரம்பரியத்தைத் தொடர்ந்து முன்னெடுத்துச் செல்வதில் குழுவினர் அனைவரும் ஒத்த கருத்துடன் உறுதியாகச் செயல்பட்டு வருகின்றனர்.

⊙

ஆசிரியரைப் பற்றி மாணவர்கள்

எம்.பி.எஸ் சென்னையில் சென்னை இளைஞர் இசைக் குழுவை நிறுவினார். அவரது மறைவுக்குப் பின் அவரது தோழர் சுப்ரமண்ய சர்மாவின் உறுதியான முயற்சியால் திருவனந்தபுரம் பல்கலைக்கழகத்தில் நிறுவப்பட்டது எம்.பி.எஸ் சேர்ந்திசைக் குழு. இரண்டு இசைக் குழுக்களிலும் எம்.பி.எஸ்ஸிடம் மாணவர்களாக இருந்த பாடற் கலைஞர்களும் இசைக்கருவிக் கலைஞர்களும் பின்னாட்களில் நாடறிந்த புகழ்பெற்ற கலைஞர்களாக மிளிர்ந்தார்கள் என்பதற்குப் பல உதாரணங்களைச் சொல்ல முடியும். அவர்களில் சிலர் நெகிழ்ச்சியுடன் எம்.பி.எஸ்ஸுடன் ஆன தமது மரியாதை கலந்த நட்புறவையும் அவரிடமிருந்து பெற்ற அளப்பரிய இசையறிவு பற்றிய அனுபவங்களையும் பகிர்ந்து கொள்கிறார்கள்.

டி.கே. ஜெய்ராமன், இசையமைப்பாளர்

புகழ்பெற்ற மிருதங்கக் கலைஞர் டாக்டர் டி.கே. மூர்த்தி அவர்களின் புதல்வர் ஆன டி.கே. ஜெயராமன் அடிப்படையில் வாய்ப்பாட்டுக் கலைஞர். பின்னாட்களில் இசையமைப்பாளர் என்ற உயர்ந்த இடத்தை அடைந்தார். இனி அவரது குரலில்:

> *"1971 ஆம் ஆண்டு சென்னை இளைஞர் இசைக் குழு தொடங்கப்பட்ட போது எனக்கு 14 அல்லது 15 வயது தான் ஆகியிருந்தது. ஒவ்வொரு ஞாயிற்றுக்கிழமையும் சேர்ந்திசைப் பயிற்சி நடக்கும். அந்த நாள் மிக மகிழ்ச்சிகரமான நாளாக*

இருக்கும். எம்.பி.எஸ்ஸுடன் இணைந்து நிறைய வேலைகள் செய்தேன். அவரால்தான் நான் வளர்ந்தேன்.

1972-73 காலகட்டத்தில் வானொலி வணிக விளம்பரங்களை அவர்தான் தயாரித்தார். வாரத்தில் மூன்று அல்லது நான்கு நாட்கள் இந்த விளம்பரத் தயாரிப்புக்கான பயிற்சி நடக்கும். நானும் ஏ.வி. ரமணனும் நிறைய விளம்பரங்களில் பாடியிருக்கிறோம்! இந்தியாவின் அனைத்து மொழி வானொலி விளம்பரங்களும் சென்னையில்தான் பதிவு செய்யப்படும். அத்தனை மொழிகளிலும் பாடுவதற்கு எனக்கு வாய்ப்பளித்தார். ஒவ்வொரு மொழியின் தனித்துவத்தையும் புரியவைத்துப் பயிற்சி அளிப்பார்.

வி.எஸ். நரசிம்மன் அவரிடம் உதவியாளராக இருந்தார். திரைப்படங்களில் அவர் முழுக்கவனமும் செலுத்தத் தொடங்கிய போது நான் அவரிடம் பயிற்சி உதவியாளராக *(Learning Assistant)* இருந்தேன். எனவே எம்.பி.எஸ்ஸுக்கு விளம்பரங்கள் தயாரிக்கப் போதிய நேரம் இல்லாதிருந்தது. "நீ விளம்பரங்களைத் தயாரிக்கிறாயா?" என்று என்னிடம் கேட்டார், "செய்கிறேன்" என்றேன். பாம்பே பிலிம் டிவிசன் ஓர் ஆவணப் படத்தைத் தயாரித்தபோது அதற்கு இசையமைக்கும் வாய்ப்பு எனக்கு கிடைத்தது. "நீ இந்த ஆவணப் படத்திற்கு எப்படி இசைமைப்பாய்?" என்று எம்.பி.எஸ் என்னைக் கேட்க, 'ஒரு தாலாட்டு உணர்வுதான் ட்யூனில் இருக்க வேண்டும்' என்றேன். தட்டிக் கொடுத்தார்.

அவருடன் பல திரைப்படங்களில் உதவியாளராக இருந்தேன். பதினேழு வருடங்கள் அவருடன் இருந்தேன். ஸ்வரம் எழுதக் கற்றுத் தந்தார். மேற்கத்திய இசை, இந்திய இசை இரண்டையும் கற்றுக் கொடுத்து என்னை இசையமைப்பாளராக வளர்த்தார். அவரே எழுதிய பல இசைக் குறிப்புகளை *(Notes)* இப்போதும் பாதுகாத்து வைத்திருக்கிறேன்.

'வாருங்கள் சேர்ந்து பாடுவோம்' என்ற குழந்தைகளுக்கான குறும்படத்தை எடுக்கப் பல்வேறு பள்ளிகளில் இருந்து வந்திருந்த குழந்தைகளைக் கொண்டு முட்டுக்காட்டில் படப்பிடிப்பு நடத்தினோம். அப்போது அவருக்கு முதுகுவலி இருந்தது. படப்பிடிப்பு முடியும் நிலையில் மழை வந்துவிட,

அந்த நிலையிலும் எல்லாக் குழந்தைகளையும் மிகுந்த கவனத்துடன் பேருந்துகளில் ஏற்றி அவரவர் வீடுகளுக்குப் பத்திரமாக அனுப்பிவைத்தார்.

ராஜா அண்ணாமலைபுரத்தில் நரிக்குறவர் சமூக மக்களைச் சந்திக்கச் சொன்னார். அவர்களைப் படம் பிடித்தோம். பூம்பூம்மாடு வைத்து வாழ்க்கை நடத்தும் மக்களைப் பற்றி ஒரு படம் எடுத்தார். படம் வெற்றிகரமாக அமைந்தது. பழங்குடி மக்களான படகர் சமூகத்தவரின் நாட்டுப்புறப்பாடல் ஒன்றை நான் தனியனாகப் பாடினேன். படகர் மொழியில் எடுக்கப்பட்ட முதல் திரைப்படப் பாடல் அதுதான். இசை அமைத்தவர் எம்.பி.எஸ் தான்.

அவரிடம் பெற்ற பயிற்சியால் வளர்ந்து ஆல் இந்தியா ரேடியோவில் நான் 'ஏ' கிரேட் கலைஞர் ஆனேன். என்னிடம் இருக்கும் தம்புரா எம்.பி.எஸ் எனக்குக் கொடுத்ததுதான். அந்தத் தம்புராவை அதற்கு முன் பயன்படுத்திக் கொண்டு இருந்தவர் கே.ஜே. யேசுதாஸ்."

டி.கே. ஜெயராமன் இங்கு குறிப்பிடும் படகர் மொழித் திரைப்படத்தின் பெயர் 'கால தப்பித பயிலு' என்பதாகும்.

எம். ஜெயச்சந்திரன்

மலையாளப் படவுலகின் புகழ்பெற்ற இசையமைப்பாளர் எம். ஜெயச்சந்திரன். மிகப் பல விருதுகளை வென்றிருக்கும் அவர் 'மிகச்சிறந்த பாடகர்' என்ற மாநில அரசின் விருதை 'நோட்டம்' என்ற படத்தில் பாடிய பாடலுக்காகப் பெற்றார் என்பது சிறப்பு. அடிப்படையில் அவர் ஒரு பாடகர். திருவனந்தபுரத்தில் பொறியியல் பட்டப் படிப்புப் படிக்கின்ற காலத்தில் எம். பி.எஸ்ஸின் சேர்ந்திசைக் குழுவில் பாடகராகப் பயிற்சி பெற்றவர் என்பது குறிப்பிடத்தக்கது. 1986 இல் குழுவில் இணைந்த அவர், கீழ் ஸ்தாயிப் பாடகர்கள் வரிசையில் ஒருவர்.

"மிகச் சிறந்த ஆளுமை அவர். மனிதாபிமானி. 350 பேர் கொண்ட எங்கள் குழுவின் ஒவ்வொருவரையும் பெயர் சொல்லி அழைப்பார். இசைக் குறிப்புக்களை அவரே எழுதுவார். அவரிடம் இசை உதவியாளராக ஒரே ஒருவர்தான்

இருப்பார். மேற்கத்திய செவ்வியல் இசைஞானம் நிரம்பிய அவர் அதையும் இந்திய செவ்வியல் இசையையும் கலந்து புதுவகை இசை மரபை உருவாக்க முனைந்தார்.

பிராமணர் குடும்பத்தில் இருந்து வந்த எம்.பி.எஸ் தான் வர்க்க பேதமற்ற சமத்துவ சமுதாயத்துக்குப் போராடும் ஒரு கம்யூனிஸ்ட்டாக உருவெடுத்தார். என்னிடம் அப்போது எம்.பி.எஸ் சொல்வார், 'ஜெயச்சந்திரன், உனக்கு எஞ்சினீயரிங் படிப்பு ஏற்றதல்ல' என்று. அதாவது என்னிடம் அவர் கண்ட இசை ஆர்வத்தையும் அறிவையும் கணித்து இசையின்பால் என்னை முழுக்கவும் திருப்ப அவர் ஆர்வம் காட்டினார்."

எம்.பி.எஸ் ஆசைப்பட்டதுதான் நிறைவேறியது. சிறந்த பாடகரான எம். ஜெயச்சந்திரன் மலையாளத்தில் 140 படங்களுக்கு மேல் இசையமைத்துப் புகழ்பெற்றுத் திகழ்கின்றார்.

2020 இல் வெளிவந்த 'சுஃபியும் சுஜத'யும் என்ற மலையாளப் படத்தின் கதாநாயகி வாய் பேசமுடியாதவள். படத்தின் இசையமைப்பாளர் ஜெயச்சந்திரன். சுஜாதாவின் வாய்மொழியாக, உணர்ச்சிகளை வெளிப்படுத்தும் கருவியாக அமைந்தது படத்தின் இசைதான். வேறு எப்படி இருக்க முடியும்? சரி, இந்தச் சவாலை அவர் எப்படிச் சந்தித்தார், சமாளித்தார். அவரே சொல்கிறார்:

"தொடக்க நாட்களில் எனது தூக்கம் தொலைந்தது! காட்சிகளாலும் பின்னணி இசையாலும் மட்டுமே அவளது உணர்வுகளை, அதாவது வாய்மொழியால் வெளிப்படுத்த முடியாத உணர்வுகளை, வெளிப்படுத்த முடியும் என்பது பெரிய சவாலாக இருந்தது. எனக்கு இந்த இக்கட்டான நிலைமையிலிருந்து வெளியில் வர வழி காட்டியவர் எனது ஆசிரியராக இருந்த எம்.பி. சீனிவாசன்தான். எப்படி வழிகாட்டினார்? அவர்தான் எனக்குக் கற்றுத் தந்திருந்தார், "மௌனம் பேசும், ஒரு தொடர் நகர்வை நிறுத்தும்" என்று; 'எப்போது மௌனமாக இருக்க வேண்டும், எப்போது பேச, வேண்டும், எப்போது உச்சக்கட்ட இசையைத் தொட வேண்டும் என்று. எல்லாவற்றுக்கும் மேலாக இசையை எங்கே நிறுத்திவிட வேண்டும் என்று கற்றுத் தந்தார். இப்படத்தில் எம்.பி.எஸ்ஸுக்காக மூன்று பின்னணி இசைத்

தடங்களை (BGM) பாடல்களை அர்ப்பணித்துள்ளேன். இவை இந்தோ-அரேபியக் கலவையின் வழியாக சமகால மாயாவாதச் சுவையின் அடிப்படையில் அமைந்த பாடல்கள்"

வீணை வித்வான் ஆர். பார்த்தசாரதி

மௌனப் படங்களின் காலத்தில் இருந்தே வீணைக் கலைஞராகப் புகழ்பெற்றிருந்த வீணை ராகவன் அவர்களின் புதல்வர் பார்த்தசாரதி. அவர் எம்.பி.எஸ் பற்றி என்ன சொல்கிறார்?

"எம்.பி.எஸ் சாரும், அப்பாவும் மிக நெருக்கமான நண்பர்கள், ஒருமையில் அழைத்துக் கொள்ளும் நெருக்கம். அப்பாவும் நானும் சேர்ந்தே எம்.பி.எஸ் சார் இசையில் வீணை இசைப்போம். 'அப்பாவை நீ தொந்தரவு செய்யக்கூடாது, நீ தனியாக வாசி' என்று எம்.பி.எஸ் எனக்குச் சொல்வார். அவர் சொல்லித் தருவனவற்றை நெடுநேரம் பயிற்சி செய்வேன். ரிக்கார்டிங் போவேன். எம்.பி.எஸ் வெளிப்படையாகப் பாராட்டுவார். பின்னர் அவருக்கு வீணை இசைக் கலைஞராக ஆனேன்.

அவரது இசையை ஒரே வரியில் சொல்ல வேண்டும் எனில் ரொம்ப சிம்பிள், சொல்ல வந்தது நேரடியாக இருக்கும் (straight forward). அவரது pieces தனித்தனி statement ஆக இருக்கும். புல்லாங்குழல் எனில் புல்லாங்குழல், வீணையா, வீணை மட்டும்தான். Orchestration எனில் leading instrument மீது arrangements இருக்கும். மிக அழகாக இருக்கும், கும்பலாக இரைச்சல் இருக்காது. அவரது தனித்திறனை அறிய வேண்டும் எனில் அவரது சேர்ந்திசைப் பாடல்களைக் கேட்க வேண்டும். பெரிய தொழில்நுட்பம் எல்லாம் இல்லாத அந்தக் காலத்தில் சேர்ந்திசை வடிவில் மிகப்பலரும் பாடுவது ஒரே நேரத்தில் தெளிவாகக் கேட்கும்படியாக இருக்கும், ஆச்சரியம்தான்!

ஏ.வி.எம் 'சி' ரிக்கார்டிங் தியேட்டரில் அப்பாவும் நானும் எம்.பி.எஸ்ஸுக்காக ஒரு பாடலில் வீணை வாசித்தோம். அதற்காக அப்பாவுக்கு நூறு ரூபாயும் எனக்கு அறுபது ரூபாயும் ஊதியமாகக் கொடுத்தார்கள். பாடல் பதிவு முடிந்த பின் எம்.பி.எஸ் என்னிடம், 'உனக்கு எவ்வளவு

கொடுத்தார்கள்?' என்று கேட்டார். சொன்னேன். 'அப்பாவுக்கு இணையாகச் சிறப்பாக வீணை வாசித்தான் இவன். அதே நூறு ரூபாயை இவனுக்கும் கொடுங்கள்' என்று ரிக்கார்ட்டிங் தியேட்டர் மானேஜரிடம் சம்பளப் பட்டியலைத் தனது கையால் திருத்தி நூறு ரூபாய் பெற்றுத் தந்தார். திறமைக்கு மரியாதை கொடுத்தவர் எம்.பி.எஸ்."

பின்னணிப் பாடகராக இப்போது புகழ்பெற்றுள்ள ஸ்ரீராம் பார்த்தசாரதி இவரது புதல்வர்தான்.

ஏ.வி. ரமணன்

"எம்.ஒய்.சி.யில் நான் சுமார் இரண்டரை வருடங்கள் பாடினேன். எம்.பி.எஸ்ஸே ஒரு நல்ல பாடகர். நமக்குப் பாடச் சொல்லித்தரும் அழகே மிக நன்றாக இருக்கும். நாள் முழுவதும் கேட்டுக் கொண்டே இருக்கலாம். குழுவில் நான் முன்னணிப் பாடகராக (Lead Singer) இருந்தேன். 'மேடையில் ரொம்பப் பாடாதே, சினிமாவில் நான் பாடவைக்கிறேன்' என்பார். பாடலின் நுட்பங்களைச் சொல்லித் தருவார். *Opera* என்றால் என்ன என்பது மாதிரி பல விசயங்களைச் சொல்லுவார். வானொலி விளம்பரங்களுக்குப் பாடுவேன்.

"ரமணன், நாளைக்கு ஒரு விளம்பரப் பாடல் பதிவு இருக்கு, நீதான் பாடணும்" என்பார். தமிழ்நாட்டிலேயே பிறந்து வளர்ந்த காந்தி என்ற குஜராத்திக்காரரைப் பாடல் பதிவுக்கு அனுப்புவார். ஒரு கிடாரிஸ்ட், ஒரு தபேலா கலைஞர், அவ்வளவுதான். கார் வரும். ஒரு டேப் ரிக்கார்டர் வரும். அதன் மேல் ஒரு மைக் வைப்பார். ஆம், பாடுவதற்கும் அதுதான், இசைக் கருவிக்கும் அதுதான்! அழகாகப் பதிவு செய்வார் காந்தி. இப்படிப் பதிவு செய்யப்பட்ட வணிக விளம்பரப் பாடல்கள்தாம் இலங்கை வானொலிக்கும் போகும்! விவித்பாரதி அப்போது இல்லை. சென்னை வானொலி மட்டும்தான். உஷா உதூப்புடன் விளம்பரப் பாடல்கள் பாடி இருக்கிறேன்.

ஒரு காப்பி விளம்பரம், சுவாரசியமான அனுபவம். பாட்டு இப்படிப் போகும், *'காப்பி என்றால்... காப்பி. கலப்படமே இல்லை... காப்பி, தலைமுறையாய்... காப்பி, மகிழ்வூட்டி*

வருகிறது... காப்பி.' இப்படி நான் பாடி முடித்துவிட்டேன். பிறகு வாய்ஸ் ஓவருக்கு ஒருவர் பேச வந்தார். நல்ல பருத்த உடல்வாகு. பேச ஆரம்பித்தபின் தெரிந்தது, பயங்கரமான குரல் அவருக்கு! அவர் வாய்ஸ் ஓவர் பேச ஆரம்பித்தவுடன் எம்.பி.எஸ் "ஸ்டாப்... ஸ்டாப்" என்ற படியே உள்ளே வந்தார். "ஏம்ப்பா... நாம விக்கிறது காப்பி பவுடர், கன் பவுடர் (gun powder) இல்லை" என்றார்! சிறந்த நகைச்சுவை உணர்வு கொண்டவர் அவர்."

ராஜராஜேஸ்வரி

"தனிச் சொத்தாக இருந்த இசையைப் பொதுச் சொத்தாக மாற்றி அதனை அதன் பிறப்பிடத்துக்கே, அதாவது உழைப்பாளி மக்களிடமே கொண்டு சேர்த்ததுதான் எம்.பி.எஸ் அவர்களின் மகத்தான சாதனை.

மேற்கத்திய இசையில் நமது குரலை நான்கு வகையாகப் பிரித்துள்ளனர்: சொப்ரானோ, ஆல்டோ, டெனார், பாஸ் (soprano, alto, tenor, bass). இந்த நான்கையும் கூட சொப்ரானோ 1, சொப்ரானோ 2, உச்ச டெனார், நடுத்தர டெனார் என மேலும் பிரித்து மொத்தம் ஆறு வகைகளாகப் பிரிப்பார் எம்.பி.எஸ். அதாவது ஒவ்வொருவரின் குரலின் தன்மைக்கு ஏற்ப அவரவர் இடத்தை முடிவு செய்து ஆறு பிரிவாகப் பிரித்துவிடுவார். பாட்டின் இசைக்கு ஏற்ப அவரவர் பங்களிப்பு இருக்கும். தனிக்குரல் ஒலிப்பும் ஒட்டுமொத்தக் குழுவின் குரல் ஒலிப்புமாக பல வண்ணங்களின் கூட்டுக் கலவைதான் சேர்ந்திசை. இந்த வடிவத்தைப் புதிய சிகரங்களுக்குக் கொண்டு சென்றதுதான் அவரது மகத்தான சாதனை.

தனிப்பாடல் பாடுவது எளிது, அது தனிச் சுதந்திரம் உடையது. ஆனால் குழுவாகச் சேர்ந்திசையில் பல குரல்கள் அனைத்தும் ஒழுங்கில் ஒருங்கிணைந்து, சுருதி, தாளம் பிசகாமல் உணர்ச்சி பொங்கப் பாடும்போதுதான் இந்த இசையின் பரிமாணத்தையும் பிரம்மாண்டத்தையும் உணர முடியும். வழி நடத்துபவரும் பாடலுடன் ஐக்கியமாகிவிட

வேண்டும். இதை அவரிடத்தில் பார்த்திருக்கிறேன். நானும் பல மேடைகளில் அனுபவித்து இருக்கிறேன்.

எம்.பி.எஸ் சொல்வார், 'பாட்டின் உள்ளே இருந்து பாடு! குழந்தையைப் பற்றிப் பாட வேண்டுமெனில் குழந்தை உன் மடியில் இருப்பதாக எண்ணிப் பாடு. அம்மாவைப் பற்றிய பாட்டா, உன் அம்மாவை நினைத்துக் கொள். ஒளிபடைத்த கண்ணினாய் என்று பாடினால் அந்த மின்னல் உன் கண்ணில் தெறிக்க வேண்டும். பாப்பாப் பாட்டில் 'மோதி மிதித்து விடு பாப்பா, அவர் முகத்தில் உமிழ்ந்து விடு பாப்பா' என்று பாடும் போது உன் எதிரில் அநியாயம் செய்பவன் யாரேனும் இருந்தால் அவன் தன்னையறியாமல் தன் முகத்தை அவசரமாகத் துடைத்துக் கொள்வதைப் பார்க்கவேண்டும்' என்பார்."

சுபஸ்ரீ தணிகாசலம்

"நான் பள்ளிக் குழந்தையாக இருந்தபோது அவர் குழுவில் பாட அழைத்துச் சென்றார்கள். எங்கள் முன் எம்.பி.எஸ் நின்று 'பில்லல்லாரா' என்று இரு கைகளையும் உயர்த்தி பாடலை வழி நடத்தத் தொடங்கும் போது அது ஒரு மாஜிக் போல இருந்தது, ரசித்தேன்.

சினிமா, இசை என்று எனது வாழ்க்கை பயணப்பட்ட போதுதான் எம்.பி.எஸ் அவர்களின் தனித்துவம் தெரிந்தது. அவர் திரையுலகில் நுழையும் நேரம் 1960களின் மிகப் புகழ்பெற்ற இசையமைப்பாளர்கள், எம்.எஸ். விஸ்வநாதன், கே.வி. மகாதேவன் போன்ற முன்னணி இசையமைப்பாளர்களின் காலம். சிலர் தூய கர்நாடக இசையை அடிப்படையாக கொண்டும் சிலர் மெல்லிசை வடிவிலும் சிலர் துள்ளல் இசையிலும் திரைப்படப் பாடல்களைத் தந்து கொண்டிருந்தனர். அப்போதுதான் 1960 இல் 'பாதை தெரியுது பார்' இல் 'தென்னங்கீற்று ஊஞ்சலிலே' பாடல் வெளிவருகிறது. Chord progression, notes எல்லாம் மிக வித்தியாசமானவையாக ஒரு புதிய காற்று வீசுகிறது. இப்போதுகூட இந்த மாதிரியான orchestration அமைக்க இசையமைப்பாளர்கள் பயப்படவே செய்வார்கள்.

மிகப்பல வருடங்களுக்குப் பிறகும் கூட அந்தப் பாடலைப் பாடிய பி.பி. ஸ்ரீனிவாஸ், எஸ். ஜானகி இருவரும் அது தங்களது அபிமானத்துக்குரிய பாடல் என்று மகிழ்ந்து அதைப் பாடினார்கள் என்றால் அந்த இசைக் கோர்வையை என்னென்று சொல்வது!

அதே படத்தில் டி.எம். சவுந்தரராசன் பாடிய 'சின்னச் சின்ன மூக்குத்தியாம் செவப்புக் கல்லு மூக்குத்தியாம்...' இதை மேற்கத்திய இசை வடிவில் ஆன ஒரு நாட்டுப்புறப்பாட்டு என்றுதான் அதைச் சொல்ல வேண்டும். தனிப்பட்ட, வீச்சான தனது குரலில் அவர் அப்போது மிகப்பல பாடல்களைத் தந்து கொண்டிருந்த காலம் அது.

பின்னர் நெடுங்காலத்துக்குப் பிறகு தமிழில் எம்.பி.எஸ் கொடுத்ததுதான் மதனமாளிகையில் 'ஏரியிலே ஒரு காஷ்மீர் ரோஜா' என்ற பாடல். யேசுதாஸ், 'காஷ்மீர் ரோஜா' என்ற சொற்களுக்கு சங்கதிகள் போடுவார். 'மாலையிலே வரும் மன்னனுக்கு' என பி. சுசீலா எடுத்துச் செல்வார். இந்தக் கற்பனை எம்.பி.எஸ்ஸுக்கு இருந்தது வியப்பு! தமிழில் அவர் தந்த பாடல்கள் தனியாகத் தெரிகின்றன.

சேர்ந்திசையில் எத்தனை பேர் பாடினாலும் அத்தனை பேர் பாடுவதும் தெளிவாகக் கேட்கும். காரணம் அவர் எங்களுக்கு dynamics சொல்லித் தருவார், யார் எந்த இடத்தில் fade in செய்ய வேண்டும், fade out செய்ய வேண்டும் என்று சொல்லித் தருவார்.

ஏழாவது மனிதன் படத்திற்கு இசை அமைத்தவர் எல். வைத்யநாதன். அப்படத்தின் பாடல்களில் எம்.பி.எஸ் குழுவினர் தான் harmony பாடினார்கள். மிகச் சிறப்பான இசைக் கருவி ஒலிகளை வாயில் ஒலி எழுப்பிச் செய்தோம்."

மு. பரமசிவன்,
எம்.ஒய்.சி.யின் மூத்த உறுப்பினர்

"எனது தந்தையார் முனுசாமி, அண்ணன் பெயர் குப்புசாமி. அவர் கம்யூனிஸ்ட் கட்சியில் செயலாளராக இருந்தார். எம். பி.எஸ்ஸின் நண்பர் அவர். 'பாதை தெரியுது பார்' படத்தில்

'உண்மை ஒருநாள் வெளியாகும்' பாடலில் ஊர்வலம் வரும் காட்சியில் கொடிபிடித்து வரும் பையன் நான்தான். படப்பிடிப்பு எங்கள் ஊரில்தான் நடந்தது.

எனது அப்பா, சகோதரர் இருவரும் இசைக்கலைஞர்கள். இருவரிடமும் நான் புல்லாங்குழல், ஹார்மோனியம் இசைக்கக் கற்றுக் கொண்டேன். அனுபவப் படிப்புத்தான்.

1960 ஆம் ஆண்டு எம்.பி.எஸ் அவர்களைச் சந்தித்தேன். படங்களில் சில வாய்ப்புகள் கொடுத்தார். 1962 இல் தொழிலாளர்களைச் சேர்த்துக் கொண்டுதான் முதலில் சென்னை சேர்ந்திசைக் குழுவைத் தொடங்கினார். வண்ணாரப் பேட்டையில் பீடித் தொழிலாளர்கள், ஆலைத் தொழிலாளர்கள், மேடைக் கச்சேரிக் கலைஞர்கள் இவர்களைக் கொண்டு தொடங்கினார். நான் அப்போது யூனியன் கார்பைடு தொழிற்சாலையில் வேலை செய்து கொண்டு இருந்தேன். வண்ணாரப் பேட்டைக்கு எம்.பி.எஸ் வருவார். ஆனால் தொழிலாளர்கள் என்பதால் குறித்த நேரத்துக்கு வரமுடியாது. சிலருக்கோ இரவு நேர ஷிப்ட் வரும். வந்தாலும் நான்கைந்து பேர்தான் வருவார்கள். எனவே இடத்தை சேத்துப்பட்டு கேரள சமாஜத்துக்கு மாற்றினார். இதற்குப் பிறகுதான் சென்னை இளைஞர் இசைக் குழு (MYC) என்ற பெயரில் ஒரு குழுவைத் தொடங்கினார். கல்லூரி மாணவர்கள் பாட முன்வந்தார்கள். பி.வி. ஹேமச்சந்திரன், எம். குமரேசன் ஆகியோர் இணைந்தார்கள். பரமேஸ்வரன் என்பவர் எம்.பி.எஸ்ஸுக்கு ஹார்மோனியம் இசைத்தார். தொழிலாளர்களைப் பாடவைப்பதில்தான் அவர் கவனமெல்லாம் இருந்தது. மெட்ராஸ் யூத் காயர் தொடங்கும் போது சென்னை சேர்ந்திசைக் குழு என்ற பெயரைக் கைவிட்டுவிடக்கூடாது என்றெண்ணியே அதை ஒட்டி மெட்ராஸ் யூத் காயர் என்று பெயரைச் சூட்டினார். எம்.பி.எஸ் சார் வீட்டில்தான் நான் தங்கி இருந்தேன். அவர் மனைவி ஜஹிதா அவர்களுடன் இருந்து உதவி செய்தேன்."

பிற்காலத்தில் எம்.பி.எஸ் தொடங்கிய சினி மியூசிசியன்ஸ் சங்கத்தில் பரமசிவன் உறுப்பினராக இருந்தார். 'பிரேம் நசீரின காண்மணில்ல', 'லேகயுட மரணம் ஒரு ஃப்ளாஷ்பேக்' ஆகிய

இரண்டு படங்களிலும் இடம்பெற்ற பாடல் காட்சிகளில் இசைக்கருவி இசைப்பவராகப் பரமசிவம் இருக்கின்றார்.

யூனியன் கார்பைடு நிறுவனத்தில் நல்ல ஊதியம் பெற்றுத் தந்து கொண்டிருந்த பணியை விட்டுவிட்டு, எம்.பி.எஸ்ஸின் குழுவில் முழு நேரமாகச் சேர்ந்துவிட முடிவுசெய்து அவ்வாறே ஒரு நாள் செய்துவிட்டார் பரமசிவம் என்று டி. ராமச்சந்திரன் நினைவு கூர்ந்தார்.

◉

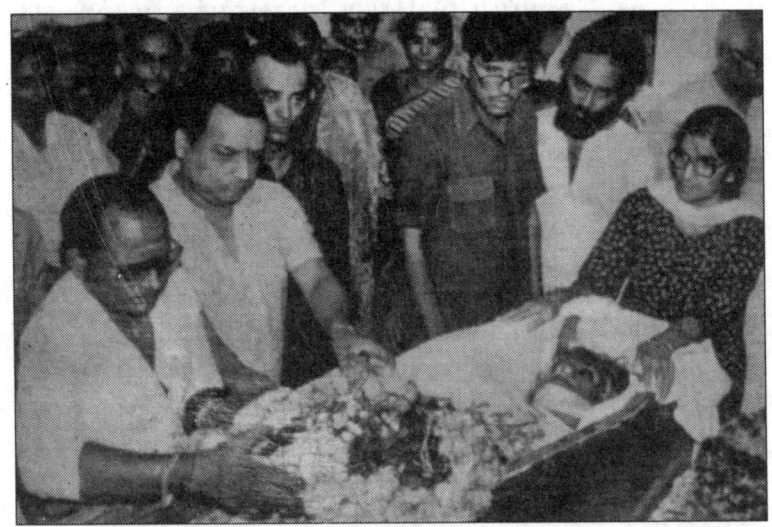

MBS காலமானபோது – தலைமாட்டில் ஜஹிதா – மகன் கபீர் (கண்ணாடி அணிந்தவர்) சங்கர் கணேஷ் இரட்டையர் – எஸ். ஜானகி.

இருக்கின்றார்
அவர் இறக்கவில்லை

கவிஞர் தமிழன்பன்

கவிஞர் தமிழன்பன் சென்னை இளைஞர் இசைக் குழுவுடன் நெருக்கமான நட்புப் பாராட்டுபவர்; எம்.பி.எஸ்ஸின் நெருங்கிய நண்பர். அவரது நினைவலைகளைப் பகிர்கிறார்.

சென்னைத் தொலைக்காட்சி நிலைய இயக்குநராக இருந்த எம்.எஸ். ராஜகோபால், "சென்னை வானொலி நிலையத்தில் சேர்ந்திசை, கூட்டிசை வடிவத்தில் 'பள்ளுப் பாடுவோமே' என்னும் நிகழ்ச்சியை நடத்துகின்றார்கள். தேர்ந்த இசைவாணர்கள் நடத்துகின்றார்கள் என்பதில் ஐயமில்லை, ஆயினும் இதில் ஏதாவது ஒரு மாற்றத்தைக் கொண்டுவர முடியுமா?" என ஒருநாள் என்னிடம் வினவினார்.

அப்போதுதான் எம்.பி.எஸ் அவர்கள் எனக்கு அறிமுகம் ஆகியிருந்தார். கோபாலிடம் நான், "எம்.ஒய்.சி என்றொரு குழு இருக்கிறது. எம்.பி. சீனிவாசன் அதை நடத்திக் கொண்டு இருக்கிறார். அக்குழுவில் பாடுபவர் எவருக்கும் அது முழுநேரத் தொழில் அல்ல; பல்வேறு தொழில்களில், துறைகளில் பணி செய்பவர்கள் அவர்கள். வடமாநில வானொலி நிலையங்களில் கணுகோஷ் போன்றவர்கள் சேர்ந்திசையை வளர்த்து வந்தார்கள். இந்த சேர்ந்திசை என்பது வேறுபட்ட இசை வடிவமாக இருக்கிறது. அணுகுமுறையும் பாடல்களும் கூட வித்தியாசமானவையாக உள்ளன" என்று சொன்னேன். "அப்படி எனில் அவரைச் சந்திக்கலாமே" என்றார் அவர். நானும் "அழைத்து வருகிறேன்"

என்றேன். கூட்டிசை என்ற ஒன்றே அப்போது புதிய கருதுகோள் (concept) ஆகும். பல பேர் பாடுகின்ற பொழுது அக்குழுவில் இருந்து எழுப்பப்படுகின்ற உணர்வு, கேட்பவர்களின் நாடி நரம்புகளில் எல்லாம் அதிர்வுகளை உருவாக்கும், இவற்றை எல்லாம் கோபால் அவர்களிடம் சொல்லித்தான் எம்.பி.எஸ்ஸை அவரிடம் அறிமுகப்படுத்தினேன். இப்படித்தான் எம். பி.எஸ்ஸுக்கு வானொலி நிலையத்துடன் தொடர்பு ஏற்பட்டது. எம்.பி.எஸ்ஸின் திறமையைக் கண்டுகொண்ட பின் அவர் மீது கோபால் அளவற்ற அன்பும் மரியாதையும் எப்போதும் செலுத்தினார். ஒரு பரிசு கிடைத்ததைப் போல் மகிழ்ச்சி அடைந்தார். சென்னை வானொலியில் சேர்ந்திசை வடிவம் இப்படித்தான் அறிமுகம் ஆனது.

ஒருமுறை கோபாலைப் பார்க்க எம்.பி.எஸ் சென்றிருந்த போது, 'தமிழரசு' என்ற மாநில அரசு செய்தியேட்டில் வெளியாகியிருந்த ஒரு பாடலைக் காட்டி 'இந்தப் பாடலுக்கு இசை அமைக்க முடியுமா?' என்று கேட்க, அதை வாங்கிப் பார்த்த எம். பி.எஸ், 'இந்தப் பாட்டுக்கு இசையமைக்க முடியவில்லை என்றால் வேறு எந்தப் பாட்டுக்கு இசையமைக்க முடியும்' என்று மகிழ்ச்சி அடைந்திருக்கிறார். "அப்படியா? அது எப்படி, சொல்லுங்கள்?" என்று கேட்க, "நெட்டெழுத்து இருந்தால் போதும், ஒரு இசையமைப்பாளனுக்குக் கொண்டாட்டம்தான்" என்று சொல்லியிருக்கிறார். அப்படிப்பட்ட பாடல் எது? "பாடசாலை போக வேண்டும் பாப்பா எழுந்திரு, அழகுப் பையை நீயும் கையில் தூக்கி பார்த்து நடந்திடு" என்ற பாடலே அது. அந்தப் பாடலை எழுதியவர் தமிழன்பன். நெட்டெழுத்துகள் அலையலையாக வரவர அவருக்குள் அப்பாடலுக்கான இசை தானாக உருவாகிவிட்டது. ஆக ஒரு பாடலுக்குள் ஒளிந்திருக்கும் நெடிலோசை, குறிலோசை பற்றி அவருக்குள் ஒரு கணக்கு இருக்கிறது. ஒரு பாட்டு என்பது சொற்களால் ஆனது என்றாலும் பாட்டுக்குள் இருக்கிற சொற்களுக்குள் இருக்கிற ஓசைகள் அவருக்கு முக்கியமானவை. அந்த ஓசைகளை உள்வாங்கிக் கொண்டு அவர் இசையமைக்கிறார். இந்தப் பாடலுக்குக் கிடார் இசைத்தவர்தான் (ராசையா) இளையராஜா.

"அந்தப் பாட்டுக்குக் கிடைத்த வெற்றியானது, இசைத் துறையில் பெரிய வல்லுநர்கள் இசையமைத்து வெகு மக்களிடையே

பிரபலம் அடைந்து வெற்றி பெற்ற பாடல்களை விடவும் மேலான ஒன்றாக இருந்தது. இந்திய சுதந்திர பொன்விழாக் கொண்டாட்டம் நடந்த போது சென்னைப் பல்கலைக்கழக நூற்றாண்டு விழா அரங்கத்தில் இப்பாடலைப் பாடினார்கள்.

"இசை என்பது தனிமனிதனின் இன்பத்திற்கு உரியது. தனிமனிதனின் உணர்வுக்கு உரியது. தனிமனிதனின் ஓய்வுக்கு உரியது என்ற பார்வையை உடைத்து சமூகத்தின் எழுச்சிக்குரியது, சமூக முன்னேற்றத்துக்குரியது என்று சொன்னவர் அவர். இசையின் எல்லையை அவர் விரிவுபடுத்தினார்.

"எம்.பி.எஸ் ஒருநாள் என் வீட்டுக்கு வந்தார். 'பகத்சிங்கைப் பற்றி ஒரு பாட்டு எழுதுங்கள்; பகத்சிங் நம் கண்முன்னால் வரவேண்டும்; எழுதுங்கள்' என்றார். அதாவது யாருடைய காலடி ஓசையோ கேட்கிறது, கேட்கிறது, இருள் சூழ்ந்துள்ளது. கண்களைத் திறந்து பார்த்தால் பகத்சிங் வந்து கொண்டு இருக்கிறான். ஆ... பகத்சிங்... பகத்சிங்! அவனை மீண்டும் பார்த்தால் என்ன உணர்வு வரும்? அதைப் பாட வேண்டும், அப்படி ஒரு பாடலை, தொனி, தோரணை, கட்டமைப்புடன் அவரைத் தவிர வேறு யாராலும் அமைத்திருக்க முடியாது. அந்தப் பாடலைப் பாடிய நண்பர்கள் சொல்வார்கள் 'கண்களில் நீர் வழியாமல் எங்களால் இப்பாடலைப் பாட முடியாது!'"

அந்தப் பாடல் இதுதான்:

வானம் மூடிய காரிருள்
மெல்ல அதிர்ந்தது
ஒரு காலடி ஓசை என்
காதில் வந்து விழுந்தது
யார் இவர்? யார் இவர்?
என் நேரினில்
பார்வைத்தேரினில்
இருள்வேளையில்

குழு: யாரிவர்? யாரிவர்? யாரிவர்?

பகத்சிங்! ஆ, பகத்சிங்!
கோடி எரிமலை

ஆடும் அலைகடல்
ஈடு இணையிலா எங்கள் பகத்சிங்
எங்கள் பகத்சிங்!
தேச விடுதலை வேள்வித்தீயினில்
ஆவி தூவிய ஆண்மையாளனே
இருந்தாய் - எம் தாய்
விடுதலைக்காய்
எப்படிப் பிறந்தாய்?
எம்முன் மீண்டும் புதிதாய்?
இருக்கின்றேன் நான்,
இறக்கவில்லை
பாரத தேவியின் பாதச் சிலம்பில்
பாடும் பரலில் ஒருபரலாக
இருக்கின்றேன் நான்
இறக்கவில்லை
அன்னையவள் கரம்பதிந்த வீணையின்
ஆயிரம் நரம்பினில் ஒரு நரம்பாக
இருக்கின்றேன் நான்
இறக்கவில்லை
உழைப்பின் மூலம்
நாட்டை உயர்த்திடும்
உத்தமத் தொண்டர் உடலின் வேர்வையில்
ஆலையில் வயலில்
வாடும் மானுடர்
மீட்சிக் கியற்றும்
மேன்மைச் செயலில்
இருக்கின்றேன் நான்
இறக்கவில்லை
தாய்த்திரு நாடு
தழைத்தினி தோங்கிட
பாடுபடும் தோழர்
தோள் மலையோரம்
தீமையை வீழ்த்தச் சீறிடும் வீரரின்
கண்களில் பொங்கும் கனல் நதி தீரம்

இருக்கின்றேன் நான்
இறக்கவில்லை

தூக்குக் கயிற்றில் தொங்கி
இளமையில்
தீரம் காட்டிய தீபமே!
இறந்தாய் - எம் தாய்
விடுதலைக்காய்
எப்படிப் பிறந்தாய் எம்முன்
மீண்டும் புதிதாய்?

கனவுக் கொடியில் கொய்ததல்ல
சுதந்திரம் - பலர்
தியாகம் செய்து பறித்துவந்த மலரிது
ஒரு தானமாகக் கிடைத்ததல்ல
சுதந்திரம் - உயர்
மானங்கொண்டோர் மரணம் தந்தபரிசிது
இதைக் காக்க நிமிரும்
நெஞ்சினுள்ளே நிரந்தரம்
இருக்கின்றேன் நான்
இறக்கவில்லை

ராஜ இடியின் புதல்வர் எனது வாலிபர் - இவர்
விழிக்கும் விழியில் நடுங்கும் வானச் சூரியன்
சிறு உளுந்தின் அளவு கடுகின் அளவு பிறர்வசம்
நாட்டை இழந்து வாழ மறுத்துப் பொங்கும் இவர்களின்
நல்ல நியாயம் மிக்க கோபந்தன்னை வாழ்த்தியே

இருக்கின்றேன் நான்
இறக்கவில்லை

கோடி எரிமலை
ஆடும் அலைகடல்
ஈடு இணையிலா எங்கள் பகத்சிங்
எங்கள் பகத்சிங்.

மூத்த எழுத்தாளரும் இலக்கிய விமர்சகரும் ஆன (கோவை) ஞானி, 'தமிழன்பன் - படைப்பும் பார்வையும்' என்ற நூலில் இப்படிப் பதிவு செய்துள்ளார்:

> "நம் காலத்தில் சேர்ந்திசை என்ற புதுவகையான, ஓர் அற்புதமான இசையைச் சேர்த்தவர் என்று எம்.பி. சீனிவாசன் அவர்களை மிகுந்த மரியாதையோடு நாம் குறிப்பிட வேண்டும். கல்வி கற்கும் கல்லூரி மாணவர்களை ஓர் இசைக் குழுவாக அமைத்துக் கொண்டு அவர்கள் வழியே சேர்ந்திசை என்ற புதியவகை இசைக்கோலத்தை ஒரு சோதனை போலத் தொடங்கி இதில் வெற்றி பெற்றுத் தமிழ் இசைக்கு ஒரு புதிய வடிவத்தை ஒரு சாதனை என விட்டுச் சென்றவர் எம்.பி. சீனிவாசன் அவர்கள். இதன் காரணமாகவே இசை மேதை என்று சொல்வதற்கான ஒரு தகுதியையும் அவர் பெற்றார். மாணவர்களைக் கொண்டு அமைத்த இசைக் குழுக்களில் மாணவர்களுக்கு எவை கற்பிக்கப்பட வேண்டுமோ அல்லது மாணவர்கள் நம் காலச் சூழலில் எவ்வகை உணர்வுகளைப் பெற வேண்டுமோ அவற்றைப் பெறுவதற்கான இசைப்பாடல்களை அவர்களுக்குப் பயிற்றுவித்தார். இந்தியாவின் எல்லா மொழிகளில் இருந்தும் நல்ல பாடல்களைத் தெரிவு செய்து மாணவர்களுக்குப் பயிற்றுவித்தார். இன்னும் புதிய பாடல்கள் தேவை என்று கருதியபோது கவிஞர் தமிழன்பனிடம் இருந்து பெற்றுக் கொண்டார்."

தமிழன்பன் எழுதினார், "சாஹித்ய அகாடமியின் பொதுக் குழுவில் நான் ஐந்தாண்டுகள் உறுப்பினராக இருந்தேன். அந்தக் கட்டிடத்துக்கு எதிரில்தான் லலித்கலா அகாடமி கட்டிடம் இருந்தது. அக்கட்டிடத்தின் முகப்பில் இருக்கிற புகைப்படம், எம்.ஒய்.சி. இசைக் குழுவின் இசை நிகழ்ச்சியை எம்.பி.எஸ் நடத்திக் கொண்டிருக்கும் ஒரு புகைப்படம்தான். எம்.பி.எஸ் உயிருடன் இருந்திருந்தால், ஒரு வேளை இசைப் பல்கலைக்கழகங்கள் உருவாகியிருந்தால் துணைவேந்தராக அமர்த்தப்படத்தகுதியானவர். ஒவ்வொரு பள்ளிக்கூடத்திலும் ஒரு சேர்ந்திசைக் குழுவை உருவாக்கி இருப்பார்."

1988 ஆம் ஆண்டு லட்சத்தீவுக்குச் சென்றிருந்த எம்.பி.எஸ் எதிர்பாராத விதத்தில் மரணமடைந்தார். அப்போது அவருக்கு அஞ்சலி செலுத்தும் விதமாக இரங்கற்பா எழுதினார் தமிழன்பன்.

இசைக்கு இன்னொரு பெயர் எம்.பி. சீனிவாசன்

இசையை அவர் இயக்கினாரா
அவரை இசை இயக்கியதா
இசையும் அவருமாய் நம்மை இயக்கினார்களா?

கடல் ஓசை அடங்கும்
காலம் வரும் என நான் கருதியதில்லை
காற்று நின்று விடும் என்று நான்
எண்ணியதில்லைதான்
எங்கள் எம்.பி.எஸ் எப்படி ஓய்ந்தார்?
இல்லை,
அவர் ஓய்ந்துவிடவில்லை
நூறுநூறு இளைஞர்கள் கூட்டிசையில்
கலைந்த முடியை கைகளால் ஒதுக்கியபடி
பாடிக் கொண்டிருக்கிறார்
பாடசாலை போக வேண்டும் என்று
ஆயிரம் பல்லாயிரம் பாப்பாக்கள் இன்னும்
இருமுறை திரும்பிப்பாட விரல்களை
கட்டளை போட்டுக் கொண்டே
கனிந்து கொண்டு இருக்கிறார்
மறைந்துவிடவில்லை

ஓய்வில் அவர் புகைக்கும் சிகரெட்டுப் புகையும்
அமைத்துமுடித்த இசைக்கு ஏற்ப
நெளிந்து செல்கிறது
சரிகம பதநிகளாக தட்டில் உதிரும்
சாம்பல் பாட்டிற்கு
வசையமைப்பாளர்கள் பலர் வாழும் நாட்டில்
வித்தியாசமான இசையமைப்பாளர் அவர்
சிலர் இசையமைத்தால் ராகமும் தாளமும்
பாடலின் ரத்தம் குடித்து வெறியாட்டம் போடும்
எம்.பி.எஸ் ஒவ்வொரு சொல்லோடும்
உறவை வளர்த்து இசையை ஊட்டியவர்

மக்களிசை மேதை எம்.பி. சீனிவாசன் | 217

கருத்துகளின் இசைப்பயணத்தில்
பெரும்புதுப்புதுப் பரிமாணங்கள்

கவிதைக்கு மட்டுமா
கவிஞனுக்கும் சேர்த்தே மெட்டுப் போடுவார் எம்.பி.எஸ்
இன்னும் சுதிகூட்ட வருவார் என்று
எதிர்பார்த்து துடிக்கும் பாடல்களை
யார் தேற்றுவார்கள்?

சேர்ந்திசை சோர்ந்தது
எல்லா ராகங்களிலும் முகாரிக் கண்ணீர்
எனினும் இந்தக் கவலை வேண்டாம்
இதோ மீண்டும் எம்.பி.எஸ்
நம்முன் அமர்கிறார்
வாருங்கள்,
இசை தியானத்தில் கலந்து கொள்வோம்
கலந்து அவரோடு கரைந்து போவோம்.

அஞ்சலிக் குறிப்புகள்

எம்.எஸ். ராஜகோபால்

அகில இந்திய வானொலியின் சென்னை வானொலி நிலைய இயக்குநராக இருந்தேன். சென்னை வானொலி நிலையத்துக்காகச் சேர்ந்திசைக் குழு ஒன்று நிறுவ வேண்டும் என எனக்கு அறிவுறுத்தப்பட்டது. அதற்காக எம்.பி.எஸ்ஸின் ஆலோசனையைக் கேட்கவும் அறிவுறுத்தப்பட்டது.

நாங்கள் இருவரும் ஆழமாக ஆலோசனைகள் செய்தோம். சென்னை வானொலியின் சேர்ந்திசைக் குழுவுக்குப் பொறுப்பேற்று ஒருங்கிணைக்கவும் அவர் முன்வந்தார். நான் மிகைப்படுத்திச் சொல்லவில்லை, இரண்டு - மூன்று மாதங்களுக்குள் சென்னை வானொலிக்கென பிரத்யேகமான மிகச்சிறந்த ஒரு சேர்ந்திசைக் குழுவை நாங்கள் வெற்றிகரமாக உருவாக்கினோம். அதுதான் பின்னர் மற்ற வானொலி நிலையங்களுக்கும் முன் மாதிரி ஆக அமைந்தது. குறிப்பாகச் சொல்வதெனில் சென்னை வானொலி சேர்ந்திசைக் குழுதான் இந்தியாவெங்கும் புகழ்பெற்று இருந்தது. தலைநகர் டெல்லியிலும் நாட்டின் பிற பகுதிகளிலும் நடக்கும் அரசு விழாக்கள், தேசிய முக்கியத்துவம் வாய்ந்த நிகழ்வுகளில் சேர்ந்திசை நடத்த சென்னை வானொலியின் குழுவுக்கு எண்ணற்ற அழைப்புகள் வந்தன.

மிகச்சிறப்பான நிகழ்வெனில், 1978 ஆம் ஆண்டு சென்னை வானொலியின் பொன்விழா நிகழ்ச்சிகள் சென்னைப் பல்கலைக்கழக நூற்றாண்டு விழா மண்டபத்தில் நிகழ்த்தப்பட்டபோது ஐநூறுக்கும் மேற்பட்ட சிறுவர், சிறுமியர்களை மேடையில்

நிறுத்தி எம்.பி.எஸ் அளித்த மிகச்சிறப்பான சேர்ந்திசை நிகழ்ச்சி அதற்குமுன் எப்போதும் எங்கும் நடந்திராத ஒன்று. அரசின் அமைச்சர் பெருமக்கள், உயர் அதிகாரிகள், விருந்தினர்கள், பார்வையாளர்கள் அனைவரும் அன்றைய நிகழ்ச்சிகளைக் கண்ணுற்று வியப்படைந்தும் மெய்சிலிர்த்தும் போனார்கள் என்றாலும் அது முற்றிலும் உண்மை. ஒரு மிகப்பெரிய நிறுவனம் செய்யத்தக்க பணிகளை ஒற்றை மனிதனாக எம்.பி.எஸ் சிறப்பாகச் செய்தார்.

இன்னொரு எம்.பி.எஸ்-ஐக் காண்பதரிது.

(குறிப்பு: எம்.எஸ். ராஜகோபால், சென்னை வானொலி நிலையத்தின் முன்னாள் இயக்குநர், ஆல் இந்தியா ரேடியோ டெபுடி டைரக்டர் ஜெனரல் ஆகப் பதவி ஓய்வு பெற்றவர்)

◉

அவர் யாருக்காகக் கொடுத்தார்?

கவிஞர் வாலி

1950களின் இறுதிக் காலகட்டத்தில் "பாதை தெரியுது பார்" என்ற படத்தை 'குமரி பிலிம்ஸ்' தயாரித்துக் கொண்டு இருந்தார்கள். இசை அமைப்பாளர் எம்.பி. சீனிவாசன், பொதுவுடைமைக் கவிஞர் கே.சி.எஸ். அருணாசலம் எழுதிய "சின்னச் சின்ன மூக்குத்தியாம்..." என்ற பாடலை ஒத்திகை பார்த்துக் கொண்டு இருந்தார்.

நடிகர் வி. கோபாலகிருஷ்ணன் அந்த நேரத்தில் வாலிக்கு சினிமா பாடல் எழுதும் வாய்ப்புக் கிடைக்கும் பொருட்டு, தான் அறிந்த இயக்குநர்கள், இசையமைப்பாளர்களிடம் வாலியை அறிமுகப்படுத்திக் கொண்டு இருந்தார். எம்.பி. சீனிவாசனிடம் வாலியை அறிமுகப்படுத்திய வி. கோபாலகிருஷ்ணன், 'பாதை தெரியுது பார்' படத்தில் அவருக்குப் பாட்டெழுதும் வாய்ப்பு வழங்குமாறு கேட்டுக் கொண்டார்.

வாலி தான் எழுதி வைத்திருந்த பாட்டை அதற்கான மெட்டுடன் பாடிக் காட்டினார். பாடலைக் கேட்டுக் கொண்ட எம்.பி.எஸ், "மிஸ்டர் வாலி! இப்பாடலைப் பயன்படுத்தக்கூடிய சூழல் படத்தில் இல்லை. இப்போது நீங்கள் பாடிக்காட்டிய பாட்டு நன்றாக இல்லை என்று நான் சொல்ல மாட்டேன். ஆனால் பாட்டு என்னைப் பெரிதாகக் கவரவில்லை. சாரி!" என்று கூறிவிட்டு உள்ளே சென்று விட்டார். இது நடந்தது 1958 ஆம் ஆண்டு.

'பாதை தெரியுது பார்' படத்திற்குத் தேவையில்லை என்று எம்.பி.எஸ் கூறிய பாடல் பல வருடங்களுக்குப் பிறகு எம். ஜி.ஆர் நடித்த 'படகோட்டி' படத்தில் பயன்படுத்தப்பட்டது. "கொடுத்ததெல்லாம் கொடுத்தார்... அவர் யாருக்காகக் கொடுத்தார்..." என்ற பாடல்தான் அது. பிற்காலத்தில் எம். பி.எஸ்ஸின் இசையில் 'புதுவெள்ளம்' படத்தின் அனைத்துப்

பாடல்களையும் 'நிஜங்கள்' படத்தில் இரண்டு பாடல்களையும் வாலி எழுதினார்!

1988 ஆம் ஆண்டு லட்சத்தீவில் எம்.பி.எஸ் எதிர்பாராதவிதமாக மரணமடைந்தபோது வாலி எழுதிய அஞ்சலிக் கவிதை இது:

"திரைத்துறையில் உள்ள
இசைக் கலைஞருக்கெல்லாம்
இவர்தான் இன்றைக்கும் இதயதெய்வம்
நாங்கள் வாழுநாள்வரை
இவரை வணங்குதல் செய்வம்"

என்று என்னிடம்
படத்துறையில் பணிபுரியும்
அநேக இசைக் கலைஞர்கள்
அந்தரங்க சுத்தியாக
இவரைப் பற்றி இயம்பியது உண்டு
அன்னணம் அவர்கள் கூறிய கூற்றை
வழிமொழிகிறேன் நானும் - அது
வாய்மை என்பதைக் கண்டு!

●●●

நெருங்கிய நண்பர்களால்
வாசு என்று விளிக்கப்பெற்ற
எம்.பி. சீனிவாசன் எளியவர்களின் தந்தை;
சிவப்புச் சிந்தனைகள் மேலோங்க நின்றது - அந்த
மாமனிதனின் சிந்தை!

நால் வருணத்தில்
மேல் வருணம் எனப்படும்
குலத்தில் பிறந்தும் - அவர்
குலம் கோத்திரங்களை வெறுத்தவர்
கொள்கைவாளால் அவற்றை ஒறுத்தவர்!

ஜயகாந்தனின் சிந்தனையில் ஜனித்த
'தென்னங்கீற்று ஊஞ்சலிலே' என்ற
ஏரார்ந்த பாட்டும்;
பொதுவுடைமைக் கட்சியின்

புகழ்சால் கவிஞர்
கண்ணியம் மிகுந்த கே.சி.எஸ். அருணாசலம்
ஆக்கிஅளித்த
'சின்னச் சின்ன மூக்குத்தியாம்;
சிகப்புக் கல்லு மூக்குத்தியாம்!'
எனும் ஏற்றமிகு பாட்டும்;
'பாதை தெரியுது பார்' எனும்
படத்தில் இடம்பெற்று
பட்டி தொட்டியெல்லாம் பரவி நின்றன;

அந்த அற்புதப் பாடல்களுக்கு
இனிய இசை
ஏழைப்பங்காளன் எம்.பி. சீனிவாசன் தந்தது!

●●●

கம்யூனிஸ்ட் கட்சியின்பால்
எஞ்ஞான்றும் காதல் கொண்ட
எம்.பி. சீனிவாசன்
இணையற்ற
இசை விற்பன்னரும் கூட;
பல படங்களில்
அவரது அளப்பரும் இசைஞானம்
வெளிப் போந்து வருடியிருக்கிறது
நம் நெஞ்சங்களை
நாடி நரம்புகளில்
உவகைப் பெருக்கொன்று
ஊற்றெடுத்து ஓட!
இன்றும்
இன் தமிழிலும் மலையாளத்திலும்
எத்துணையோ படங்கள் -
எம்.பி. சீனிவாசனின்
மெல்லிசை மேதமையை
நமக்கு
நினைவூட்டி மகிழ்விக்கும்;
அவரது இசை
ஆர் நெஞ்சையும் நெகிழ்விக்கும்!

●●●

படத்துறையில் பங்கு பற்றும் எவரும்
தனக்கென வாழ்கையில்
தோழர் சீனிவாசன் மட்டுமே
ஊர்க்கென வாழ்ந்தார்;
உதிரத்தில் ஊறியிருந்த
பொதுவுடைமைச் சித்தாந்தத்தில்
பொழுதும் ஆழ்ந்தார்!
விரல் வலிக்க வயலின் வாசிப்பவர்களுக்கும்
குரல் வலிக்க கானம் இசைப்பவர்களுக்கும்
உடனுக்குடன் ஊதியம் வழங்கப்படாத
அவல நிலையை
அவர்தான் மாற்றினார்;
இருந்த
இசைக்கலைஞர்களையெல்லாம்
ஒன்று சேர்த்து
ஒரு சங்கம் நிறுவி
சங்கீத சிற்பிகளின் வாழ்வில்
விளக்கு ஏற்றினார்!
அதனால் -
அவர் பலபடாதிபதிகளின்
அர்த்தமற்ற கோபத்துக்கு ஆளானார்;
அவருக்கு வருகின்ற வாய்ப்புக்கள்
அவர்களால் குறைந்த போதும்
அதுபற்றிக் கிஞ்சித்தும் கவலைப்படாது -
வாடிய கலைஞர்களின்
வறுமையைச் சாய்க்கும் வாளானார்!

●●●

எம்.பி.எஸ் என்னும் மாமனிதன்
மதங்களைக் கடந்தவர்;
ஏற்ற கொள்கை வழி - சிங்க
ஏறென நடந்தவர்!

ஷைபுதீன் கிச்சுலூ எனும்
சுதந்திரப் போராட்ட வீரரின்

மகளை மணம் முடித்தார்
மறையவர் குலத்தில் முளைத்த சீனிவாசன்;

அவரினும் ஆர் உளர்
அனைத்து உயிர்க்கும்
அன்பு காட்டும் சிறந்தநேசன்!

எம்.பி. சீனிவாசன்
ஏற்றி வைத்த விளக்காக
இன்றும் இசையோடு
வடபழநியில் விளங்குகிறது
வலிவும் பொலிவும் மிக்க
மாபெரும் சங்கமாக
திரைப்பட இசைக்கலைஞர்களின் சங்கம் -
தகத்தகாயமாக; கோடையிலே
தண்ணிழல் தரும் தருவாக!

அந்தமான்* சென்றிருந்தபோது அங்கேயே
எம்.பி.எஸ் உயிரை எமன் உரித்தான்;
வானுலகுக்கும் அவர் சேவை
வேண்டுமென வரித்தான்!

●●●

(*குறிப்பு: எம்.பி.எஸ் லட்சத்தீவில் என்.சி.ஈ.ஆர்.டி திட்டப் பணிக்காகச் சென்றிருந்த போது மரணமடைந்தார். அந்தமானில் அல்ல.)

‘மிகச்சிறந்த மனிதாபிமானி’

வாணி ஜெயராம்

அவர் நம்முடன் இல்லை என்பதை எனது மனம் ஏற்க மறுக்கிறது. எம்.பி.எஸ் மகத்தானதொரு மனிதர், ஒவ்வொருவரையும் அவர் தனது அன்பால், பரிவுணர்வால் அரவணைத்துச் செல்வார். எவர் ஒருவரின் உரிமைக்காகவும் நியாயமான கோரிக்கைகளுக்காகவும் அவர் போராடி, தக்க நேரத்தில் நீதி கிடைப்பதை உறுதி செய்வார்.

சென்னையில் அவரது குழுவினருடன் இசைத்த ஒரு நிகழ்ச்சி இப்போதும் நினைவில் உள்ளது. சுரமும் லயமும் ஒத்திசைய அனைவரும் ஒருங்கிணைந்து பாடிய அப்போது அனைவரும் உணர்ச்சிவசப்பட்டுக் கண்ணீர் சிந்தினோம். பணம், புகழ், வசதி எதற்காகவும் அவர் ஒருபோதும் ஆசைப்பட்டவர் அல்லர், ஆனால் அவர் என்ன செய்தாரோ அவற்றை முழு மனதுடன் செய்தார். அவரது இசைக் குழு நம் வாழ்க்கையில் நாம் கண்ட மிகச்சிறந்த இசைக் குழுக்களில் ஒன்று.

அவரது சில படங்களில் பாடிய பெருமை எனக்குள்ளது. அவரது பாடல்களுக்கு என அவர் எடுத்துக் கொள்ளும் அர்ப்பணிப்பு உணர்வை அவரது பாடலைப் பாடும்போது எனக்கு ஏற்படும் மகிழ்ச்சியால் உணர முடியும். அவரைப் போன்ற பன்முகத் திறனும் படைப்பாற்றலும் கொண்ட மனிதரைப் பார்ப்பது அரிதிலும் அரிது. அவருடன் பணியாற்றிய ஒவ்வொருவரும் அவரது படைப்புகளுக்கு நியாயம் செய்ய வேண்டும் என்று கருதினால் ஒன்றே ஒன்று தான் செய்ய வேண்டும் - பாடுவதில் சிறு தவறும் கண்டுபிடிக்க முடியாத அளவுக்கு முழுமைத்தன்மையை அடைய அவர் செலுத்தும் அந்த நேர்மையான உழைப்பு, அதை முன்னெடுத்துச் செல்ல வேண்டும். அவரது எதிர்பாராத மறைவு சமூகத்துக்கும் இசைத்துறைக்கும் பேரிழப்பு ஆகும்.

⊙

'உரிமைகளை வென்றெடுத்தவர்'

எஸ். ஜானகி

திரு எம்.பி. சீனிவாசன் வெற்றிகரமான இசையமைப்பாளர், திறன்வாய்ந்த ஒருங்கிணைப்பாளர். கறாரான கொள்கைவாதி, நேர்மையாளர், நம்பகத்தன்மை மிக்கவர், தமிழ் ஆங்கிலம் ஆகிய மொழிகளில் திறமையாகவும் கேட்போரை வசீகரிக்கத் தக்க சொல்வன்மையுடனும் உரையாற்றுபவர்.

அவரது இசையில் நான் பல பாடல்களைப் பாடியுள்ளேன் என்பதைப் பெருமையுடன் கூறிக் கொள்கிறேன். சிக்கலான, கடினமான, புகழ்பெற்ற பாடல்களைப் பாடியுள்ளேன். அவரது பாடல்கள் தேசிய, கேரள மாநில அளவில் சிறந்த பெண் பாடகர்க்கான விருதுகளை எனக்குப் பெற்றுத்தந்தன. பெண் குரல் எனில் அவரது முதல் தேர்வு நானாகத்தான் இருப்பேன். அவரது அந்த நம்பிக்கையைக் காப்பாற்றி வந்திருக்கிறேன். சில இசையமைப்பாளர்கள் பாடல்களுக்கான இசைத் தடத்தை முதலில் பதிவு செய்துவிட்டு அதன் மேல் பாடகரைப் பாடவைப்பதில் மிகுந்த தயக்கம் காட்டுவார்கள். எம்.பி.எஸ் அப்படி அல்லர், அவர் முதலில் இசைத்தடத்தைப் பதிவு செய்வார், அதன் பிறகு பாடகர்களைப் பாடவைப்பார். இந்தப் பதிவு முறை சிறந்த தரமான ஒலிப்பதிவைத் தரும் என்பதை அவர் நிரூபித்துள்ளார்.

அவர் இசையமைப்பாளர் பணியைச் செய்தாலும், சேர்ந்திசைப் பணி, திரைப்பட இசைமையப்பாளர் சங்கப் பணி உள்ளிட்ட எந்த வேலையைச் செய்தாலும் அவற்றைத் தனது நேர்மை, திறமை, அப்பணிப்புணர்வு ஆகியவற்றால் வெற்றிகரமாக்கினார். திரைப்பட இசையமைப்பாளர் சங்கமாகட்டும், சம்மேளனத்துடன் இணைக்கப்பட்ட பிற அமைப்புகள் ஆகட்டும், இப்போது அவற்றின் உறுப்பினர்கள் அனுபவிக்கும் அனைத்து உரிமைகள், நலன்களுக்கும் காரணமாக இருந்தவர் எம்.பி. சீனிவாசன்தான்.

●

‘ஆன்மாவைக் கிளர்ச்சியுறச் செய்த பாடல்கள்’

கே.சி. ஜார்ஜ்

1952 இன் புரட்சிகர இளைஞராகத் தோழர் எம்.பி. சீனிவாசனை நான் நன்கு அறிவேன். ஆனால் 1979 டிசம்பர் 9 ஆன்று நான் முற்றிலும் புதிதான ஒரு சீனிவாசனைப் பார்த்தேன். திருவனந்தபுரம் கார்த்திகைத் திருநாள் அரங்கத்தில் 30க்கும் மேற்பட்ட இளம் ஆண், பெண்களைக்கொண்டு சேர்ந்திசை நிகழ்த்தி அதன் சுவையை மக்களுக்கு உணரச் செய்தார் அவர். அவர் அப்போதும் ஒரு புரட்சிக்காரனாகத்தான் இருந்தார். சொல்லப் போனால் முந்தைய சீனிவாசனைக் காட்டிலும் தீவிரமான புரட்சிக்காரனாக இருந்தார். புரட்சிக்குப் புதிய வடிவில் வழி கண்டு கொண்டிருந்தார். அவர் வேறு ஒரு தளத்தில், வேறு ஒரு வடிவில் புரட்சிக்கான பணிகளைச் செய்து கொண்டிருந்தார். டெல்லி நாடாளுமன்றக் கட்சி அலுவலகத்தில் இருந்த தனது புரட்சிகரப் பணிகளை வேறொரு பரந்த தளத்துக்கு மாற்றிக் கொண்டார். தனது புரட்சிகர இலட்சியங்களை அடைய இந்தப் புதிய பாதையில் இன்னும் அதிகமான வேகத்துடன் பணி செய்ய முடியும் என்று அப்படி ஒரு முடிவை எடுத்திருந்தார். அவர் எடுத்த முடிவு சரிதான்.

அன்று எம்.பி.எஸ் ஒரு மணிநேரம் சேர்ந்திசை அளித்தார். அதன் முடிவில் நான் சிந்தித்தேன். இதுவரை இசையில் இப்படி ஒரு மாயானுபவத்தை உணர்ந்ததில்லையே, ஏன் என்று வியந்தேன். பாடலின் பொருள் காலத்துக்கு ஏற்ற வகையிலும் ஆத்மார்த்தமாகவும் இருந்ததால் அந்த அனுபவம் ஏற்பட்டதென உணர்ந்தேன். தமிழ், மலையாளம், ஹிந்தி, மராத்தி, வங்காளம் எனப் பல மொழிகளிலும் பாடப்பட்ட ஒவ்வொரு பாடலுக்கு முன்பும் அப்பாடல் குறித்து சுருக்கமாகவும் அழகாகவும் அவர் அளித்த அறிமுகவுரையானது, போருக்குச் செல்லும் முன் வீரர்களை களத்துக்கு அழைக்கும் எக்காள ஓசையாகவும், அதைத் தொடர்ந்து வந்த பாடல்கள் புரட்சிகரப் போர்க்களத்தை நோக்கி

அழகாக அளவெடுத்து வீரர்களாகிய நாங்கள் அணிவகுத்து முன்செல்ல வழி நடத்துவனவாகவும் இருந்தன.

பலமொழிகளில் பாடல்கள் இருந்தாலும் அந்தப் பாடல்கள் அனைத்தும் ஒரே ஒரு பொது மொழியில் பாடப்பட்டனவாகவே நான் உணர்ந்தேன் - சுதந்திரத்தை விரும்புபவர்களின் மொழி, ஒடுக்கப்பட்ட மக்களின் மொழி, பல லட்சம் புரட்சிகர இந்திய மக்களின் பொது மொழியைத்தான் நான் அன்று உணர்ந்தேன்.

அன்றைய நிகழ்வின் அருமை பற்றியோ ரசிகர்களின் மீது அந்நிகழ்ச்சி ஏற்படுத்திய தாக்கம் பற்றியோ எதுவும் சொல்வதற்கு எனக்குத் துணிவில்லை. அது வீண்முயற்சி. என்னால் சொல்ல முடிந்ததெல்லாம் இதுதான். அன்றைய பாடல்கள் என் உள்ளத்தில் கிளர்ச்சியை ஏற்படுத்திவிட்டன. அது என்ன மாதிரியான அனுபவம் என்று கேட்டால், பார்த்தால் மட்டுமே உணரமுடியும். நாற்பது பாடகர்கள் பாடினார்கள். ஆனால் ஒரே ஒருவர் மட்டுமே பாடியது போல ஒத்திசைந்து, தனித்தனி மனிதர்கள் என்ற உணர்வை உடைத்தது. அனைவரும் ஒன்றே என்ற ஒருமைப்பாட்டுணர்வை விதைத்தது. பாடியவர்கள் பதினான்கு மொழிகளில் பாடி மொழி எனும் தடையை உடைத்தார்கள். தேச ஒற்றுமையை உயர்த்திப் பிடித்தார்கள். நமது புரட்சிகரப் பாதைக்கு அவர்கள் அளித்த பெரும் கொடை. குழுவின் ஒருங்கிணைப்பாளரும் வழி நடத்துநரும் ஆன தோழர் சீனிவாசனும் அவரது குழுவினரும் இந்தியப் புரட்சிக்கு ஆற்றிவரும் இந்தப் பெரும் பணிக்காக தயக்கமின்றிப் பெருமைப்பட்டுக் கொள்ளலாம்.

12.12.1979 கே.சி. ஜார்ஜ்

(குறிப்பு: இந்தியக் கம்யூனிஸ்ட் கட்சியின் நிறுவனர்களில் ஒருவர் கே.சி. ஜார்ஜ். கேரளாவின் திருவாங்கூர் சமஸ்தானத்தில் 13.01.1903 அன்று பிறந்தார். வழக்கறிஞர். 1952-54 காலகட்டத்தில் நாடாளுமன்ற மேலவை உறுப்பினராக இருந்தார். கேரளத்தின் ஈ.எம்.எஸ். நம்பூதிரிபாடின் முதல் அமைச்சரவையில் உணவு - வனத்துறை அமைச்சராக இருந்தார். புன்னப்புரா - வயலார் கிளர்ச்சியில் முக்கியப் பங்காற்றியவர். 1986 ஆம் ஆண்டு ஆகஸ்டு 10 அன்று காலமானார்).

'எம்.பி.எஸ்ஸை நினைவு கூர்கிறேன்'

சி. அச்சுதமேனன்

எம்.பி. சீனிவாசன் மிகப்பெரிய இசை மேதை, இசைப் பேரறிஞர், உரிமைகளுக்காகப் போராடிய சினிமாத் தொழிலாளர்களை அரவணைத்து அவர்களை ஒன்றுபடுத்திய போராளி.

திரைப்பட இசையில் அவர் மிகப்பெரிய புகழ் படைத்தவர்தான். ஆனால் இசைத்துறைக்கு அவர் செய்த ஆகப்பெரிய தொண்டு எனில் அது சேர்ந்திசை என்ற வடிவத்தைச் செம்மைப் படுத்தியதுதான்.

கேரளாவின் சர்ச்சுக்களில் சில சேர்ந்திசைக் குழுக்களில் சேர்ந்து இயங்கிய ஓரளவு அனுபவம் எனக்கு உள்ளது. பியானோ உள்ளிட்ட பல மேற்கத்திய நாடுகளின் இசைக் கருவிகளை இக்குழுக்கள் பயன்படுத்துவார்கள். பாடுவோரும் நன்றாகப் பயிற்சி பெற்றிருப்பார்கள். இத்தனை சிறப்புக்கள் இருந்தாலும் இவர்களின் சேர்ந்திசை அப்படி ஒன்றும் என்னைக் கவர்ந்திடவில்லை. எனவேதான் முதல்முதலாக அந்த சேர்ந்திசையைக் கேட்டபோது நான் பெரிதாக அதனை ரசிக்கவில்லை.

ஒருநாள் எம்.பி.எஸ்ஸிடம் இருந்து ஒரு கடிதம் வந்தது. மெட்ராசில் அவர் இயக்கிவரும் சேர்ந்திசைக் குழுவினருடன் கேரளாவில் நிகழ்ச்சிகள் நடத்த வாய்ப்புக்கள் இருக்குமா? இதுதான் கேள்வி. புகழ்பெற்ற தமிழ், மலையாள மொழித் தேசப் பக்திப் பாடல்களைப் பாடுவதே நம் திட்டம் என்றும் சொல்லி இருந்தார். சர்மாஜியுடன் கலந்து ஆலோசித்தபின் திருவனந்தபுரத்தில் இருந்து கோழிக்கோடு வரை எம்.பி.எஸ்ஸின் இசைக் குழுவுக்கான சுற்றுப்பயணத் திட்டத்தை வரையுறுமாறு சொல்லி வரவேற்றோம். ஒவ்வொரு மாவட்டத்திலும் ஒரு நகரத்தில் சேர்ந்திசை நிகழ்வு நடத்தத் திட்டமிட்டோம்.

இந்தச் சுற்றுப்பயணம் திரிச்சூரில் இருந்து தொடங்கியது என்று நினைக்கிறேன். ஒரு டிசம்பர் மாதத்துக் காலையில் குளிரில் நடுங்கியபடி எம்.பி.எஸ்ஸையும் அவரது குழுவினரையும் வரவேற்க திரிச்சூர் ரயில் நிலையம் சென்றோம். வந்து இறங்கினார்கள். ஏறத்தாழ இரண்டு டஜன் இளைஞர்களும் இளம் பெண்களும் குழுவில் இருந்தார்கள். எளிமையான உணவும் தங்கும் இடமும் இருந்தால் போதும் என்று எம்.பி.எஸ் எங்களிடம் கூறினார்.

மாலையில் டவுன்ஹாலில் நிகழ்ச்சி நடந்தது. டிக்கெட்டுகளை முழுமையாக விற்றுவிட எம்.பி.எஸ் முழுமுயற்சி செய்திருந்தார். எனவே அரங்கம் முழுமையாக நிரம்பி இருந்தது. திருச்சூர் ISCUS அமைப்பின் கிளை இந்த இசை நிகழ்வை ஏற்பாடு செய்து இருந்தது. ஒரு ஹார்மோனியம், ஒரு தம்புரா, கூடவே ஒரு மிருதங்கம் அல்லது தபேலா, அவ்வளவுதான், 'மிக அதிகமான இசைக்கருவிகளைப் பயன்படுத்துவதையும் எலக்ட்ரானிக் கருவிகளைப் பயன்படுத்துவதையும் வெறுக்கிறேன்' என்று கூறினேன்.

இதன் பிறகு என் சொந்த ஊரில் சேர்ந்திசைக் குழு ஒன்றைத் தொடங்கப் பெருமுயற்சி செய்தேன், ஆனால் அது வெற்றியடையவில்லை.

பல வருடங்களுக்குப் பிறகுதான் கேரளப் பல்கலைக்கழக சங்கம் தமது சேர்ந்திசைக் குழு ஒன்றை உருவாக்க முனைந்தார்கள். எம்.பி.எஸ்ஸைத்தான் இதன் பொருட்டு நாடினார்கள். அதன்படியே நூற்றுக்கும் மேற்பட்ட ஆண், பெண் மாணவர்களைக் கொண்டதொரு குழுவை நிறுவினார்கள். பல்கலைக்கழகத்தின் மிகப்பெரிய அரங்கத்தில் குழுவின் அரங்கேற்றம் நிகழ்ந்தது, இந்த விழாவைக் காண்பதற்காகவே வந்திருந்த மக்களால் அரங்கு முழுமையாக நிறைந்திருந்தது. அநேகமாக எல்லாருமே நிகழ்வைக் கண்டு மகிழ்ச்சியடைந்தார்கள். இதன்பிறகு கோழிக்கோடு பல்கலைக்கழகம், கோட்டயம் மஹாத்மா காந்தி பல்கலைக்கழகம் ஆகியனவும் தமக்கான சேர்ந்திசைக்குழுவை நிறுவின. இப்போது பாருங்கள், கேரளாவில் எங்கே சென்றாலும் அங்கே சேர்ந்திசைக் குழு ஒன்றை நீங்கள் பார்க்கலாம். வருங்கால இளம் தலைமுறையினர் எம்.பி.எஸ் அவர்களை நினைவு கூர்வர்.

கேரளப் பல்கலைக்கழகம், மஹாத்மா காந்தி பல்கலைக்கழகம் ஆகிய இரண்டு குழுக்களிலும் உள்ள எம்.பி.எஸ்ஸின் மாணவர்கள் ஒன்றிணைந்து எம்.பி.எஸ் சேர்ந்திசைக் குழு என்ற பெயரில் ஒரு குழுவை நிறுவி உள்ளதை அறிந்து மகிழ்ச்சி அடைகிறேன்.

திருவனந்தபுரம்   சி. அச்சுதமேனன்
08 மார்ச் 1989

(குறிப்பு: சி. அச்சுதமேனன் இந்திய கம்யூனிஸ்ட் கட்சியின் மத்தியக் குழு உறுப்பினராக இருந்தார். 1969 நவம்பர் முதல் 1970 ஆகஸ்ட் வரையும், பின்னர் 1970 அக்டோபர் முதல் 1977 மார்ச் மாதம் வரையிலும் கேரள மாநில முதலமைச்சராக இருந்தார். ஈ.எம்.எஸ். நம்பூதிரிபாடின் முதல் அமைச்சரவையில் நிதி - வேளாண்மைத்துறை அமைச்சராக இருந்தார். புகழ்பெற்ற எழுத்தாளர்).

⦿

எங்களுடன் இணைந்து சேர்ந்திசை பாட மீண்டும் வாருங்கள் எம்.பி.எஸ்!

சுப்ரமண்ய சர்மா

அன்புக்குரிய எம்.பி.எஸ்,

சுமார் நாற்பது வருடங்களுக்கு முன் நீங்களும் நானும் சந்திக்க நேர்ந்தது. 1946 இல் பம்பாயில் கப்பற்படை வீரர்கள் பிரிட்டிஷ் அரசுக்கு எதிராகக் கிளர்ந்து எழுந்தபோது பிரிட்டிஷ் ஏகாதிபத்திய அரசு அவர்கள் மீது கொலைவெறியுடன் தாக்குதல் நடத்தியது. அதனைக் கண்டித்துச் சென்னையின் வீதிகளில் மாணவர்களும் தொழிலாளர்களும் ஆவேச முழக்கங்களை எழுப்பியவாறு ஊர்வலம் வந்தார்கள், அந்த ஊர்வலத்தில் நீங்களும் முழக்கம் எழுப்பியபடியே வந்தீர்கள். இந்தியாவில் பிரிட்டிஷ் ஆட்சியின் சவப்பெட்டியில் அறையப்பட்ட கடைசி ஆணிதான் அந்தக் கப்பற்படை எழுச்சி.

அதன் பின் மாணவர் இயக்கத்தின் முன்னோடியாகவும் பின்னர் கம்யூனிஸ்ட் கட்சியில் முறையாக உறுப்பினர் ஆகவும் ஆகிப் பல்வேறு பொறுப்புகளை ஏற்றுக்கொண்டீர்கள். வெளிப்படையாகவும் தலைமறைவாகவும், கட்சியின் டெல்லி தலைமை அலுவலகத்திலும் இப்டாவிலும் செயலாற்றினீர்கள்.

ஜாலியன் வாலாபாக்கின் நாயகன் ஆன சைஃபுதீன் கிச்லூவின் மகளான ஜஹிதாவைக் காதலித்து மணந்தீர்கள். இருவரும் இந்திய சுதந்திரம் என்னும் சாரட் வண்டியில் பூட்டப்பட்ட இரட்டைக் குதிரைகளாக விளங்கினீர்கள். அன்பெனும் இசையால் நீங்கள் ஒருவர் இதயத்தை மற்றவர் நிரப்பிக் கொண்டீர்கள். நம் தாய்நாட்டின், இயற்கையின், அமைதியின் அன்பு கீதத்தை நம் தேசத்தின் பல லட்சம் குழந்தைகள், மாணவர்கள், இளைஞர்களுக்குக் கற்றுத்தர உறுதி பூண்டீர்கள்.

இடையில் நீங்கள் ஒரு புரட்சிக்காரனுக்குரிய இயக்கப் பணியில் இருந்து சற்றே ஓய்வெடுத்து உங்களின் தனித்துவமான அடையாளமான திரையிசை, சேர்ந்திசை ஆகிய தளங்களைத் தேர்ந்தெடுத்து உங்கள் வாழ்க்கையின் இலக்கை நோக்கிய பயணத்தைத் தொடங்கினீர்கள். செவ்வியல் கர்நாடக இசை, ஹிந்துஸ்தானி, மேற்கத்திய இசை ஆகிய மூன்றையும் நமது இந்தியப் பாரம்பரியக் கிராமிய இசையுடன் இணைத்து உங்களுக்கே உரித்தான சேர்ந்திசை என்னும் புது வடிவத்தை இந்த நாட்டுக்குத் தந்தீர்கள். சேர்ந்திசை வடிவத்தின் ஒரே ஒரே சிற்பியும் அதற்குப் பாதை சமைத்தவரும் நீங்கள் ஒருவரே ஒருவர்தான்.

சுப்ரமணிய பாரதியின் பாடல்களின் அடி ஆழம் வரை சென்று ஈடிணையற்ற அதன் சுவையை அள்ளிப் பருகினீர்கள். தொடர்ந்து குருதேவ் தாகூரின் கவிதைகள், ரபீந்திர சங்கீதம், தான் சேன், மிர்சா காலிப், தியாகராஜர், முத்துச்சாமி தீட்சிதர், பங்கஜ் மல்லிக், சைகல் என நம் முன்னோடிகளின் இசையைச் சேர்ந்திசை வடிவத்தில் வளப்படுத்தினீர்கள். எல்லாவற்றுக்கும் மேலே இசையுலகின் ராட்ஷசன் பால்ராப்சனை உங்கள் சேர்ந்திசையில் கொண்டு வந்து கொடுத்தீர்கள்! பள்ளி, கல்லூரி மாணவர்கள், தெருக்களில் திரிந்த இளைஞர்கள், அலுவலக ஊழியர்கள் என அனைவரையும் ஓரிடத்தில் திரட்டி ஒரே குரலில் ஒத்திசைவான அலைவரிசையில் பாடச் செய்தீர்கள் - இந்தத் தேசத்தின் மக்கள் பேசும் பல்வேறு மொழிகளில் நீங்கள் இந்தச் சாதனையை செய்தீர்கள்!

‘காஷ்மீர் முதல் கன்னியாகுமரி வரை இந்தியா ஒன்றுதான்’ என்ற பாடலை நூற்றுக்கணக்கான சிறுவர்கள் உங்கள் இயக்கத்தில் பாடினார்கள். உங்கள் ஆன்மாவின் ராகம் இதில் தெரிந்தது. பத்து வருடங்களுக்கு முன் உங்கள் மெட்ராஸ் யூத் கோயருடன் நாங்கள் கேரளாவெங்கும் பாடுவதற்காகச் சுற்றுப்பயணம் செய்தபோது மகிழ்ச்சியில் ஆழ்ந்த தருணங்கள் இவை.

ஒருமுறை நீங்கள் பால் ராப்சனை மேற்கோள் காட்டிப் பேசினீர்கள்: ‘ஒரு நாட்டின் மையமான அடையாளம் என்பது மேட்டுக்குடி வர்க்கத்தால் தீர்மானிக்கப்படுவதில்லை; அது சாமான்ய மக்களால் தீர்மானிக்கப்படுகின்றது. அனைத்து

நாடுகளின் சாமான்ய மக்களும் மனிதகுலம் என்ற மாபெரும் குடும்பத்தின் சகோதரர்களே - ஆத்மார்த்தமாக. நான் ஒரு நீக்ரோ அல்லது ஆஃப்பிரிகன் என்ற உணர்வே மேலோங்கி நிற்கின்றது என்றாலும் எனது சக வெள்ளை உழைக்கும் மக்களில் ஒருவனாக என்னை உணர்கின்றேன், அவர்களை நான் நேசிக்கின்றேன், மனித குலத்தில் நானும் ஒருவன் என்ற உணர்வும் எனது சொந்த இனத்தின் மீதான காதலும் எனக்குள் அருகருகே எப்போதும் இருக்கின்றன.' இதை இங்கே கூறுவதுதான் உங்கள் நினைவுக்கு நாங்கள் செய்யக் கூடிய பொருத்தமான அஞ்சலியாக இருக்கக்கூடும். நீங்கள் கேரளாவுக்கு வந்தீர்கள்; எங்கள் ஆண் பெண் பிள்ளைகளுடன் பாடினீர்கள். எங்கள் மிகச் சிறந்த கவிஞர்களான வள்ளத்தோள், வயலார், பாஸ்கரன், ஓ. என்.வி, காவாலம் ஆகியோரின் சிறந்த பாடல்கள் அடங்கிய, எங்கள் மிகச்சிறந்த இயக்குனர்களான அடூர், ஜார்ஜ், லெனின் ராஜேந்திரன் போன்றோரின் படங்களுக்கு, சுமார் 60 படங்கள் இசையமைத்தீர்கள்.

எங்களுடனேயே இருந்து கேரளாவை உங்கள் வீடாக மாற்றிக் கொண்டீர்கள். பாருங்கள், நீங்கள் லட்சத்தீவில் இசைப் பணியில் இருந்தபோதே காலமானீர்கள், எங்கள் மக்களோடு கலந்துவிட்டீர்கள்.

எங்களுடன் இணைந்து சேர்ந்திசை பாட மீண்டும் வாருங்கள் எம்.பி.எஸ்! ஏக்கப் பெருமூச்சுடன் காத்துக்கொண்டு இருக்கின்றோம்!

சென்னை இளைஞர் இசைக் குழுவின் அஞ்சலி

எம்.பி.எஸ் என்று மக்களால் அழைக்கப்பட்ட புகழ்பெற்ற இசையமைப்பாளரும் இசைக் குழு நடத்துநரும் ஆன திரு எம்.பி. சீனிவாசன் அவர்கள் காலமாகிவிட்டார்கள். NCERT நிறுவனத்தின் சேர்ந்திசைப் பயிற்சிப் பட்டறைக்காக தனது இசைப் பயிற்சியாளர்களுடன் லட்சத்தீவு சென்றிருந்த போது அவர் காலமானார்.

அவரது மறைவு, கவின்கலை என்னும் உலகத்திலிருந்து ஒரு புரட்சிகரக் கலைஞனை, இலட்சிய நோக்குள்ள ஒரு மனிதனைப் பறித்துக் கொண்டது.

தென்னிந்தியாவில் இருந்து சேர்ந்திசை இயக்கத்தைத் தொடங்கி நடத்திச் சென்ற முன்னோடி அவர். இந்தியாவின் பல நூறு சேர்ந்திசைக் குழுக்களுக்கும் பல்லாயிரம் குழந்தைகள், இளைஞர்களுக்கும் பாடுவதற்கான பயிற்சியைக் கொடுத்தார். இந்தியாவின் தலைசிறந்த கவிஞர்கள் இயற்றிய, தேச ஒற்றுமையை, சமூக ஒற்றுமையை, உயரிய விழுமியங்களை உயர்த்திப் பிடிக்கும் பாடல்களை அவர்கள் சேர்ந்திசைத்துப் பாடச் செய்தார். டெல்லி, பம்பாய், கல்கத்தா, போபால், அஹமதாபாத் மட்டுமின்றி இந்தியாவின் பிற பகுதிகளிலிருந்தும் பலரும் வந்து, மகத்தான ஆசிரியர் ஆன அவரிடம் மிகச்சிறந்த சேர்ந்திசைப் பயிற்சியைப் பெற்றுச் சென்றார்கள். அவர் சேர்ந்திசையில் புரட்சிகர மாற்றங்களைச் செய்தார். சமூக மாற்றம், சுற்றுச்சூழல் பாதுகாப்பு ஆகியவற்றை வலியுறுத்தும் பாடல்களை இசைத்தார். தேச ஒற்றுமை, உலக சமாதானம் ஆகிய உயரிய கோட்பாடுகளுக்காகச் சேர்ந்திசையைப் பயன்படுத்திய இந்த மாமனிதருக்கு, மொழி, பிரதேசம், சமூக அந்தஸ்து ஆகிய விசயங்கள் என்றுமே ஒரு பொருட்டாக இருந்தது இல்லை. மகாகவிகளான இக்பால், தாகூர், பாரதி, வள்ளத்தோள், பாரதிதாசன் உள்ளிட்ட பலரது தேசபக்திமிக்க புரட்சிகரமான பாடல்களை, இந்தியாவின் பல்வேறு மொழிகளில் ஒரே குரலில்

நூறு, ஆயிரம் பாடகர்களின் குரல்களை ஒன்றென இணைத்து ஒத்திசைத்து ஒரே குரலில் பாடச் செய்தார்.

சென்னை நகரில் சுதந்திர தினம், குடியரசு தினம், குழந்தைகள் தினம் எனில் பள்ளிகளில் நூற்றுக்கணக்கான குழந்தைகள் சேர்ந்து பாடுவது வழக்கமான ஒன்று. திரு எம்.பி. சீனிவாசன் அவர்கள் மனமுவந்து முன்வந்து பள்ளிக் குழந்தைகளுக்கு சேர்ந்திசைப் பயிற்சியை அளித்ததால் இவை சாத்தியம் ஆகின. 1982 ஆம் வருடம் சென்னை மாநகராட்சிப் பள்ளியில் பயின்ற ஆறாயிரம் குழந்தைகளை ஒரே இடத்தில் ஒன்றுபடுத்தி பல இந்திய மொழிகளில் இருந்தும் தேசபக்திப் பாடல்களைப் பாடச் செய்தார். அவர் தனது சேர்ந்திசைக் குழுவினருடன் தமிழ்நாட்டிலும் கேரளாவிலும் இருக்கின்ற கிராம மக்களையும் குழந்தைகளையும் இளைஞர் குழுக்களையும் நேரடியாகச் சந்தித்துச் சேர்ந்திசைப் பாடல்களைப் பாடிக் காட்டி அவர்களுக்கும் பயிற்சி கொடுத்து பாடச் செய்தார். இது மாபெரும் சேர்ந்திசை இயக்கமாகும். இந்த சேர்ந்திசை இயக்கம் டெல்லி, பாம்பே, கல்கத்தா என இந்தியாவின் பல நகரங்களுக்கும் விரிந்தது. சென்னையிலும் திருவனந்தபுரத்திலும் இருந்த பல்கலைக்கழகங்களிலும் சேர்ந்திசைக் குழுக்களை அமைத்து, சேர்ந்திசைப் பயிற்சி அளித்துப் பாட வைத்த பெருமை எம்.பி.எஸ்ஸையே சாரும். இதனைத் தொடர்ந்து பிற கல்வி நிறுவனங்களிலும் சேர்ந்திசைக் குழுக்கள் நிறுவப்பட்டன.

மனிதக் குரல்களின் அழகையும் திறமையையும் வெளிக் கொணர முடியும் என்று அவர் எப்போதும் நம்புவார். அவ்வாறே செய்தும் காட்டினார். அவர் பயிற்சி அளித்த குழுக்களும் பாடல் சொல்லித்தந்த குழுக்களும் பிற்காலத்தில் வெற்றிகரமாக இயங்கின என்பதே அதற்கான சான்றாகும். 1988 ஆம் ஆண்டு திருவனந்தபுரத்தில் தேசிய விளையாட்டுப் போட்டிகள் நடத்தப்பட்டபோது, கேரளப் பல்கலைக்கழகங்களைச் சேர்ந்த 250 மாணவர்கள் மெய் மறந்திருந்த பெரும் ரசிகர்கள் முன்பு நீண்ட நேரம் சேர்ந்திசை நிகழ்த்தினார்கள். நடத்தியவர் எம்.பி.எஸ் அந்த நிகழ்ச்சியை அன்றைய இந்தியப் பிரதமர் திரு ராஜீவ்காந்தி நேரில் கண்டு ரசித்தார். கொச்சியில் சமீபத்தில் நடந்த UNIFEST விழாவின் தொடக்க நிகழ்விலும் இதே சேர்ந்திசை நிகழ்த்தப்பட்டது. அங்கே ஒரு ஹார்மோனியமும்

ரிதமும் மட்டுமே இசைக் கருவிகளாகப் பயன்படுத்தப்பட்டன. அவரோ அங்கே ஒரு மகா இசையுலகைத் திறந்துவிட்டார். ஓர் இசை மாமேதையால் மட்டுமே அத்தகையதொரு தனித்தகுதி வாய்ந்த புதிய திறப்புக்களை உருவாக்க முடியும், அவருக்கு நிகர் அவரே. சேர்ந்திசையில் அவர் செய்த மகத்தான சாதனைகள், பங்களிப்பைப் பற்றி பேசும் போது திரைப்படங்களில் அவர் செய்த சாதனைகளைப் பற்றிப் பேசாமல் இருக்க முடியாது. இசைத் துறையில் தலைசிறந்த அறிவாளியான அவர் அளித்த தனித்துவம் வாய்ந்த மெல்லிசைப் பாடல்களும், செவ்வியல் சாயலில் அமைந்த பாடல்களும், நாட்டுப்புறப் பாடல்களும் என்றும் நிலைத்து நிற்பவை. தலைசிறந்த திரைப்பட இயக்குநர்களான அடூர் கோபாலகிருஷ்ணன், அரவிந்தன், கே.ஜி. ஜார்ஜ், மோஹன் ஹரிகுமார், லெனின் ராஜேந்திரன், எம்.டி. வாசுதேவன் நாயர், பரதன் உள்ளிட்ட பலருடன் அவர் இசையமைப்பாளராகப் பணி செய்துள்ளார். காலஞ்சென்ற வயலார் ராம வர்மா, பி. பாஸ்கரன், ஓ.என்.வி. குருப், காவாலம் நாராயண பணிக்கர் உள்ளிட்ட புகழ்பெற்ற பாடலாசிரியர்களுடன் எம்.பி.எஸ் இணைந்து பணியாற்றியதால் கவிநயமும் இசைநயமும் மிக்க மிகச்சிறந்த பாடல்கள் நமக்குக்கிடைத்தன.

சேர்ந்திசை, திரை இசையுடன் அவரது பணிகள் முற்றுப் பெறவில்லை. மக்கள் நலம், திரைப்படத் தொழிற்சங்க இயக்கம் சார்ந்த பணிகளிலும் அவர் ஈடுபட்டார். தனது மாணவர் பருவத்திலிருந்தே அவர் ஒரு விடுதலைப் போராட்ட வீரராகவும் புரட்சியாளராகவும் இருந்த அதே உணர்வுடன் மெட்ராசில் திரைப்பட இசையமைப்பாளர் சங்கம் (Cine Musicians Union) உள்ளிட்ட திரைப்படத் தொழிலாளர்களுக்கான பல்வேறு தொழிற்சங்கங்களை அவர்தான் நிறுவினார். தென்னிந்தியத் திரைப்படத் தொழிலாளர்களின் வாழ்க்கை உத்தரவாதம், மரியாதை ஆகியவற்றை பெரும் முயற்சி செய்து உறுதி செய்தவர் அவர். அவர் இல்லை எனில் அவர்களின் நிலை எப்படி இருந்திருக்கும் என்று சொல்ல முடியாது என்பதை திரைப்படத் தொழிலாளர்கள் ஒத்துக் கொள்வார்கள் என்பதில் ஐயமில்லை. இந்திய நிகழ்த்துகலை உரிமைகளுக்கான கழகத்தின் (Indian Performing Rights Society) தகைசால் தலைவராக (Hon'y Chairman) அவர் இருந்தார். இசையமைப்பாளர், பாடலாசிரியர்கள் ஆகியோரின் படைப்புகளுக்கான காப்புரிமையை இந்தக்

கழகத்தின் மூலம் உறுதி செய்த மகத்தான சேவையை எம்.பி.எஸ் செய்தார்.

திரு எம்.பி. சீனிவாசன் அவர்கள் மறைந்துவிட்டாலும் அவர் படைத்த இசையும் பாடல்களும், அவர் குறித்த நினைவுகளும், அவர் வாழ்க்கை மூலம் நமக்கு விட்டுச்சென்ற செய்திகளும் சமூகத்தாலும் சாமானிய மனிதர்களாலும் என்றென்றும் நினைக்கப்படும், நிலைத்து நிற்கும்.

இந்த அஞ்சலிக் குறிப்பை எமது அன்புக்குரிய தலைவரும் தோழருமாகிய அந்த மகத்தான மனிதருக்காக 09.03.1989 அன்று அர்ப்பணிக்கிறோம்.

01.03.1989   சென்னை இளைஞர் இசைக் குழு

⊙

Centre for Cultural Resources and Training

எண். CCRT/26011/1/89/3905
பிப்ரவரி 27, 1989

பஹவல்பூர் ஹவுஸ்
மோகன்தாஸ் சாலை,
புது தில்லி 110 001.

அன்புக்குரிய திருமதி சீனிவாசன்,

உங்களது அன்பான கடிதத்திற்கு நன்றி, பிப்ரவரி 14, 1989 அன்று உங்கள் கடிதத்தைப் பெற்றுக் கொண்டோம்.

தென்னிந்தியாவில் CCRT பயிற்சி வகுப்புகள் நடத்தியபோது எமது ஆசிரியர்களுக்கும் மாணவர்களுக்கும் பயிற்சி அளிக்க உங்கள் சேர்ந்திசைக் குழுவில் இருந்து பயிற்றுவிப்பவர்களை அனுப்பிவைத்து இருக்கிறீர்கள். அதற்காக நான் நன்றி தெரிவிக்க விரும்புகிறேன்.

காலம் ஓடிக்கொண்டு இருக்கிறது. ஆனால் ஒரு சில ஆளுமைகளை மறக்க முடியாது. தாங்கள் எடுத்துக் கொண்ட பணியில் அவர்கள் காட்டும் அர்ப்பணிப்புணர்வு, தமது சக தோழர்களுக்கு அவர்கள் தரும் உற்சாகம், தூண்டுதல் ஆகியவற்றால் அவர்கள் என்றும் வாழ்கின்றார்கள். அத்தகைய ஆளுமைகளில் திரு எம்.பி. சீனிவாசனும் ஒருவர். அவரது ஆளுமைத்திறன், அர்ப்பணிப்புணர்வு ஆகியவற்றால் நானும் எமது நிறுவனமும் கற்றுக் கொண்டவை மிகப்பல. அவரது நட்பு எங்களை உற்சாகப்படுத்தியது.

CCRT 1979 ஆம் ஆண்டு வெளியிட்ட இசைத்தட்டு Let us sing together என்பதாகும். அதற்கான பாடல்களைச் சிறிய குழந்தைகள்தான் பல மொழிகளில் பாடினார்கள் என்பதை நான் எப்போதும் நினைவு கூர்வேன். அந்த இசைத் தொகுதி இரண்டு இசைத்தட்டுகளாக வெளிவந்தது. திரு எம்.பி. சீனிவாசனும் அவரது சேர்ந்திசைக் குழுவும் தான் அதற்காகப் பல மொழிகளிலும் இருந்து பாடல்களைத் தேர்வு செய்து கொடுத்தார்கள். இப்போது அந்த இசைத்தட்டுகள் மீண்டும் அச்சிடப்படவில்லை எனினும் அவற்றுக்கு இப்போதும் வரவேற்பு உள்ளது.

மிகச் சிக்கலாகத் தோன்றும் இசைக் கோர்வைகளைக் கூட திரு எம்.பி. சீனிவாசன் தனது திறமையால் எளிதாகத் தோன்றும்படிச் செய்து காட்டுவார். அவரது பாடல்களால் எதிர்காலத் தலைமுறையின் இதயங்களிலும் நினைவிலும் என்றும் நிலைத்திருப்பார் என்பதை நாம் அறிவோம்.

அவர் விட்டுச் சென்ற பணிகளைத் தொடர்ந்து செய்வதற்கான ஆற்றலை நீங்கள் பெற வேண்டும் எனப் பிரார்த்திக்கிறேன்.

தங்கள் உண்மையுள்ள,

பிரேமலதாபூரி,

இயக்குநர்

பெறுநர்:

திருமதி. ஜஹிதா சீனிவாசன்,

மெட்ராஸ் யூத் காயர்,

1015, 78 ஆவது தெரு,

12 ஆவது செக்டார்,

கே.கே. நகர்

மெட்ராஸ் - *600 078.*

Indian Performing Rights Society

எமது நிறுவகத்தின் தலைவர் திரு எம்.பி. சீனிவாசன் அவர்கள் யாரும் எதிர்பாராத வண்ணம் காலமாகிவிட்டார் என்பதை ஆழ்ந்த வருத்தத்துடன் நாங்கள் பதிவு செய்கிறோம்.

இந்த நிறுவகம் மிகப்பெரும் சிக்கல்களில் சிக்கி இருந்த சூழலில் தான் திரு சீனிவாசன் அவர்கள் அதன் தலைமைப் பொறுப்பை ஏற்றுக்கொண்டார். தனது தன்னலமற்ற ஓயாத உழைப்பால் இந்த நிறுவகத்தை இப்போது நாம் காணும் திடமான நிலைக்கு அவர் கொண்டு வந்தார் என்பதைப் பதிவு செய்கிறோம். இப்பணியில் காலஞ்சென்ற திரு கய்க்கர் (Kaicker) அவருடன் முழுவதுமாக ஒத்துழைத்தார் என்பதும் வரலாறு.

தனது தனிப்பட்ட இசைத்திறனாலும் புலமையாலும் இந்திய இசைத்துறையிலும் சேர்ந்திசைப் புலத்திலும் அளப்பரிய சேவையைச் செய்த திரு சீனிவாசன், பல்வேறு இந்திய மொழிகளிலுமாக சுமார் இருநூறு சேர்ந்திசைப் பாடல்களை இயற்றியவர் என்பதை குறிப்பிட்டுச் சொல்ல வேண்டும்.

மிகபெரிய மனிதாபிமானி, அறிவாளி, சக மனிதர்பால் அன்பு பாராட்டுபவர் எனப் பல முகங்கள் அவருக்கு உண்டு. சென்னையில் சினிமா தொழிலாளர் சங்கத்தை நிறுவியதன் மூலம் அத்தொழிலாளர்களுக்கு மிகப்பெரிய சேவை செய்தார்.

அவரது மறைவு எமது நிறுவகத்துக்கு மட்டும் இன்றி இந்தியத் திரைப்படத் துறைக்கும் மிகப்பெரிய ஈடுசெய்யமுடியாத இழப்பாகும்.

IPRS நிறுவகமும் சீனிவாசன் என்ற பெயரும் வெவ்வேறல்ல, இரண்டும் ஒன்றே என்பதை எங்கள் உறுப்பினர்கள் முற்றாக உணர்ந்துள்ளோம். இந்த நிறுவகத்தின் உயரிய இலட்சியங்களை நிறைவேற்ற அவர் எடுத்துக்கொண்ட ஆகச்சிறந்த முயற்சிகளை தொய்வின்றி முன்னெடுத்துச் செல்வதே அவருக்கு நாங்கள் செய்யும் சிறப்பான அஞ்சலியாக இருக்கும்.

அவர் ஆன்மா அமைதி பெறுவதாக.

நிர்வாகக்குழு,
Indian Performing Rights Society

ஓரடி முன்னால்

எம்.பி. சீனிவாசன்

நூறு பாடல் முகாம்களை இதுவரை நடத்தியுள்ளோம். அவற்றின் நோக்கம் இதுதான்: இந்தியாவின் குழந்தைகள், இளைஞர்கள் சிந்தனையில் தேச ஒற்றுமை என்னும் சிந்தனையை விதைப்பது. எண்ணிக்கை அளவில் பார்த்தால் நாங்கள் எத்தனை பெரிய விரிந்த தளத்தில் செயல்பட்டுள்ளோம் என்பது தெரியும்.

நான் இப்போது இசை என்னும் கோணத்தில் இதே இளைஞர் சமுதாயத்தில் இந்த முகாம்கள் என்ன பாதிப்புகளை ஏற்படுத்தி உள்ளன என்று சொல்ல விரும்புகிறேன்.

மிகப்பல வருடங்களுக்கு முன் மெட்ராஸ் நகரில் சில பள்ளிக் குழந்தைகள் மத்தியில் இதுபோன்ற சேர்ந்திசை நிகழ்ச்சிகளை நடத்தினோம். ஆகாஷ்வாணியில் தொடர்ந்து சேர்ந்திசை நிகழ்ச்சிகளை நடத்திக் கொண்டு இருந்தோம். மெட்ராஸ் அகில இந்திய வானொலியில் சேர்ந்திசை நிகழ்ச்சி ஒரு முக்கியமான இடத்தைப் பிடித்திருந்தது. அகில இந்திய வானொலியில் ஒலிபரப்பாகும் இந்த நிகழ்ச்சிகளைப் பள்ளி மாணவர்களும் இளைஞர்களும் தொடர்ந்து கேட்டு வந்தார்கள். அந்த சேர்ந்திசைப் பாடல்களின் இசைக்கோர்வை அவர்களைக் கவர்ந்தது. பல பாடல்கள் அவர்கள் மத்தியில் புகழ்பெற்று விளங்கின.

தேச ஒற்றுமையை வலியுறுத்தும் சேர்ந்திசைப் பாடல்களை நாடெங்கும் பரப்ப அரசாங்கமே ஒரு திட்டத்தைக் கொண்டு

வந்தபின், தேர்ந்தெடுக்கப்பட்ட பல பாடல்களைப் பல பள்ளிகளில் மாணவர்களுக்குக் கற்றுக் கொடுத்தோம்.

சேர்ந்திசைப் பாடல்களைப் பாடத் தொடக்க கட்டத்தில் தரப்பட்ட பயிற்சிக்குப் பிறகு பாடல்களை மேலும் நல்ல குரல் வளத்துடன் பாடுவதற்காக அடுத்தகட்ட தீவிரமான பயிற்சிக்கு சென்றார்கள். கடந்த காலத்தில் எங்களுடன் இணைந்து பயிற்சி பெற்ற பல குழுக்கள் மிகச் சிக்கலான இசைக் கோர்வை கொண்ட பாடல்களைக் கூடச் சிறப்பான முறையில் பாடுகிறார்கள். இவர்களின் பாடல்களைக் கேட்கும் புதிய குழுக்கள் தாங்களும் முறையான சேர்ந்திசைக் குழுக்களில் பாட வேண்டும் என்று ஆர்வத்துடன் முன் வருகிறார்கள்.

சமுதாயக் கூறுகளின் பாதிப்புகள் இன்றைய இளைஞர் சமுதாயத்தின் இசையைக் கேட்பதிலும் ரசிப்பதிலும் பாதிப்பை ஏற்படுத்தவே செய்யும் என்று நான் நம்புகிறேன். நகரமயமும் தொழில்மயமும் ஏற்படுத்தியுள்ள நவீன இசையானது, அகில உலகம் தழுவிய பல நாட்டு இசைகளையும் கேட்பதில் இருந்து அவர்களைத் தடுக்க முடியாது. தகவல் தொடர்பு சாதனங்கள் இந்தப் பணியைச் செய்து கொண்டே இருக்கின்றன. மேற்கத்திய இசையில் பல்வேறு வடிவங்கள், அதாவது புதிய இசைகள் என்று சொல்லப்படுகின்ற இந்த வடிவங்கள், இளைய சமுதாயத்தை உடனடியாகக் கவர்ந்துகொள்ள இது ஒரு காரணம் என்றே சொல்வேன்.

சமகால இந்திய இசை வல்லுனர்களுக்கு இந்த விசயத்தில் முக்கியமான பொறுப்பு உள்ளது. சமூக வளர்ச்சியைக் கருத்தில் கொண்டு, புதிய வகை இசையை, ஒலியும் ஆற்றலும் மேலோங்கும் இசையை, இளைய சமுதாயத்தின் இதயத்தைத் தொடுகின்ற இசையை அவர்கள் உருவாக்க வேண்டும். நமது மண்ணின் பாரம்பரிய வளமிக்க இசையை நாம் பாதுகாப்போம். அதே நேரத்தில் இந்திய இசையின் பாடலில்லாக் கருவி இசை வடிவத்திலும் சேர்ந்திசை வடிவத்திலும் புதிய பரிசோதனை முயற்சிகளைச் செய்ய வேண்டிய அவசியம் உள்ளது என்று காலம் சொல்கின்றது.

கூடிப்பாடுதல் இயக்கம் (Community Singing Movement) என்பதைப் பரவலாக எடுத்துச் செல்ல வேண்டும். சேர்ந்திசை

MBSYC. mbsreenivasan.com – Archive Gallery.

வடிவத்தின் தொடக்ககட்ட வடிவங்களைக் கையில் எடுத்து கூடிப்பாடுதல் இயக்கத்தை அடுத்த கட்டத்துக்குக் கொண்டு செல்ல வேண்டும். இதன் பொருள் என்ன? நமது ஆசிரியர்களும் பயிற்றுவிப்பவர்களும் அடுத்த கட்டப் பயிற்சி பெற வேண்டிய நிலையில் இருக்கிறார்கள் என்பதுதான். பயிற்சி பெற்றால்தான் சேர்ந்திசை ஒருங்கிணைப்பின் அடிப்படைகளைப் புரிந்து மெதுவாக அவற்றைக் கைக்கொள்ள ஏதுவாகும். இதுபோன்ற அடுத்த கட்டப் பயிற்சியைப் புரிந்து தேர்ச்சி பெறத்தக்க குறிப்பிட்ட எண்ணிக்கையிலான ஆசிரியர்களுக்கு அத்தகைய சிறப்புப் பயிற்சியை அளிக்கும் ஒரு திட்டத்தை என்.சி.இ.ஆர்.டி. (NCERT) வரைந்தால் பயன்மிக்கதாக அமையும்.

◉

திரைப்படப் பாடல்களும் சமுதாய மாற்றமும்

எம்.பி. சீனிவாசன்

ஒரு கம்யூனிஸ்ட் ஆன எம்.பி.எஸ்ஸுக்கு இசை என்ற கலை வடிவம் குறித்து இயக்கவியல் பொருளியல் அடிப்படையில் ஆன பார்வை இருந்ததில் வியப்பில்லை. மனித சமூகம் வளர்ந்தபோது கூடவே வளர்ந்துவந்த பண்பாட்டு வளர்ச்சி, அறிவியல் வளர்ச்சி ஏற்பட்ட காலத்தில், அது மனித சமூகத்தின் மீதும், உற்பத்தி, உற்பத்திச் சக்திகள், உற்பத்திக் கருவிகள் மீதும் ஏற்படுத்திய தாக்கம், இவை இசை உள்ளிட்ட கலை இலக்கிய இயக்கியங்கள் மீது ஒவ்வொரு காலகட்டத்திலும், நிலப்பிரபுத்துவ சமூகத்திலும், முதலாளித்துவ சமூகத்திலும் ஏற்படுத்திய தாக்கம் ஆகியவற்றை ஒரு கம்யூனிஸ்ட் எப்படிப் பார்க்க முடியுமோ அந்தப் பார்வையில் இசையைப் பார்த்தார் எம்.பி.எஸ்

சமூகம், சமூக வளர்ச்சி, சமூக மாற்றம் ஆகியவற்றுடன் திரைப்பாடல்களை எவ்வாறு இணைத்துப் பார்க்க வேண்டும்? 1975 ஆம் ஆண்டு, 'திரைப்படப் பாடல்களும் சமுதாய மாற்றமும்' என்ற தலைப்பில் எம்.பி.எஸ் எழுதியுள்ளதை வாசிக்கும்போது அவருடைய தத்துவப் பார்வையையும் விசாலமான அவரது வாசிப்புத்திறனையும் புரிந்து கொள்ள முடிகின்றது. அதில் இருந்து சில பகுதிகள்:

இன்று ஒரு சிலரின் ஆதிக்கப்பிடியில் இருந்துவரும் உற்பத்தி சாதனங்கள் யாவும் சமுதாய உடைமை ஆக்கப்பட்டு உழைக்கும் வர்க்கங்களின் நலன்களைத் தெளிவாகவும் வெளிப்படையாகவும், ஒளிவு மறைவின்றியும் பாதுகாக்கும் ஒரு புதிய அரசு அமைக்கப்பட வேண்டும். சமுதாய மாற்றத்தின் அடிப்படைத் தேவை இது. இந்திய சமுதாய அமைப்பின் சிறப்பு அம்சமான

ஜாதிப் பிரிவுகள் வேரடி மண்ணோடு ஒழிக்கப்பட வேண்டும். இத்தகைய மாற்றங்களுக்கு உதவி புரியாத எந்த ஓர் உத்தியையும் சமுதாய மாற்றத்தின் கருவியாகக் கணிக்க முடியாது.

ஆழமான சிந்தாந்த அடிப்படைக் கண்ணோட்டத்துடன் திரைப்படத் தொழிலில் பணியாற்றுவதே கடினம். விமர்சகர்களும் சமூகவியல் நிபுணர்களும் திரைப்படத் தொழிலை வெளியில் இருந்து ஆராய்வது எளிது. ஆனால் வயிற்றுப் பிழைப்புக்காகத் தனது இசைப் பண்டங்களைத் திரைப்படச் சந்தையில் விற்று வாழ்ந்துவரும் என்னைப் போன்ற கலைஞர்களுக்குத் திரைப்படத் தொழிலில் இருக்கும் முரண்பாடுகளைச் சமாளித்துக்கொண்டு உயிர் வாழ்வது மிகவும் கடினம் என்பது எனது அனுபவம். ஒரு கலைஞன் திரைப்படத் தொழிலில் தன்னை எதிர்நோக்கியுள்ள முரண்பாடுகளைச் சமாளிக்கச் சித்தாந்த நூல்களைப் புரட்டிப் பார்த்தால் மட்டும் போதாது. ஆனால் அந்தச் சித்தாந்த அறிவு அந்த முரண்பாடுகளைப் புரிந்து கொண்டு தடைகளை எதிர்த்து முன்னே செல்ல வேண்டும்.

... இந்தியத் திரைப்படத்தொழில் இந்திய முதலாளித்துவ வர்க்கத்தின் தனிவுடைமையாக விளங்குகின்றது. அது முதலாளித்துவச் சந்தைக்குப் பண்டங்களைத் தயாரித்து அளிக்கின்றது. முதலாளித்துவ அமைப்புக்கே உரிய கருத்துக்களையும் கோட்பாடுகளையும், முதலாளித்துவ வர்க்கம் மக்களிடையே பரப்ப விரும்பும் கருத்துக்களையும் கோட்பாடுகளையும் நாடெங்கும் பரவச் செய்வதுதான் இந்தியத் திரைப்படத் தொழிலின் நோக்கம். இத்தொழிலில் கலைஞன் அனுபவிக்கும் சுதந்திரமும் சந்தையில் நிலவும் சுதந்திரமே. துவக்கத்தில் இருந்தே திரைப்படப் பாடல் என்பது விற்பனைக்காகத் தயாரிக்கப்பட்டு வரும் ஒரு பண்டமாகவே இருந்து வருகின்றது. இந்திய முதலாளி வர்க்கம் தனது நலன்களைப் பாதுகாத்துக் கொள்ளவும், தனக்கு கலாச்சார ஆதரவைத் திரட்டிக் கொள்ளவும் மட்டும்தான் திரைப்படங்களையும் பாடல்களையும் பயன்படுத்திக் கொண்டு வருகின்றது.

ஆனால் பல நூற்றாண்டுகளாக இந்தியாவின் இசையியல், ஓய்வும் வசதியும் பெற்றுள்ள வர்க்கத்தினரின் பொழுதுபோக்குக் கலையாகவே வளர்ந்திருக்கிறது. நிலப்பிரபுக்களும் அரசர்களும்

மடாதிபதிகளுமே இந்த இசையின் வளர்ச்சிக்குப் போஷாக்கு அளித்துள்ளனர்... நம் நாட்டின் கோடிக்கணக்கான உழைப்பாளி மக்களுக்கும் இந்த சாஸ்திரீய சங்கீதத்திற்கும் என்றுமே எந்த உறவும் இருந்தது இல்லை. சமுதாய உறவுகள், சொத்துரிமைகள் நமது இசையைத் தனிப்பிரிவுகளாக்கி, அப்பிரிவுகளை வேறுபட்ட சமூகக் கட்டுப்பாடுகளின் உடைமைகளாக மாற்றியிருக்கின்றன.

...நமது சாஸ்திரீய சங்கீதத்திலும் நாடோடி இசையிலும் தோன்றக்கூடிய விறுவிறுப்பும் தெளிவும் உள்ளுணர்வும் விசாலமான கட்டுக்கோப்பும் திரைப்பட இசை வடிவங்களில் பொதுவாக இன்று கிடைப்பதே இல்லை என்பது தெளிவு. ஆனால் ஒரு முதலாளித்துவச் சந்தையின் தேவையைப் பூர்த்தி செய்வதற்காகத் தயாரிக்கப்படும் இசைப் பண்டத்தின் தலைவிதி வேறு என்னவாக இருக்க முடியும்? முதலாளித்துவ வளர்ச்சி நமது இசையை ஒரு கட்டத்தில் வளப்படுத்தியது, ஆனால் அதே முதலாளித்துவ வளர்ச்சியின் தேவைகள், அடுத்த கட்டத்தில் அதே இசையைக் கட்டுப்படுத்திவிடுகின்றன. இது நமது நாட்டில் மட்டும் ஏற்பட்டிருக்கும் அனுபவம் அல்ல.

... 'ஒரு திரைப்படமோ பாடலோ, எல்லாச் சமுதாயப் பிரச்னைகளுக்கும் தெளிவான தீர்வளிக்க வேண்டும், அல்லது ஒரு சார்பான தத்துவத்திற்கு விரிவுரை அளிக்க வேண்டும், அப்போது தான் அந்தக் கலைப்படைப்பு சமுதாய மாற்றத்திற்கு உதவும்' என்று நான் கூற முன்வரவில்லை. முதலாளித்துவ சமுதாயத்தைப் பற்றிய சந்தேகங்களைக் கிளப்பிவிட்டால் போதும். இன்றைய சமுதாயம் மாறாத, மாற்ற முடியாத ஓர் அமைப்பாகும் என்ற மாயையைக் கீறிவிட்டால் போதும். அப்படிச் செய்யும் எந்த ஒரு படைப்பும் சமுதாய மாற்றத்திற்குப் பெரிய உந்துகோலாக விளங்க முடியும். ஆனால் இப்பணியை மேற்கொள்ள அப்படைப்புகள், வாழ்க்கையை, சமுதாயச் சுற்றுப்புறத்தை, உண்மையாகப் பிரதிபலிக்க வேண்டும்.

... எனவே லட்சக்கணக்கான நமது பாமர மக்களின் உள்ளங்களையும் அடிப்படை உணர்ச்சிகளையும் கிளறி விடுவதன் மூலம் தாம் தயாரிக்கும் படங்களை நல்லபடியாகச் சந்தையில் விற்று அதிக லாபம் சம்பாதிக்க அதிபர்கள் முயற்சிக்கின்றார்கள். தங்களது செல்வத்தைப் பெருக்கிக் கொள்ளும் முயற்சிகளில்

தாங்கள் தயாரிக்கும் படங்களின் மூலம் தம் மீதே வசைமாரி பாடிக்கொள்ளவும் தயங்குவதில்லை முதலாளிகள். ... திரைப்பட முதலாளிகள், சமுதாய உண்மைகளை எடுத்துக்காட்டும் திரைப்படங்களைத் தயாரிக்கவும் மாட்டார்கள், அப்படிப் படங்கள் தயாரிக்கப்பட்டாலும் மக்களிடம் அவற்றை அணுகவிடாமல் முட்டுக்கட்டைகளை உண்டாக்குவார்கள். புரட்சிகரமாகத் தோற்றமளிக்கும் சில வசனங்களும் பாட்டுகளும் மட்டும்தான் அவர்களுக்குத் தேவை. அவற்றைப் பயன்படுத்தித் தங்கள் பட விற்பனையைப் பெருக்கிக் கொள்வது ஒன்றே அவர்கள் நோக்கம்.

நாடு சுதந்திரம் பெற்ற நேரத்தில் பாரதியாரின் இரண்டு பாடல்களை 'நாம் இருவர்' என்ற படத்தில் சேர்த்துத் தமது வியாபாரத் திறமையை நிலை நாட்டிக்கொண்டார்கள் ஏ.வி.எம் நிறுவனத்தார். ஆனால் 'ஆடுவோமே பள்ளுப்பாடுவோமே' என்ற பாடலில் 'பாப்பானை ஐய்யன் என்ற காலமும் போச்சே' என்ற வரியுடன் தொடங்கும் முதல் சரணத்தைத் திட்டமிட்டு அவர்கள் ஒதுக்கி இருந்தார்கள் என்பதை நாம் மறக்கவே முடியாது. பார்ப்பனக் குலத்தில் பிறந்திருந்தாலும் புரட்சிக்கவி பாரதி பல ஆண்டுகளுக்கு முன்பாகவே ஜாதியமைப்பை நேரடியாகத் தாக்கியிருந்தான். ஆனால் சுதந்திர தினச் சந்தையில் அக்கவியின் பாடலை விற்க முன்வந்த ஒரு வியாபார நிறுவனம், அக்கவியின் புரட்சிகரமான கருத்துகளை முழுமையாக வெளியிடத் துணியவில்லை. 1820 ஆம் ஆண்டிலேயே ஐரோப்பாவில் மேற்கத்திய இசை வியாபாரிகள், பீத்தோவன் போன்ற இசைமேதைகளுக்கு எப்படி ஆணையிட்டார்களோ அதே போன்று 1947 ஆம் ஆண்டிலே இந்தியாவில் ஏ.வி. எம் நிறுவனத்தார் பாரதியின் வரிகளைத் தணிக்கை செய்து வெட்டியிருக்கின்றார்கள் - பெருத்த லாபம் என்ற ஒரே குறிக்கோளுக்காக.

... ஆனால் எனது தொழிலிலேயே எனக்கு வேறு அனுபவங்கள் உண்டு. கற்பனையில் ஊற்றெடுத்த மட்ட ரகமான ஆபாசங்களுக்கு இடமளிக்கும் தணிக்கை அதிகாரிகள், நமது தினசரி வாழ்வில் உண்மையாகவே நிலவி நிற்கும் ஆபாசங்களையும் தீமைகளையும் சுட்டிக்காட்டும் படங்களையோ பாடல்களையோ இரக்கமின்றி வெட்டிவிடுகின்றார்கள். தணிக்கை அதிகாரிகளைக் குற்றம்சாட்டி

என்ன பயன்? எந்தச் சமுதாய அமைப்பு அவர்களை வேலைக்கு அமர்த்தி இருக்கின்றதோ, எந்தச் சமுதாய அமைப்பிற்கு அவர்கள் பணிபுரிகின்றார்களோ, அதே அமைப்பு அவர்கள் கையாள வேண்டிய அளவுகோலையும் முன்கூட்டியே நிர்ணயித்து விடுகின்றது.

... பால் சாக் என்ற பிரெஞ்சு எழுத்தாளர் நிலப்பிரபுக்களிடம் அனுதாபம் கொண்டிருந்தார் என்ற போதிலும் அவரது இலக்கியப் படைப்புக்களிலே சமுதாய வாழ்க்கை உண்மையாகச் சித்தரிக்கப்பட்டது என்ற காரணத்தினால் மார்க்சும் எங்கெல்சும் அவரைப் பெரிதும் நேசித்தார்கள் என்பது உண்மை. அதே போன்று தத்துவார்த்தத் துறையில் தன்னிடம் இருந்து மிகவும் மாறுபட்டு நின்ற டால்ஸ்டாயின் இலக்கியத்தை லெனின் மிகவும் ரசித்தார் என்பதும் எனக்குத் தெரியும். தன்னைச் சூழ்ந்து நிற்கும் வாழ்க்கையின் அம்சங்களை உண்மையாகத் தன் இலக்கியத்தில் சித்தரிப்பதன் மூலம், ஓர் எழுத்தாளன் தனது வர்க்க உணர்வுகளையும், தத்துவ நிலைகளையும் தாண்டிச் சென்றுவிட முடியும். அன்றைய ஐரோப்பாவில் பல எழுத்தாளர்கள் இதைச் சாதித்தனர். இன்றைய இந்தியாவிலும் பல எழுத்தாளர்கள் இதைச் சாதிக்கக் கூடும்.

"எழுத்தாளன் என்பவன் ஒரு தனி நபர். தனது படைப்புத்திறனே அவனது வாழ்க்கையின் லட்சியம். ஆனால் திரைப்படம் அப்படி அல்ல. அது ஒரு தொழில். ஒரு முதலாளித்துவத் தொழில். பண்ட உற்பத்தி முறையின் உற்பத்திப் பொருளே திரைப்படம். முதலாளித்துவ இயந்திரத்தொழில் சகாப்தத்தின் கலை உருவம் திரைப்படம். லாபம், மேலும் லாபம் அடைவதே திரைப்படத் தொழிலின் ஒரே குறிக்கோள். எனவே தனிப்பட்ட ஒரு கலைஞனின் உள்ளுணர்வால் மட்டும் ஒரு திரைப்படத் தயாரிப்பை நிர்ணயித்துவிட முடியாது என்பது தெளிவு. 'இயந்திரத் தொழிலின் மூலம் பண்ட உற்பத்தி முறை தோன்றிய பிறகு மனித அறிவு வளர்ச்சிக்கு முதலாளித்துவ சமுதாயம் ஊக்கம் அளிக்காது' என்று கார்ல் மார்க்ஸ் நிலைநாட்டிய ஓர் உண்மைக்கு சரியான எடுத்துக்காட்டு இந்தியத் திரைப்படத் தொழில்.

"...திரைப்படத் தொழிலின் சமுதாயப் பொருளாதார அமைப்பே மாறிய பிறகுதான் சமுதாய மாற்றத்துக்கு உதவக்கூடிய திரைப்படங்கள் உருவாக முடியும். ஆனால் நாட்டின் சமுதாயப் பொருளாதார அமைப்பு மாறாத நிலையில் திரைப்படத்தொழில் மட்டும் மாறிவிட முடியுமா?"

சேர்ந்திசை குறித்த சமூக அரசியல் தத்துவப்பார்வை எம்.பி.எஸ்ஸுக்கு இருந்தது. அவர் கூறுகின்றார்:

"பலரும் சேர்ந்து பாடுவது என்பது மனிதனின் பண்டைய பழக்கம். ஆதிகால மனிதன் வேட்டையாடினான். நிலத்தைக் கீறிப் பயிர் செய்தான். வெயில், மழை, பனியில் இருந்து பாதுகாத்துக் கொள்ள இருப்பிடங்களை உருவாக்கினான். தனது வரம்பிற்கு அப்பாற்பட்ட இயற்கைச் சக்திகளைத் தொழுதான். தன் இனத்தைப் பெருக்கிக் கொண்டான். இப்பணிகளைக் கூட்டமாகவே (தனி மனிதனாக அல்ல) செய்து முடித்தான். வளர்ந்தான், பரவினான், முன்னேறினான்.

"அவனது தினசரி வாழ்க்கைப் பணிகளில் இருந்து தோன்றியது அவன் இசை. வேட்டையாடும்போதும் போராடும்போதும் வீரத்தை வளர்த்துக்கொள்ளவும், வெற்றியடையும்போது மகிழ்ச்சியைக் கொண்டாடவும், தொழும்போது பயத்தையும் பக்தியையும் வெளிப்படுத்தவும், இழப்பு நேரிடும்போது துயரத்தைப் பங்கிட்டுக்கொள்ளவும், உழைக்கும்போது ஊக்கத்தைக் கொடுக்கவும் மனிதனுக்கு இசை பயன்பட்டு வந்திருக்கின்றது. அவனது பணிகள் யாவும் கூட்டாகவே நடைபெற்றதைப் போல ஆதி மனிதனின் இசையும் கூட்டுப் படைப்பாகவே ஒலித்தது.

"ஆனால் இன்றும் கூட்டமாகச் சேர்ந்து பாடும் பழக்கம் நம் சமுதாயத்தில் இருந்து மறைந்துவிடவில்லை. நம் நாட்டை எடுத்துக்கொண்டால், குறிப்பாகப் பக்திப் பாடல்களில் இம்முறை இன்று வரை பழக்கத்தில் இருந்து வருகின்றது. திருமணச் சடங்குகளிலும் கூட்டுப் பாடல்களுக்கு இடம் உண்டு. மரணத்தை எதிர்நோக்கும் போது கூட்டாக ஒப்பாரி வைப்பதை இன்றும் கேட்கின்றோம். நாடோடி இசை நிகழ்ச்சிகளிலும் ஒரு தனிக் கலைஞன் முன் நின்று பாடி வரும்போது, முக்கியமான வரிகளை அவனது குழுவினர் சேர்ந்து எடுத்துப் பாடும் முறை

இன்றும் நிலவி வருகின்றது. இவற்றில் இருந்து நாம் புரிந்து கொள்ளக்கூடிய உண்மை என்ன? ஆழமான உணர்ச்சிகளால் தாக்கப்படும்போது - அது பக்தியாக இருக்கலாம், மகிழ்ச்சியாக இருக்கலாம், துயரமாக இருக்கலாம். மனிதன் கூட்டாகச் சேர்ந்து பாடும் பழக்கத்தை இன்றும் பயன்படுத்திக் கொள்கின்றான். மற்றொருவருடன் சேர்ந்து பாடும்போது தனது உணர்ச்சிகளை மற்றொருவருடன் பகிர்ந்து கொண்டு, அதன் மூலம் ஒவ்வொரு தனி மனிதனும் புதிய ஆன்மீக பலத்தை அடைகின்றான். ஆதரவு பெறுகின்றான். இதுவே கூட்டுப்பாடல் முறையின் சமுதாய அடிப்படை.

"இத்தகைய பாடற்குழுவில் இயங்கும் கலைஞர்களது உள்ளங்களிலே சுயநலமும் பொறாமையும் மெல்ல மெல்ல மறைகின்றன. தோழமை உணர்வும் நட்புறவும் வளர்கின்றன. வலிமையான அன்புப் பிணைப்பால் இக்கலைஞர்கள் கட்டப் படுகின்றனர் என்பது என் அனுபவம்."

◉

சோவியத் யூனியனில் கலை

எம்.பி. சீனிவாசன்

கலையும் கலைஞனும் எங்கேயும் எப்போதும் தட்டையான ஒரே குணாம்சத்துடன் ஒரே அச்சில் வார்த்தது போல் இருக்கின்றார்களா? எல்லாச் சமுதாய அமைப்புகளிலும் கலைக்கும் கலைஞனுக்கும் ஆன இடம் ஒரே அளவில்தான் உள்ளதா? சோவியத் ஒன்றியத்துக்குச் சென்று திரும்பிய எம்.பி.எஸ், 'சோவியத் யூனியனில் கலை' என்ற தலைப்பில் எழுதிய அனுபவக் கட்டுரை அனைவராலும் ஊன்றி வாசிக்கப்பட வேண்டிய ஒன்று. தேர்ந்த மார்க்சியவாதியால் மட்டுமே இப்படி ஒரு கட்டுரையை எழுத முடியும். இதோ அந்தக் கட்டுரை.

சமீப காலங்களில் மேற்கு ஐரோப்பிய நாடுகளிலும் அமெரிக்க நாட்டிலும் எழுதப்படும் கட்டுரைகளிலும் விமர்சனங்களிலும் கவலை அளிக்கும் ஒரு விஷயத்தைச் சுட்டிக்காட்டுகின்றார்கள் - செவ்வியல் நிகழ்த்து கலைகள் மீது, குறிப்பாக செவ்வியல் இசை மீதான மக்களின் ஆர்வம் குறைந்து கொண்டே வருகின்றதாம். மேற்கு ஜெர்மனி, ஆஸ்திரியா, இத்தாலி, பிரான்ஸ் ஆகிய நாடுகள் மேற்கத்திய செவ்வியல் இசைக்கு மிகப்பெரும் பங்காற்றிய நாடுகள். பிரிட்டனும் அமெரிக்காவும் தம் நாடுகளில் Philharmonic இசைக் குழுக்கள் பல உள்ளன என்று பத்து வருடங்களுக்கு முன்புதான் பெருமைப்பட்டுக் கொண்டன. ஆனால் இந்த நாடுகள் அனைத்திலும் செவ்வியல் இசை வடிவத்துக்கான மக்களின் ஆதரவு இப்போது மிகவும் கீழ் நிலைக்குச் சென்றுவிட்டதை அறிந்து நான் மிகவும் வேதனைப்படுகின்றேன். பல நூற்றாண்டுகளாகப் பராமரிக்கப்பட்டு வந்த செவ்வியல் நிகழ்த்து கலைகள் யாவும்

தற்போதைய இளம் தலைமுறையால் மறக்கப்பட்டுவரும் அபாயம் அறிந்து நான் வேதனைப்படுகின்றேன்.

இசைத்தட்டுகள் உற்பத்தியிலும் விற்பனையிலும் கொடிகட்டிப் பறந்த அமெரிக்க நாட்டில், இப்போது செவ்வியல் இசைத்தட்டுகள் உற்பத்தியிலும் விற்பனையிலும் ஏற்பட்டுள்ள படுவீழ்ச்சிக்கு செவ்வியல் இசை மீதான மக்களின் ஆர்வம் சரிந்து வருவதே காரணம் என ஓர் ஆய்வுக் கட்டுரை கூறுகின்றது. இது மட்டுமே காரணம் அல்ல, செவ்வியல் இசைக்கலைஞர்களும் அவர்களுக்கான தொழிற்சங்கமும் தங்களது ஊதியம் உயர்த்தப் பட வேண்டும் எனக் கோரிக்கை வைத்ததும் கூட ஒரு காரணம்.

ஒரு பக்கத்தில் இதற்கு முன் காணாத ஒரு தொழில்நுட்பப் புரட்சி இத்தளத்தில் நிகழ்ந்தது. இசைத்துறையில் புதிய தொழில் நுணுக்கங்களும் வியக்கத்தக்க ஸ்டீரியோபோன் ஒலிப்பதிவுக் கண்டுபிடிப்பும், செய்தி ஊடகத்துறையில் புதிய தகவல் தொழில்நுட்பமும் காலத்தையும் தூரத்தையும் குறுக்கிப் பல கோடி மக்களை எளிதில் சென்று அடையக்கூடிய முன்னேற்றமும் நிகழ்ந்தது. மறு பக்கத்திலோ மக்களின் கலை ரசிப்புத்தன்மையில் அதிவேக வீழ்ச்சி, மனித வாழ்வின் விழுமியங்களில் நேர்ந்துள்ள வீழ்ச்சி, மனிதகுலத்தின் சிறப்பான விழுமியங்களைக் கண்டுகொள்ளாத போக்கு ஆகிய சறுக்கல்களைப் பார்க்க முடிகின்றது. மனிதகுலத்தின் வளர்ச்சியை ஒரே நாளில் படுஉயரத்திற்குக் கொண்டு செல்லத்தக்க உற்பத்தி சாதனங்களும் செல்வமும் நம்மிடம் உள்ளன. ஆனால் நடப்பதென்ன? இளைய தலைமுறைக்குக் கிடைக்க வேண்டியதைப் பறிப்பதற்கே இவை யாவும் பயன்படுத்தப்படுகின்றன. முதலாளித்துவ நாடுகளில் நுண்கலைகள் எதிர்நோக்கியுள்ள சிக்கல் இதுதான்.

நமது ஊரான சென்னையிலேயே பாருங்கள். இங்குள்ள சபாக்கள் செவ்வியல் இசையையும் கலைகளையும் மிகுந்த ஆர்வத்துடன் வளர்த்து ஆதரித்து வந்துள்ளன. இந்த சபாக்களில் நிர்வாகிகளாக இருக்கும் என் நண்பர்கள் என்னிடம் வெளிப்படையாகவே சொல்லி வேதனைப்படுகின்றார்கள். இப்போதெல்லாம் செவ்வியல் நிகழ்த்து கலைகளுக்கு மார்க்கெட் இல்லை, அர்த்தமற்ற ஆழமில்லாத கவைக்கு உதவாத துணுக்குத் தோரணங்களால் ஆன 'நாடகங்களுக்கும்' சினிமாப்பாடல்

கச்சேரிகளுக்கும் மட்டுமே ரசிகர் கூட்டம் திரண்டு வருகின்றது, திரளான பணம் வசூல் ஆகின்றது, எனவே செலவுகளைச் சமாளிக்க முடிகின்றது. வேத காலத்தில் இருந்து தொடர்கின்ற நுண்கலைகளை வளர்த்து எடுக்கும் நம் பாரம்பரியத்தை எண்ணி நாம் பெருமைப்பட்டுக் கொள்ளலாம்தான். ஆனால் இப்போது இந்தியச் செவ்வியல் இசையும் நடனமும் முற்றாக அழிந்துவிடும் அபாயம் உருவாகி உள்ளது. அழிவில் இருந்து இவற்றைக் காக்க உடனடியாகத் தகுந்த நடவடிக்கைகளை எடுக்க வேண்டிய அவசியம் உள்ளது எனக் கலை ரசிகர்களும் அறிஞர்களும் மீண்டும் மீண்டும் வலியுறுத்துகின்றார்கள்.

'*மாஸ்கோ நியூஸ்*' என்னும் சஞ்சிகையின் நடுப்பக்கத்தைத் தற்செயலாக நான் பார்க்கின்றேன். சோவியத்தின் தலைநகரான மாஸ்கோவில் "அடுத்த வார நிகழ்ச்சிகள்" என்னும் பத்தியில் மாஸ்கோ நகரில் நடக்கவுள்ள குறிப்பிடத்தக்க நாடகங்கள், திரைப்படங்கள், கண்காட்சிகள், விளையாட்டுப் போட்டிகள் பற்றிய செய்தி அச்சிடப்பட்டுள்ளது. மாஸ்கோவில் இருந்து பல ஆயிரம் மைல்கள் தொலைவில் இருந்து இச்செய்தியை வாசிக்கும் என் கவலை தோய்ந்த மனதுக்கு இச்செய்திகள் ஆறுதல் தருகின்றன. தமது சொந்த நாட்டிலேயே படிப்படியாக மறக்கப்பட்டு வரும் புகழ்பெற்ற இசை மேதைகள், இசையமைப்பாளர்களின் நிகழ்வுகள் இந்த "வார நிகழ்ச்சிகளின்" பட்டியலில் இடம்பெற்றுள்ளன. அத்தகைய மேதைகளின் இசைக்கோவைகள் சோவியத்தில் வழக்கமாக நிகழ்த்தப்படும் அன்றாட நிகழ்வுகளாக இடம்பெற்றுள்ளன.

வெர்டி, பிராம்ஸ், பாக், பீத்தோவன், மொசார்ட், ரோசினி, புசினி, கௌகாட், ஆடம், லெஹார், லோவி போன்ற புகழ்பெற்ற மேதைகளின் இசைப் படைப்புகளும், நாடறிந்த ரஷ்ய இசையமைப்பாளர்களான மாடெஸ்ட் பெட்ரோவிச் மூசுஸ்கி (*Mussorgsky*), பியோதர் இலியிச் சாய்கோவ்ஸ்கி (*Tchaikovsky*) ஆகியோரின் படைப்புகளும் மாஸ்கோவில் வழக்கமாக இசைக்கப்படுவது உங்களுக்கு நம்பிக்கை தருகின்றது. நாடகத்துறையில் பாருங்கள், தாக்கரேயின் "வானிட்டி ஃபேர்" (*Vanity Fair*) நிகழ்த்தப்படுவதைக் கண்டு வியப்புறுகின்றேன். ரஷ்ய மேதைகளான தோல்ஸ்தோய், செக்கோவ், கோர்க்கி, ஒஸ்திரோவ்ஸ்கி போன்றோரின் படைப்புகளும் நாடகமாக

நிகழ்த்தப்படுகின்றன. நான் சோவியத்துக்குச் சென்றிருந்த போது இது போன்ற நாடகங்களுக்கு நுழைவுச்சீட்டுகள் முழுமையாக விற்றுத் தீர்ந்து விடுவதையும் கண்டேன்.

மாஸ்கோவைப் பற்றி மட்டுமே சொல்லிக்கொண்டு இருக்கின்றேன். சோவியத்தின் அனைத்து நகரங்களிலும் இதே போன்ற ஆரோக்கியமான நிலையைத்தான் நான் கண்டேன். ஓர் ஐம்பது வருடங்களுக்கு முன்பு, சோவியத்தின் சில பிரதேசங்களில் மக்கள் தாம் பேசுகின்ற மொழிக்கான எழுத்துகள் கூட இல்லாமல் இருந்த நிலை இருந்தது. ஆனால் இப்போது அதே மக்கள் தமது மொழிகளில் இசை நாடகங்களையும் பாலேக்களையும் நிகழ்த்துகின்றார்கள். இது மட்டுமல்ல! சோவியத்தில் எங்கேயும் எப்போதும் சிறிதும் பெரிதுமான, பிரபலம் இல்லாத உள்ளூர்க் கலைக்குழுக்களின் கலை நிகழ்ச்சிகள் நடந்துகொண்டேதான் இருக்கின்றன. இவை அனைத்தும் கூறும் ஒற்றைச் செய்தி என்ன? சோவியத் யூனியனில் கலாச்சார நடவடிக்கைகள் எந்த அளவுக்கு மிகப் பரந்த அளவில் இயங்கிக் கொண்டிருக்கின்றன என்பதையே இவை காட்டுகின்றன.

'தனிமனிதனின் படைப்புச் சுதந்திரத்'துக்காக வாதிடுவோர் சோவியத் யூனியனின் சோசலிச 'எதேச்சாதிகார'த்தின் கீழ் 'தனிமனித சுதந்திரம் நசுக்கப்படுவதாக' தொடர்ந்து விமர்சித்துக் கொண்டே இருக்கின்றனர். ஆனால் ஒன்று, அவர்கள் உயர்த்திப் பிடிக்கும் 'சுதந்திர' நாடுகளின், சமூகத்தின் 'கட்டற்ற சுதந்திர சிந்தனை'க்கு சொந்தக்காரர்களோ கேடுகெட்ட ரசனைகளுக்கும் மதிப்பீடுகளுக்கும் அடிமையாக கிடப்பது ஏன்? அதே நேரத்தில் 'தனி மனித சுதந்திரம் நசுக்கப்பட்ட' சோசலிச சமூகத்தின் குடிமக்கள் நுண்கலைகளின் சாதனை எனும் நன்னீர் ஊற்றின் நீரை நித்தமும் பருகிக் கொண்டு இருக்கின்றார்களே, அது ஏன்? இந்தக் கேள்விகளுக்கு இந்த விமர்சகர்களிடம் பதில் இல்லை!

இதற்கான பதில் மிகத்தெளிவானது, மிக மிக எளிமையானது. முதலாளித்துவச் சமூகத்தில் பல விற்பனைப் பண்டங்களைப் போலவே கலையும் ஒரு பண்டமே, அதன் குறிக்கோள் லாபம் ஈட்டுவது மட்டுமே. கலையை வாங்குவதற்கும் விற்பதற்கும் அதன் மூலம் லாபம் ஈட்டுவதற்கும் ஆன சுதந்திரத்தையே ஒவ்வொரு மனிதனுக்கும் விற்பனையாளருக்கும் தொழிலதிபர்களுக்கும்

முதலாளித்துவம் கொடுத்துள்ளது. “கலையை வளர்க்கின்ற” இந்த நபர்களும் குழுக்களும் இயற்கையாகவே கலையை எவ்வளவு மலிவான விலைக்கு வாங்க முடியும் என கணக்குப் போடுகின்றார்கள். எனவேதான் செவ்வியல் இசை வல்லுநர்கள் தமது திறனுக்கு அதிக ஊதியம் கேட்கும்போது இவர்கள் ஆத்திரம் அடைகின்றனர்!

அடுத்தது, அதே கலையை எவ்வளவு அதிகமான விலைக்கு விற்க முடியுமோ அவ்வளவு விலைக்கு விற்கின்றனர், எனவே கலை என்பது சாமான்ய மனிதனின் நுகர்வு எல்லைக்கு அப்பால் விலகிச் சென்று விடுகின்றது! ஆக கலையின் பெயரால் ஒரு கலைஞனைக் கொள்ளையடிக்கும் இந்த ‘உரிமை’, கலையின் பெயரால் ஒரு கலைஞன் பட்டினி கிடக்கும், தன்னை அடிமாட்டு விலைக்கு விற்றுக்கொள்ளும் ‘உரிமை’, கலைப்படைப்புகளுக்குத் தரப்படும் கீழ்த்தரமான, மலிவான விளம்பரப்படுத்தும் ‘உரிமை’கள்தாம் முதலாளித்துவ அமைப்பின் கீழ் கலைக்கும் கலைஞனுக்கும் முதலாளிகளுக்கும் ஒருசேரக் கிடைத்துள்ள உரிமைகள். இத்தகைய காட்டுமிராண்டித்தனமான உரிமைகளைக் கொடுத்துத்தான் முதலாளித்துவம் படைப்புச் செயல்பாடுகளைத் தன் கட்டுப்பாட்டுக்குள் வைத்துள்ளது.

ஆனால் கெடுவாய்ப்பாக முதலாளித்துவச் சமூகத்தில் ஒடுக்கப்பட்ட பிரிவில் இளைஞர் சமுதாயமோ நுண்கலைகளின் செவ்வியல் மரபுகளை, ஒழித்துக்கட்டப்பட வேண்டிய சீரழிவுக் கலாச்சாரத்துடன் இணைத்துப் பார்க்கின்றது. குழந்தையைக் குளிப்பாட்டிய நீரைத் தள்ளும் போது குழந்தையையும் சேர்த்தே தள்ளிவிடுவதைப்போல செவ்வியல் கலைகளில் இருந்து வெகு தூரம் விலகி இருக்கின்றது இந்த இளைஞர் சமுதாயம். இந்த நிலையில் முதலாளித்துவச் சமூகத்தில் கலை அதற்குரிய இடத்தில் இல்லாததும் உயிர்வாழ முடியாததும் வியப்புக்குரிய ஒன்றல்லவே!

சோவியத் யூனியனில் கலைகளின் நிலை என்ன? கலை வளங்கள் யாவும் மக்களுக்குச் சொந்தம், அவ்வளங்களின் நம்பிக்கைக்குரிய பாதுகாவலனாக விளங்குகின்றது சோவியத் அரசு. சோசலிச சித்தாந்தத்தின் அடிப்படைக் கோட்பாடுகளின் மீது திடமாக நிற்கும் சோவியத் அரசு, தன் நாட்டில் அனைத்து

விதமான கலாச்சார நடவடிக்கைகளையும் ஊக்குவிக்கின்றது. பரவலாக்குகின்றது. பொருளாதார உதவிகளைச் செய்கின்றது. சோவியத் ஒன்றியத்தின் வெவ்வேறு குடியரசுகளிலும் பிரதேசங்களிலும் தொழில்முறை அனுபவம் இல்லாத கலைஞர்கள் முனைந்து உருவாக்கும் கலைப்படைப்புகளைக் கூட அந்தந்தக் குடியரசுகள் தம் கவனத்துக்கு வரும்போது அரசின் பொறுப்பில் எடுத்துக் கொண்டு அத்தகைய படைப்புகள் பரவலாக மக்கள் மத்தியில் செல்வதை உறுதிப்படுத்துகின்றன. சோவியத்தில் வெளியாகும் எந்த ஒரு சஞ்சிகையிலும் சரி, புத்தகங்களிலும் சரி, நுண்கலைகள் மீது சோவியத் மக்கள் பெரிய ஆர்வம் காட்டுவதில்லை என்று கவலைப்படும் ஒரு செய்தியைக் கூட நாம் பார்க்க முடியாது, இயற்கைதானே!

கலாச்சார நிகழ்வுகளுக்கான நுழைவுச் சீட்டுக் கட்டணங்கள் ஒரு சாதாரண சோவியத் குடிமகன் வாங்கக் கூடிய அளவுக்குக் குறைவாகவே இருக்கும். பொதுவாகக் கலை அரங்குகளில் இரண்டு வகுப்புகள் இருக்கின்றன. இசை நாடகங்கள், பாலே நடனங்கள், நாடகங்கள் நடத்தக்கூடிய செலவாகட்டும், நாடகங்களுக்கான அரங்க, மேடை நிர்வாகச் செலவாகட்டும், நூற்றுக்கணக்கான கலைஞர்கள், தொழில்நுட்பக் கலைஞர்களுக்கு ஆன செலவாகட்டும், இவை அனைத்தையும் நுழைவுச்சீட்டின் மூலம் கிடைக்கும் வருவாயில் சமாளிக்கவே முடியாது, எனில் அங்கே நடப்பதென்ன? கலைக்குழுக்கள் தமது செலவைத் தாங்களே பார்த்துக்கொள்ள வேண்டும், லாபக்கணக்கையும் பார்த்துக்கொள்ள வேண்டும் என்ற அவசியமில்லை, எல்லாவிதமான கலை நிகழ்ச்சிகளையும் சோவியத் அரசே தயாரிக்கின்றது.

தனது ஒவ்வொரு குடிமகனும் ஆரோக்கியமான வாழ்வு வாழ வேண்டும், ஆரோக்கியமான மனவளமும் உணர்வும் பெற்றவர்கள் ஆக விளங்க வேண்டும் ஆகிய அடிப்படை உரிமைகளைச் சோவியத் அரசு தன் மக்களுக்கு வழங்கி உள்ளது. இதன் அடிப்படையில்தான் இத்தகைய கலாச்சார நிகழ்வுகளைச் சோவியத் அரசே தயாரிக்கின்றது. எனவே இசைக் கலைஞர்கள் தமக்கான ஊதியம் குறித்து இதுவரை ஒரு புகார் கூடத் தெரிவித்தது இல்லை! சோவியத் யூனியனின் கலைஞர்கள் மீது அந்த அரசும் மக்களும் மற்ற எவரையும் விடவும் அன்பும்

அக்கறையும் செலுத்துகின்றார்கள் என்பதை நான் விரிவாகச் சொல்ல வேண்டிய அவசியமில்லை.

சோவியத் யூனியனில் இசைத்தட்டுகளின் உற்பத்தியை நேரில் கண்டு வியப்புற்றேன்! நீங்கள் சோவியத் யூனியனில் எந்த ஒரு முக்கியமான சாலைக்குச் சென்றாலும் மூன்று விசயங்களை உறுதியாகக் காண முடியும். மையமான ஒரு பொதுச்சமையல் அறையில் சமைக்கப்பட்ட உணவை வாடிக்கையாளர்களுக்கு வழங்குகின்ற உணவகங்கள், ஐஸ் க்ரீம் கடைகள், சிகரெட், குளிர்பானக் கடைகள், புத்தகக் கடைகள். இந்தப் புத்தகக் கடைகளில் மிகப்புகழ்பெற்ற இசைத்தட்டுகள் விற்பனைக்காகத் தொங்கவிடப் பட்டிருக்கும்! சோவியத்தில் நான் சுற்றிப்பார்த்த நகரங்கள், சிற்றூர்கள் எங்கிலும் இதே நிலைதான்!

மாஸ்கோவிலேயே இசைத்தட்டுகளை உற்பத்தி செய்து விற்கின்ற மெலோடிகா (Melodica) என்ற நிறுவனம் உள்ளது. மேற்கத்திய செவ்வியல் இசைக்கலைஞர்களின் படைப்புகளை மெலோடிகா தொடர்ந்து வெளியிடுகின்றது. வெளியான உடனேயே தட்டுகள் விற்று விடுகின்றன. சோவியத் இசைக் கலைஞர்கள், சோவியத்துக்கு வருகை தரும் வெளிநாட்டு இசைக்கலைஞர்களின் இசை, செவ்வியல் இசைப்பதிவுத் தட்டுகள் சோவியத் நாணய மதிப்பில் வெறும் ஒன்றரை ரூபிளுக்கு கிடைக்கின்றன. சோவியத் நாட்டின் ஒரு ஹோட்டலில் ஒரு முழு அளவு சாப்பாட்டின் விலையே ஒரு ரூபிள் மட்டுமே எனில் ஒரு செவ்வியல் இசைத்தட்டின் விலை எத்தனை மலிவானது என்பதை நாம் புரிந்து கொள்ளலாம். ஒற்றைத்தட ஒலிப்பதிவு, இரட்டைத்தட ஒலிப்பதிவு ஆகிய இரண்டுவிதத் தொழில்நுட்பங்களில் பதிவாகும் இசைத்தட்டுகளுக்கும் விலையில் பெரிய வேறுபாடு இல்லை. புகழ்பெற்ற இசைக்கோர்வைகள் அடங்கிய இசைத்தட்டுகள் ஒரு புறம் எனில், சாமான்ய மக்களிடையே பிரபலமான பாடல்களும் நாட்டுப்புறப் பாடல்களும் அடங்கிய இசைத்தட்டுகளும் விற்பனை ஆகின்றன!

மெலோடிக்காவுக்கு எப்போது போனாலும் மக்கள் கூட்டம்தான், வரிசைகள்தாம்! சோவியத் யூனியனில் எங்கேயும் மக்கள் வரிசையில் நிற்பதைக் காண்பீர்கள். பல்பொருள் அங்காடிகள், உணவகங்கள், பழங்கள், மலர்கள், எழுது பொருட்கள், அரங்க

நிகழ்வுகள், நிகழ்த்து கலைகள், புத்தகங்கள், பொம்மைகள், ஏன், நகைக் கடைகளிலும் கடிகாரக் கடைகளிலும் கூட வரிசைதான்! இந்த வரிசைகள் சோவியத் யூனியனின் வறுமையைக் காட்டுகின்றனவா? இல்லை, சோசலிச சமூகத்தில் மக்களது நுகர்வுத்திறன் அதிகரித்துள்ளதையும் சோவியத்தின் புதிய நவநாகரிகத்தின் பலன்களை முழுமையாக அவர்கள் அனுபவிப்பதையும்தான் காட்டுகின்றன, விலைவாசி, மக்களின் வாங்கும் சக்திக்கு உட்பட்டே இருப்பதையும் காட்டுகின்றன.

நான் மனத்தைப் பறிகொடுத்த நெகிழ்ச்சியான நிகழ்வு ஒன்றையும் சொல்கின்றேன். மாஸ்கோவில் ஒரு புத்தகக்கடை முன்பு மிக நீண்ட மக்கள் வரிசையை நான் கண்டேன். வான்கா உடைய, காகுயின் உடைய நகல் ஓவியங்களை வாங்குவதற்கே அங்கே மக்கள் குவிந்திருந்தார்கள், விலையோ மிக மிக மலிவு, ஆம், வெறும் 10 கோபெக்குகள் மட்டுமே. சோவியத் சமூகத்தை நம்ப முடியாதவர்களுக்குச் சொல்கின்றோம், ஒரு சாதாரண சோவியத் குடிமகனின் அன்றாட வாழ்வில் கலையையும் கலாச்சாரத்தையும் ஒரு பிரிக்க முடியாத அங்கமாக எவ்வாறு சோவியத் அரசு நிறுவியுள்ளது என்பதை மெய்ப்பிக்க இவை யாவும் கூடப் போதாதா?

கடந்த 50 ஆண்டுகளில் சோவியத் மண்ணில் நிகழ்ந்துள்ள இச்சாதனைகள் அவ்வளவு எளிதில் நிகழ்ந்துவிடவில்லை. மூன்று தலைமுறை மக்கள் தமது கண்ணீரையும் செந்நீரையும் சிந்திப் போராடி, பல தியாகங்கள் செய்த பின்னால்தான் இன்றைய சோவியத் சமூகம் சாத்தியமானது.

(உக்ரேனில்) கீவ் நகரில், டாவ்ஷென்கோ (Davshenko) ஸ்டுடியோ உள்ளது. அங்கே பாசிசத்துக்கு எதிரான போரில் வீழ்ந்த சினிமாத் தொழிலாளர்களுக்கு நினைவுச்சின்னம் நிறுவப்பட்டுள்ளது. வில்லோ மரங்களால் சூழப்பட்ட இந்த அழகுமிகு நினைவுச்சின்னம், இரண்டாம் உலகப்போரின்போது சோவியத் யூனியனின் கலைஞர்கள் மனிதகுலத்தைக் காக்கும் மகத்தான பணியாகப் பாசிசத்தை எதிர்த்துப் போரிட்டதன் நிரந்தர அடையாளமாக நிலைத்துள்ளது. நீங்கள் இந்தப் படப்பிடிப்பு நிலையத்துக்குச் சென்றால் உடல் ஊனமுற்ற பலரையும் மற்றவர்களின் துணையுடன் நடமாடும் பலரையும்

காணமுடியும். இவர்கள் பயங்கரமான கடந்தகாலத்தை நமக்கு நினைவூட்டிக்கொண்டே இருக்கின்ற வாழும் நினைவுச் சின்னங்கள். (இரண்டாம் உலகப்போரின்போது) கீவ் நகரை நாஜிகள் ஆக்கிரமித்தபோது இந்த படப்பிடிப்பு நிலையத்தைக் காக்கும் பொறுப்பு நூறு தொழிலாளர்களிடம் விடப்பட்டது. இந்த மகத்தான போரில் பலர் உயிர் இழந்தார்கள், உயிருடன் இருப்போரோ போரில் தம் உடல் உறுப்புகளைத் தியாகம் செய்தபடி வாழ்ந்து கொண்டு இருக்கின்றார்கள்.

இன்றைய ஒவ்வொரு சோவியத் குடிமகனின் மகிழ்ச்சியான வாழ்வுக்கும் பின்னால் ஒரு பெரிய விலை கொடுக்கப்பட்டுள்ளது. சோசலிசத்தை அடைவதற்கான பாதையில் அவர்கள் ஒவ்வோர் அங்குலமாகத்தான் முன்னேறி வந்தார்கள். சோவியத்தின் சோசலிசம் என்னும் மாளிகையை ஒவ்வொரு செங்கலாகத்தான் எடுத்து வைத்துக் கட்டி எழுப்பினார்கள். சோவியத் மக்களின் இப்போராட்டத்தில் கலைஞர்கள் தமது பங்கை எப்போதும் முழுமனதாகச் செலுத்தியே வந்திருக்கின்றார்கள்.

இன்று சோவியத் யூனியன் அமைதியின் கோட்டையாக, வளமையின் சொர்க்கபூமியாக மட்டும் அல்ல, நுண்கலைகளின் மகத்தான புனிதத்தலமாகவும் ஒளிர்கின்றது! சோசலிச அமைப்பின் கீழ் கலையின் எதிர்காலம், அதன் வளர்ச்சியின் எதிர்காலம் எப்படி இருக்கும் என்பதை உலகுக்குச் சொல்லும், வாழும் சான்றாக எழுந்து நிற்கின்றது. தமது வளமான பொருளாதார விடுதலைக்காகப் போராடிக்கொண்டு இருக்கின்ற அனைத்து நாடுகளையும் சேர்ந்த, குறிப்பாக இன்னும் வளர்ச்சியுறாத நாடுகளின் கலைஞர்களுக்கு சோவியத் யூனியன் விடுக்கும் அறைகூவல் இதுவே - "இலக்கை அடையும் பாதையில் ஒரே சிந்தனையுடன், தடுமாறாத இலட்சியப் பிடிப்புடன் முன்னேறுங்கள்!"

⊙

புன்னைமரத்துக் கொம்பை வளைத்து

எம்.பி. சீனிவாசன்

ஆரிரரோ... ஆராரோ
ஆரிரரோ... ஆராரோ
புன்னைமரத்துக் கொம்பை வளைத்தொரு
தொட்டில் தொங்குது
அதில் பூவினைப்போல் மேனி படைத்த
குழந்தை தூங்குது

ஆரிரரோ... ஆராரோ
ஆரிரரோ... ஆராரோ
சலசலவென இசை அசைந்து
ஜாடை காட்டுது
அதில் சிலுசிலு என தென்றல் தவழ்ந்து
தொட்டிலை ஆட்டுது   (புன்னை மரத்து)

என்ன நினைத்து காலை உதைத்து
பாப்பா சிரிக்குது
அதன் சின்னச்சின்ன மணிக்கண்ணுக்குள்ளே
ஒரு நாடகம் நடக்குது   (புன்னை மரத்து)

ஆரிரரோ... ஆராரோ
ஆரிரரோ... ஆராரோ.

குடியரசுத்தலைவர் ஜெயில் சிங்கிடம் இருந்து விருது பெறும் எம்.பி.எஸ்.

குடியரசுத்தலைவர் ஆர். வெங்கட்ராமனிடம் இருந்து விருது பெறும் எம்.பி.எஸ்.

எம்.பி.எஸ்ஸின் திரைப்படங்கள், வென்ற விருதுகள்

எம்.பி.எஸ் தமிழில் இசையமைத்த படங்கள்

1. பாதை தெரியுது பார் (1960).
2. தாகம் (1972).
3. புதுவெள்ளம் (1975)
4. அக்ரஹாரத்தில் கழுதை (1977)
5. எடுப்பார் கைப்பிள்ளை (1975)
6. மதனமாளிகை (1976)
7. நிஜங்கள் (1982)
8. புதுச்செருப்பு கடிக்கும் (1978) (படம் வெளியாகவில்லை)

மலையாளத்தில் அவர் இசையமைத்த படங்கள்:

1. கால்பாடுகள் (1962)
2. கண்ணும் கரலும் (1962)
3. புதிய ஆகாசம் புதிய பூமி (1962)
4. ஸ்நேகதீபம் (1962)
5. ஸ்வர்கராஜ்யம் (1962)
6. காளையும் காமினியும் (1963)
7. அள்த்தாரா (1964)
8. புத்ரி (1966)
9. அபராதினி (1968)

10. *கடல் (1968)*
11. *நர்ஸ் (1969)*
12. *மதுவிது (1970)*
13. *விமோசனசமரம் (1971)*
14. *இனியொரு ஜன்மம் தரூ (1972)*
15. *ப்ரதிகாரம் (1972)*
16. *வித்யார்த்திகளே இதிலே இதிலே (1972)*
17. *கன்யாகுமரி (1974)*
18. *ஸ்வர்ண விக்ரஹம் (1974)*
19. *ப்ரயாணம் (1975)*
20. *சிவதாண்டவம் (1977)*
21. *பந்தனம் (1978)*
22. *ஓணப்புடவ (1978)*
23. *இடவழியிலே பூச்ச மிண்டப்பூச்ச (1979)*
24. *உள்கடல் (1979)*
25. *மேளா (1980)*
26. *வில்க்கனுண்டு ஸ்வப்னங்கள் (1980)*
27. *ஆரத்தி (1981)*
28. *ஜலரேகா (1981)*
29. *மனசின்டே தீர்த்தயாத்ர (1981)*
30. *ஓப்போள் (1981)*
31. *வளர்த்து மிருகங்கள் (1981)*
32. *வேனல் (1981)*
33. *விட பரயும் முன்பே (1981)*
34. *சில்லு (1982)*
35. *இடவேள (1982)*
36. *இலக்கங்கள் (1982)*
37. *உவ்வு (லயம்) (1982)*
38. *யவனிக (1982)*
39. *ஆஸ்ரயம் (1983)*
40. *கத்தி (1983)*

41. *லேகயுட மரணம் - ஒரு ஃப்ளாஷ்பேக் (1983)*
42. *மஞ்சு (1983)*
43. *மவுனம் வாச்சாலம் (1983)*
44. *நிமிஷங்கள் (1983)*
45. *ஓமனத்திங்கள் (1983)*
46. *ஒரு சுயகார்யம் (1983)*
47. *பரஸ்பரம் (1983)*
48. *ருக்மா (1983)*
49. *சாகரம் சாந்தம் (1983)*
50. *ஆதாமின்ட வாரியெல்லு (1984)*
51. *கிளிப்பாட்டு (1984)*
52. *ஒரு கொச்சு ஸ்வப்னம் (1984)*
53. *பஞ்சவடிப் பாலம் (1984)*
54. *தத்தம்மே பூச்ச பூச்ச (1984)*
55. *அயனம் (1985)*
56. *மீன மாசத்திலே சூரியன் (1986)*
57. *மணிவத்தூரிலே ஆயிரம் சிவராத்திரிகள் (1987)*
58. *ஸ்வாதித்திருநாள் (1987)*
59. *இந்துலேகா (1988)*

* 'விவாஹபந்தம்' (1964) என்ற ஒரே ஒரு தெலுங்குப் படத்திற்கு எம்.பி.எஸ் இசையமைத்துள்ளார். என்.டி. ராமராவ், பானுமதி ஆகியோர் நடித்திருந்தனர். 'வின்னாவா?' (கேட்டாயோ?) என்ற பானுமதி பாடிய பாடல் புகழ்பெற்றது. பி.பி. ஸ்ரீனிவாஸ், பானுமதி இருவரும் இணைந்து பாடல்கள் பாடிய ஒரே படமும் இதுதான். இப்படத்தில் இடம்பெற்ற 'நீடிலோனா நிங்கிலோனா' என்ற பாடல் மிக அற்புதமான மேற்கத்திய ஸ்வரங்களைக் கொண்டு உருவாக்கப்பட்ட பாடலாகும். வயலின், அக்கார்டியன், ஹார்ப், பாங்கோஸ் ஆகிய இசைக் கருவிகள் ஒன்றின் மீது ஒன்று ஆதிக்கம் செலுத்தாமல், பாடல் வரிகளுக்கும் இடையூறு செய்யாமல் மிக அழகாக உருவாக்கப்பட்ட பாடல். ஹிந்தியில் வெளிவந்த 'கோரா காகஸ்', தமிழில் வெளிவந்த 'லலிதா',

'விவாஹ பந்தம்' ஆகிய மூன்று படங்களும் ஒரே கதையை அடிப்படையாகக் கொண்ட படங்கள்.

- படுகர் மொழித் திரைப்படம் ஆன 'கால தப்பித பயிலு'வுக்கு இசையமைத்துள்ளார். 'ஏ அய்ய ஹெத்து அந்த நடத்த நடக்கே, கைய கைய அந்த குடித குறிப்பு' என்ற பாடல் அப்படத்தில் இடம்பெற்றதாகும்.

- எம்.டி. வாசுதேவன் எழுதிய நாவல் ஆன 'மஞ்சு' மலையாளத்தில் திரைப்படம் ஆக்கப்பட்டது. அதே நாவல் ஹிந்தியில் 'சரத் சந்தியா' என்ற பெயரில் 1982 ஆம் ஆண்டு திரைப்படமாக வெளியானது. இரண்டு மொழிகளிலும் எம்.பி.எஸ்தான் இசையமைத்து இருந்தார். பாடல்களை குல்சார் எழுதியிருந்தார். புகழ்பெற்ற பாடகர் புபிந்தர் சிங் பாடிய 'ரசியா மன்பெஹ்காயே' *(Rasiya man bahkaye)* என்ற பாடல் இணையதளத்தில் ஒலி வடிவில் கிடைக்கின்றது. பாடல் பதிவு முடிந்தவுடன் புபிந்தர்சிங் 'இப்படி ஒரு பாடலைப் பாடியது மிகப்பெரிய வாய்ப்பு' என்று உணர்ச்சி வசப்பட்டுள்ளார்.

- 'தொழுநோய் குணப்படுத்தக் கூடியதுதான்' என்று வலியுறுத்தி சென்னைத் தொலைக்காட்சி 1986 ஆம் ஆண்டு தயாரித்த *Beyond the Storm* (புயலுக்கு அப்பால்) என்ற ஆவணப்படத்துக்கு ஜெர்மனியின் பொதுச் சேவை ஒளிபரப்பு நிறுவனமான ட்ரான்ஸ்டெல் *(Transtel)* நடத்திய விழாவில் சிறப்புப் பரிசு கிடைத்தது. இந்த ஆவணப்படத்திற்குப் பின்னணி இசை அமைத்த எம்.பி.எஸ்ஸுக்குப் பாராட்டுச் சான்றிதழ் வழங்கப்பட்டது. இப்படம் இப்போது சென்னைத் தொலைக்காட்சி இணையதளத்தில் காணக் கிடைக்கிறது. அகில இந்திய வானொலியிலும் சென்னை தொலைக்காட்சியிலும் அவர் அளித்த சேர்ந்திசை நிகழ்ச்சிகளுக்குக் கணக்கில்லை.

- எம்.பி.எஸ் இந்திய மக்கள் நாடக மன்றத்தின் *(IPTA)* துணைத் தலைவராகப் பணி செய்தார்.

- அகில இந்திய சமாதானக் குழுவின் *(All India Peace Council)* துணைத் தலைவராக இருந்தார்.

* இந்திய-சோவியத் கலாச்சாரக் கழகத்தின் (Indo-Soviet Cultural Society) தமிழ்நாடு மாநிலத் துணைத்தலைவராக இருந்தார்.

* சங்கீத் நாடக அகாடமியின் பொதுக்குழு (General Council) உறுப்பினராக இருந்தார்.

* திரைப்படத் தொழிலாளர்களின் சங்கங்களின் அகில இந்திய சம்மேளனக் குழுவில் உறுப்பினராக இருந்துள்ளார்.

* சமுதாயச் சேர்ந்திசையை ஊக்கப்படுத்தும் மத்தியக் குழுவில் (Central Committee for Promotion of Community Singing) உறுப்பினராக இருந்தார். இந்த அமைப்பின் தென் மாநிலங்களுக்கான இசையமைப்பாளர் பொறுப்பையும் வகித்தார்.

* ஒன்றியத் திரைப்படத் தணிக்கை வாரியத்தில் உறுப்பினராக இருந்தார்.

* இந்திய நிகழ்த்து கலைகளுக்கான உரிமைக் கழகத்தின் (IPRS) தலைமைப் பொறுப்பில் (Chairman) இருந்து தனது மரணம் வரை சிறப்பான பணி செய்தார். இந்தியாவெங்கும் இருக்கின்ற பல்லாயிரம் திரைப்பட இசையமைப்பாளர்கள், பாடகர்கள், திரைப்படத் தயாரிப்பாளர்கள் வாழ்க்கையில் இதன் மூலம் பெரிய மாற்றத்தைக் கொண்டுவந்தார்.

* இசைத்துறையில் செய்த மிகப்பெரிய சாதனைகளைப் பாராட்டி 1986 ஆம் ஆண்டு அவருக்கு சங்கீத் நாடக அகாடமி விருது வழங்கப்பட்டது.

* 1973 (நிர்மால்யம்), 1978 (பந்தனம்), 1979 (இடைவழியிலே பூச்ச மிண்டப் பூச்ச), 1981 (பல படங்கள்) ஆகிய ஆண்டுகளுக்கான சிறந்த திரைப்பட இசையமைப்பாளருக்கான கேரள அரசின் விருதுகளை எம்.பி.எஸ் வென்றார்.

* 1987 ஆம் ஆண்டு, கேரள அரசின் திரைப்பட விருதைச் 'சிறப்பான சேவைக்'காக வென்றார்.

- முதன்முதலில் அவர் இசையமைத்த 'பாதை தெரியுது பார்' படத்துக்குக் குடியரசுத் தலைவரின் சிறப்புச் சான்றிதழ் வழங்கப்பட்டது.

- ஜான் ஆப்ரஹாம் இயக்கத்தில் 'அக்ரஹாரத்தில் கழுதை' (1977) படத்தில் எம்.பி.எஸ் நடித்தார். 1978 ஆம் ஆண்டு, 25 ஆவது தேசியத் திரைப்பட விருதுகள் வரிசையில், இப்படம் 'மிகச் சிறந்த தமிழ் திரைப்படம்' என்ற விருதை வென்றது. 'வெள்ளித் தாமரை' வழங்கப்பட்டது.

- 1978 ஆம் வருடம் இந்தியாவில் நடத்தப்பட்ட சர்வதேசத் திரைப்பட விழாவில் இந்தியப்பட வரிசையில் இப்படம் திரையிடப்பட்டது. படத்தின் இசையமைப்பாளரும் எம்.பி. சீனிவாசன்தான்.

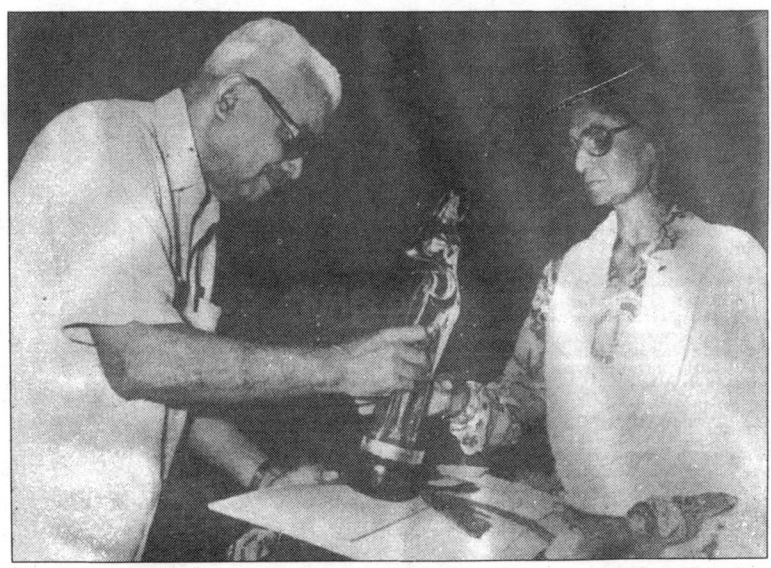

கேரள முதலமைச்சர் ஈ.கே. நாயனாரிடம் இருந்து எம்.பி.எஸ்ஸுக்கான விருதினைப் பெறுகிறார் ஜஹிதா.

தரவுகள்

நூல்கள்

1. ஒரு போராட்டச் செம்மலின் வாழ்க்கைப் பயணம், என். ராமகிருஷ்ணன், சவுத் ஏசியன் புக்ஸ், 1993 (பி. ராமமூர்த்தி வாழ்க்கை வரலாறு).

2. எனது மலரும் நினைவுகள், மாஜினி (எ) ரா. ரங்கசாமி, விடுதலைப் போராட்ட ஆய்வு மையம், அசோக்நகர், சென்னை - 600 083.

3. ஒரு கம்யூனிஸ்ட்டின் நினைவுக் குறிப்புகள், பி. ராமச்சந்திரன், பாரதி புத்தகாலயம், 2003.

4. நடைவழிக் குறிப்புகள், சி. மோகன், அகரம் வெளியீடு, டிசம்பர். 2000.

5. என். சங்கரய்யா - வாழ்க்கையும் இயக்கமும், என். ராமகிருஷ்ணன், பாரதி புத்தகாலயம், 2011.

6. சுதந்திரப் போரில் கலை ஆயுதம் ஏந்திய கம்யூனிஸ்ட்டுகள், எஸ்.ஏ. பெருமாள், என்.சி.பி.எச்., 2005.

7. பாவலர் வரதராசன் மேடை - இசை முழக்கம், சங்கை வேலவன், பாவை பப்ளிகேஷன்ஸ், டிசம்பர் 2014.

8. கலைமகள் அச்சகம், மதுரை, வெளியிட்ட 'பாதை தெரியுது பார்' பாட்டுப் புத்தகம், 1960.

9. தமிழ்ப் பண்பாட்டில் சினிமா, கா. சிவத்தம்பி, என்.சி.பி.எச்., 2019.

10. ஓர் இலக்கியவாதியின் கலையுலக அனுபவங்கள், ஜெயகாந்தன், என்.சி.பி.எச். 1980.

11. சினிமாக் கொட்டகை, ஆர். தியடோர் பாஸ்கரன், காலச்சுவடு, 2018.
12. தேர்ந்தெடுத்த வழி, ப. மாணிக்கம், என்.சி.பி.எச்., 2000.
13. ஜெயகாந்தன் பவள விழா மலர் 75, நக்கீரன் வெளியீடு, 2008.
14. திரையில் விரியும் சமூகம், சு. தியடோர் பாஸ்கரன், மலர்புக்ஸ், 2023.
15. நிமாய் கோஷ், சுனிபாபாசு, (தமிழில்: அம்ஷன் குமார்), போதிவனம், 2022.
16. தண்டோராக்காரர்கள், சு. தியடோர் பாஸ்கரன், அகநி, 2019.
17. ப. ஜீவானந்தம் ஆக்கங்கள், ஜீவா, பதிப்பாசிரியர் வீ. அரசு, என்.சி.பி.எச்., 2007.
18. பாரதி: கவிஞனும் காப்புரிமையும், ஆ.இரா. வேங்கடாசலபதி, காலச்சுவடு, 2015.
19. தொல்லிசைச் சுவடுகள், நா. மம்மது, வம்சி புக்ஸ், 2008.
20. சென்னைப் பெருநகரத் தொழிற்சங்க வரலாறு, முனைவர் தே. வீரராகவன், (தமிழில் ச.சீ. கண்ணன், புதுவை ஞானம்), அலைகள் வெளியீடு, 2003.
21. சொப்பன வாழ்வில் மகிழ்ந்தே, சு. தியடோர் பாஸ்கரன், காலச்சுவடு, 2013.
22. தமிழ்ப்பட உலகின் தந்தை டைரக்டர் கே. சுப்பிரமணியம், வலம்புரி சோமனாதன், ஸ்ரீதுர்கா பப்ளிகேஷன்ஸ், 2013.
23. சென்னப் பட்டணம்: மண்ணும் மக்களும், ராமச்சந்திர வைத்தியநாத், பாரதி புத்தகாலயம், 2016.
24. அமீர் ஹைதர்கான், டாக்டர் அயூப் மிர்சா, தமிழில்: கி. ரமேஷ், பாரதி புத்தகாலயம், 2013.
25. சினிமா நிஜமா? பீ. லெனின், ஸ்ரீ செண்பகா பதிப்பகம், 2002.
26. தமிழகக் கம்யூனிஸ்ட் வீரர்கள், பகுதி 1, பகுதி 2, பெ. சீனிவாசன், மார்க்சியக் கல்விக்கழகம், மறைமலைநகர், 2005.
27. தமிழன்பன்: படைப்பும் பார்வையும், (கோவை) ஞானி.
28. ஜான் ஆபிரகாம் - கலகக்காரனின் திரைக்கதை, தொகுப்பாசிரியர்: ஆர்.ஆர். சீனிவாசன், வம்சி புக்ஸ், 2010.
29. ‘எம்.பி.எஸ் என்ற தோழமை’, சினிமா அனுபவம், அடூர் கோபாலகிருஷ்ணன், காலச்சுவடு, 2016.

30. மக்கள் கலைஞர் எம்.பி. சீனிவாசன்: மலரும் நினைவுகள், அறந்தை நாராயணன், என்.சி.பி.எச்., 1991.

31. *Journey of a filmmaker: K.S. Sethumadhavan*, Navina. R., Notion Press, 2018

32. *Lady Lokasundari Raman*, Uma Parameswaran, Manipal University Press, Karnataka.

33. *C.V. Raman, a biography*, Uma Parameswaran, Penguin Press, 2011.

34. *Trailblazers - first women of South India*, Nivedita Louis, (English Translation by Jayanthi Ramesh), Her Stories, 2023.

35. *Today's Pasts*, Bhisham Sahni, Penguin, 2015.

36. *My years with boss at Gemini Studios*, Ashokamitran, Orient Longman, 2022.

செய்தித்தாள்கள், மதிப்புரை, ஆய்வுக் குறிப்புகள்

1. லொயோலா கல்லூரி நடத்திய 'தமிழகப் பொதுவுடைமை இயக்கங்களும் கலை இலக்கியப் போக்குகளும்' என்ற கருத்தரங்கம், 12, 13 ஆகஸ்ட் 2000.

2. சென்னை கிறித்தவ இலக்கியச் சங்கம் (CLS) நடத்திய 'மக்கள் இலக்கியமும் திறனாய்வுப் போக்குகளும்' என்ற கருத்தரங்கம், 8, 9, 10 டிசம்பர் 1995.

3. நிமாய் கோஷ் - எம்.பி. சீனிவாசன்: அபூர்வ இரட்டையர்கள், அம்ஷன் குமார், உயிர்மை, அக்டோபர் 2007; அவரது *Indian Express* கட்டுரை, 26.03.1988.

4. *'ஜனசக்தி'* பொன் விழா மலர், 1975.

5. கே.சி.எஸ். கவிதைகளில் தலித்தியச் சிந்தனைகள், இரா. விநாயகி, *கீற்று*, 06.07.2012.

6. *'தாகம்'* திரைப்பட விமர்சனம், *கல்கி*, 17.02.1974.

7. சர்மாஜி என்றொரு மானுடன், மி. ராஜூ, *தாமரை*, ஜூன் 2007.

8. 'ஜாலியன் வாலாபாக்குக்கும் எம்.பி. சீனிவாசனுக்கும் என்ன சம்பந்தம்?', தஞ்சாவூர் கோபாலி, *புதிய பார்வை*, 1993 ஜனவரி 1-14.

9. *செம்மலர்*, பிப்ரவரி, ஏப்ரல், மே, 1988.

10. 'இவர்கள் இன்னமும் இருக்கின்றார்கள்', வாலி எழுதிய கவிதை, குமுதம் ஜங்ஷன், 16.09.2003, archive.org/details/20240211-20240211-1207/page/n339.

11. *இந்து தமிழ் திசை*, 25.01.2019.

12. *எம்.ஆர். வெங்கட்ராமன் நினைவு சிறப்பு மலர்*, 'தீக்கதிர்' வெளியீடு.

13. *Role of Chennai city students in the Indian Freedom Struggle*, Mrs. Suchithra Lakshmanan, Dr. K. Sankari, Annamalai University.

14. *A life of service: S.S. Kannan*, by R. Jawahar, *Frontline*, May 26, 2017.

15. *The Indian Express*, 22.07.1960 ('பாதை தெரியுது பார்' விமர்சனம்).

16. *How it worked in technology*, Udhav Naig, *The Hindu*, 04.02.2022.

17. *Shadows behind the lights*, Sayoni Sinha, *The Hindu* Sunday Magazine, 10.09.2017.

18. *Impact of Covid-19 on Tamil film industry*, Dr. S. Veeramani, Dept. of Economics, DRBCC Hindu College, Chennai

19. *Why the music of 'Sufiyum Sujathayum' tugs at your heart strings*, Lalithaa Krishnan, *The Hindu*, 31.07.2020.

20. *A tea industry anniversary*, Madras Miscellany, *The Hindu*, 24.03.2013.

21. *The journal of Parliamentary Information*, April 1970.

22. *The Forgotten Heroes*, Randor Guy, *The Hindu*, 05.10.2023.

23. *Badaga film made in Ooty to be released*, D. Radhakrishnan, *The Hindu*, 08.05.2009.

24. *From silent films to the digital era - Madras tryst with cinema*, Udhav Naig, S. Poorvaja, *The Hindu* 30.08.2020.

25. *இந்து தமிழ் திசை*, 25.01.2019.

26. *மாத்ருபூமி*, மலையாள நாளேடு, 05.09.2016.

27. நினைவலைகள், கே. பாலசந்தர், *கல்கி*, 04.09.1994.

இணையதளங்கள்

1. agritech.tnau.ac.in
2. masujournal.org
3. Guru Gopalakrishnan - Kusum, Ashish Mohan Kohkar, narthaki.com, 27.11.2009.
4. Iffi.nic.in
5. South Indian film directors discuss Corona virus impact on local movie industry, www.wsws.org, 22.04.2020.
6. நடனக்கலைஞர் C. கோபாலகிருஷ்ணன் நேர்காணல், www.mbsreenivasan.com
7. The invisible world of cine workers, Anveshi Gupta and Subham Mohapatra, haqdarshak, 06.10.2022.
8. 'It's free trade now', Inder Bisht, thecitizen.in, 22.09.2020.
9. CIA Information Report, Soviet Trade Agency contact with Communist Party of India, cia.gov, 09.10.1952 (மூல ஆவணத்தின் சில பல குறிப்புகளை மறைத்து 2002 ஆம் ஆண்டு வெளியிடப்பட்ட ஆவணம்).
10. Malayalachalachitram.com
11. net-film.ru
12. thenewsminute.com, 19.01.2018.
13. awazthevoice.in, 21.05.2023.
14. beat1990.blogspot.com
15. iprs.com
16. uasraichur.karnatakagov.in
17. iptamumbai.com
18. openlibrary.org/works/0L7084156w
19. conservancy.umn.edu (மின்னசோட்டா பல்கலைக்கழக ஆவண சேமிப்பு)
20. balumahendra.blogspot.com, 16.11.2011.
21. My first feature film - vidyarthikale ithile ithile, ramachandrababu.blogspot.com, 06.06.2013.
22. Safari TV, Smrithi, John Paul (youtube), 30.08.2020.
23. moviebuff.com/kaala thappitha paiyilu

24. *Life stories of lightmen*, இயக்குநர் ஷா இயக்கிய ஆவணப்படம், சினிமா விகடன் தயாரிப்பு.
25. *Missing reels of Tamil Cinema*, Dr. S. Krishnasamy (youtube), documentary produced by S. Krishnamoorthy.
26. இசை என்னும் துன்ப வெள்ளம், தமிழ்வீதி, ச. தமிழ்ச்செல்வனின் வலைப்பூ, 13.10.2010.
27. Madras Youth Choir (இப்போது Madras MBS Choir) youtube காணொளிகள்.
28. *Beyond the storm*, சென்னைத் தொலைக்காட்சி நிலையம் தயாரித்த ஆவணப்படம், *1986*.
29. tcrc.com (The Cinema Resource Centre)
30. berkleycenter.georgetown.com
31. Kappa TV (youtube) (புன்னை மரத்து... பாடல்).

நேரடிச் சந்திப்புக்களும் உரையாடல்களும்

1. 1970 இல் சென்னை இளைஞர் இசைக் குழுவில் (MYC) இணைந்து எம்.பி.எஸ்ஸின் முதன்மை மாணவர்களில் ஒருவராகத் திகழ்ந்தவரும் இப்போது அக்குழுவின் கலை இயக்குநராகப் (Artistic Director) பணியாற்றுபவரும் ஆன டி. ராமச்சந்திரன் அவர்களை 21.10.2024 அன்று நேரடியாகச் சந்தித்து உரையாடினேன்.

2. எம்.பி.எஸ்ஸின் தந்தையார் மானாமதுரை ராமஸ்வாமி பாலகிருஷ்ணனின் தம்பி மானாமதுரை ராமஸ்வாமி கல்யாணசுந்தரத்தின் மகள் ஜெயந்தி அவர்களை 22.10.2024 அன்று நேரடியாகச் சந்தித்து உரையாடினேன். ஜெயந்தியும் அவரது கணவர் ரமேஷும் சென்னை இளைஞர் இசைக் குழுவின் (MYC) தொடக்க கால உறுப்பினர்களும் கூட.

இந்த இரண்டு சந்திப்புக்களும் எம்.பி.எஸ் அவர்களைப் பற்றி இதுவரை அறியாத பல அரிய தகவல்களைத் தெரிந்து கொள்ளவும், அதன் பின் அவர் தொடர்பான மேலதிக விவரங்களைத் தேடவும் வழி செய்தன. ஜெயந்தி அவர்கள், எம்.பி.எஸ் அவர்களின் முன்னோர், குடும்பத்தினர் பற்றிய அரிய ஆவணங்களையும் புகைப்படங்களையும் எனக்குக்

காட்டினார் என்பதை நன்றியுடன் நினைவு கூர்கிறேன். அவ்வாறு அறிந்த தகவல்கள் இந்த நூலுக்கு வளம் சேர்த்துள்ளன.

3. நீலகிரி மலையில் வாழும் படுகர் இன மக்கள் பேசும் மொழியில் எம்.பி.எஸ் மிகச் சிறப்பான ஒரு பாடலுக்கு இசையமைத்து உள்ளார். அந்தப் பாடலைப் பாடியவர் எம்.ஒய்.சி.யின் பாடகரும் இசையமைப்பாளரும் ஆன டி.கே. ஜெயராமன். *'யே அய்யஹெத்து அந்த நடத்த நடக்கே கைய கைய அந்த குடித குறிப்பு...'* என்று தொடங்கும் அந்தப் பாடல், படுக மொழியில் முதல் முதலில் தயாரிக்கப்பட்ட திரைப்படமான *'கால தப்பித பயிலு'*வில் (பருவம் தப்பிய பயிர்) இடம்பெற்றது என்றும் ஜெயராமன் பதிவு செய்துள்ளார். இந்தப் பாடல் எம்.ஒய்.சி.யின் மிகச் சிறப்பான புகழ்பெற்ற பாடலாகும். இது தொடர்பாக, படுகர் மொழியில் பல நூறு பாடல்களுக்கு இசையமைத்தவரும் தமிழ்த் திரைப்பட இசையமைப்பாளருமான ரவி விஸ்வநாத், பேராசிரியர் போ. மணிவண்ணன், படுகர் மக்களின் வரலாறு, நாகரிகம் பற்றிய ஆராய்ச்சியில் தொடர்ந்து ஈடுபட்டு வருபவரும் சுகுமாரன் ஆகிய மூவரையும் தொலைபேசியில் தொடர்பு கொண்டு பேசியபோது, 1980களின் தொடக்கத்தில் *'கால தப்பித பயிலு'* கோத்தகிரி செல்மா திரையரங்கிலும் நீலகிரி A.T.C. திரையரங்கிலும் திரையிடப்பட்டதை உறுதி செய்தனர். ஐம்பது நாட்களுக்குமேல் அப்படம் ஓடியதாகவும் சுகுமாரன் கூறினார். இந்தப் படத்தின் பிரதி இப்போது கிடைக்கவில்லை. படத்தைத் தயாரித்தவர் இரண்டு முறை (1977, 2006) உதகமண்டலம் சட்டமன்றத் தொகுதியில் இருந்து தேர்ந்தெடுக்கப்பட்ட திரு போஜன் கோபாலன் ஆவார். எனில் எம்.பி.எஸ் படுகர் மொழியின் முதல் திரைப்படத்துக்கும் இசையமைத்தவர் ஆவார் என்பது உறுதியாகின்றது. இதன் பின்னர் படுகர் மொழியில் வேறு சில திரைப்படங்கள் தயாரிக்கப்பட்டுள்ளன.

⊙